Learn Hindi through Telugu

వ్యాకరణ పద్ధతిలో

తెలుగు - హిందీ

మాట్లాడటం నేర్చుకోండి

व्याकरण सहित तेलुगु-हिन्दी बोलना सीखें

Sahil Gupta
Kalahasti Gaurinath

V&S PUBLISHERS

Published by:

F-2/16, Ansari road, Daryaganj, New Delhi-110002
☎ 23240026, 23240027 • *Fax:* 011-23240028
Email: info@vspublishers.com • *Website:* www.vspublishers.com

Regional Office : Hyderabad
5-1-707/1, Brij Bhawan (Beside Central Bank of India Lane)
Bank Street, Koti, Hyderabad - 500 095
☎ 040-24737290
E-mail: vspublishershyd@gmail.com

Branch Office : Mumbai
Jaywant Industrial Estate, 1st Floor–108, Tardeo Road
Opposite Sobo Central Mall, Mumbai – 400 034
☎ 022-23510736
E-mail: vspublishersmum@gmail.com

Follow us on:

© **Copyright:** *V&S* PUBLISHERS
ISBN 978-93-505700-9-8
Edition 2018

Printed at : Param Offsetters, Okhla, New Delhi–110020

భూమిక प्रकाशकीय (Publisher's Note)

V&S Publishers సంస్థ అత్యంత జనాధరణ పొంది మార్కెట్‌లో దొరకనటువంటి అనేక అంశాలకు సంబంధించిన పుస్తకములను ప్రచురిస్తు ప్రగతి పథంలో ముందుకు సాగుతున్న సంస్థ పాఠకులకు అనేక విభిన్నమైన అంశాల మీద పుస్తకాలు ప్రచురించి అందుబాటు ధరలలో అత్యంత సమాచరమందిచాలన్నదే మా సంస్థ యొక్క ముఖ్యలక్ష్యం. అందుకు అనుగుణంగా పాఠకులను సంతృప్తి పరిచే రీతిలో శీర్షికలు పెట్టాలని సర్వదా కృషి చేస్తుంది.

భారతదేశం ఎంతో సువిశాలమైన దేశం. ఒక వైపు అక్షరాస్యత పెరుగుతుండగా మరోవైపు దేశ ప్రజలు ఆంగ్లమును ఆమోదకరమైన అనుసందాన భాషాగా అంగీకరించారు. అదే విధంగా హిందీ కూడ అంతే ఆమోదకరమైన రెండవ అనుసందాన భాషాగా పరిగణింప బడుతుంది. ఈ హిందీ భాషను దేశంలోని సగానికి పైగా జనాభ మాట్లడుతూ మాడోవంతుకు పైగా అర్థం చేసుకునే భాషగా ఉన్నది. హిందీని తరగతి పాఠ్యాంశములలో బోదించినప్పటికి, వ్యవహారిక బాషగా ప్రజలకు ఉపయోగపడుతు వారిలో జాతీయ ఐక్యతాబావం పెంపొందించాలన్నదే ఈ పుస్తకం ముఖ్య ఉద్దేశం. ఈ అవసరాన్ని గుర్తించిన **V&S Publishers** కర్తలు భారతీయ భాషల సీరీస్ ప్రచురించాలని ఒక ప్రతిజ్ఞ చేబూని మొదటగా **"వ్యాకరణ పద్ధతిలో తెలుగు - హిందీ మాట్లాడటం నేర్చుకోండి"** అనే పేరుతో ప్రచురించటం జరిగింది.

ఎన్నో సంవత్సరాల పరిశోదన, కృషి మరియు విజ్ఞాన వంతుల సాహితీ అభిరుచులను కలగలిపి ఈ పుస్తకము ప్రముఖంగా ముద్రించబడినది. ఇందువలననే ఇది మిగిలిన బాషాప్రక్రియలను నేర్చుకొని వాటికి విభిన్నంగా ఉంటుంది. మరొక వ్యత్యాసం ఏమనగా ఈ పుస్తకంలో మిగతా పుస్తకాలలో ఉండనటువంటి ప్రాథమిక వ్యాకరణం పొందుపరచటమైనది. ఈ ప్రాథమిక వ్యాకరణ సూత్రాలు ఆయా వ్యక్తుల భాషా పరిజ్ఞానాన్ని పెంచి మాట్లాడె భాష మీద పట్టును కలుగజేస్తుంది.

మీ చేతిలోని ఈ పుస్తకం ఖఠినతరమైన పాఠ్య పుస్తకం లాగా కాకుండా సరళమైన వ్యాకరణంతో ఏ మాత్రం దాని స్థాయి తగ్గకుండా రోజువారి సంబాషణలతో పొందుపరచడమైనది. ఇది తెలుగు – హిందీ పుస్తకమైనప్పటికి అవసరార్థమై కొన్ని చోట్ల ఆంగ్ల పదములు వాడబడినవి. తద్వారా తెలుగు పాఠకులు కష్టతరమైన హిందీ పదాలను/వాక్యాలను సులబంగా అర్థం చేసుకొనగలరు. **Bus stand, Railway Station, Market, Hotel** మొదలగు ప్రదేశాలలో వాడబడే తెలుగు పదాలు, వాక్యాలను హిందీలోకి అనువాదం చేయబడినవి. ఈ పుస్తకం చదవడం ద్వారా బయటకు వెళ్ళినపుడు ఇతరులతో హిందీ మాట్లాడానికి ఎంతో ఉపయోగపడుతుంది. అయితే ఒక హెచ్చరిక: మేము మిమ్మల్ని హిందీ భాష మీద పట్టు సాధించిన వారిగా మార్చలేము కాని హిందీ మాట్లాడేవాళ్ళతో మాత్రం ఎటువంటి ఇబ్బంది లెకుండా తేలికగా మాట్లాడగలుగుతారని హామి ఇవ్వగలం.

ముందుమాట प्रस्तावना (Preface)

భారత దేశం చాలా పెద్ద దేశం. భిన్న భాషల సమాహారం. ప్రపంచంలోని మిగతా దేశాల్లోనయితే ఏదో ఒకటి లేదా రెండు భాషలు మాత్రమే ఉంటాయి. కానీ ఇక్కడ కొన్ని వందల భాషలు. రాజ్యాంగం గుర్తించిన దాని ప్రకారమే దాదాపుగా 20 భాషలు ఉన్నాయి. వాటిల్లో ఎక్కువ మంది మాట్లాడే భాష హిందీ. కాబట్టి దానిని ప్రధాన జాతీయ భాషగా భారత ప్రభుత్వం గుర్తించింది.

ఒకప్పుడు ఏ ఊరివాళ్ళు ఆ ఊరిలోనే, ఏ ప్రాంతం వాళ్ళు ఆ ప్రాంతంలోనే ఉండేవాళ్ళు. ఏ భాష మాట్లాడే వాళ్ళు ఆ భాష వాళ్ళతోనే మాట్లాడేవాళ్ళు. ఏ ప్రాంతంలో పండే పంటలు ఆ ప్రాంతంలోనే, ఎక్కడ తయారయ్యే వస్తువులు అక్కడే అమ్మకొనేవాళ్ళు, కొనుక్కొనేవాళ్ళు. అది ఒక చిన్న సమాజం. కానీ ఇప్పుడు సమాజం చాలా పెద్దగా అయిపోయింది. ఇంతకుముందులాగా ఎక్కడి వాళ్ళు అక్కడే ఉంటామంటే కుదరదు. ఎక్కడి వస్తువులు అక్కడే అమ్ముకుంటామంటే అస్సలు వీలుకాదు. రవాణా వ్యవస్థ పెరిగింది. వస్తువుల తాజాతనాన్ని పరిరక్షించటంలో సాంకేతికత బాగా అభివృద్ధి చెందటంతో ఎక్కడో మారు మూల ఒక చోట తయారైన ఒక వస్తువు ఎక్కడెక్కడికో తిరిగి మరెక్కడికో చేరిపోతోంది. అందువల్ల మనుషులు వివిధ వృత్తి, ఉద్యోగ, వ్యాపారాల కోసం ఒకచోట నుంచి ఇంకొక చోటకి నివాసాలు, రాకపోకలు సాగించటం సర్వసాధారణమైపోయింది. ఈ పరిస్థితుల్లో అందరికీ అన్ని భాషలూ రావు, కాబట్టి అందరికీ అనువైన భాష హిందీయే కావటంతో ఆ భాషను నేర్చుకోవటం తప్పనిసరైంది.

సాధారణంగా హిందీ స్పీకింగ్ కోర్సు పుస్తకాలలో శబ్దావళి, సంభాషణలు మాత్రమే ఇస్తారు. కానీ ఈ పుస్తకంలో వ్యాకరణాన్ని కూడా ఇవ్వటం జరిగింది. వ్యాకరణం నేర్చుకోకుండా హిందీని ఎవరూ మాట్లాడలేరు. అది రాదు. ఆ ఉద్దేశ్యంతోనే తెలుగు, హిందీ వర్ణమాలతో మొదలుకొని వ్యాకరణంలో ఉన్న ప్రతి చిన్న, పెద్ద అంశాన్ని కూడా పొందుపర్చటం జరిగింది.

ఈ మధ్య కాలంలో ఇంగ్లీష్ ఆధిక్యత బాగా పెరిగిపోయింది. అందువల్ల తెలుగు, ఇంగ్లీష్ భాషల్లో మంచి ప్రవేశం ఉండి హిందీ భాషలో తక్కువ పరిజ్ఞానం ఉన్న వారిని దృష్టిలో పెట్టుకొని శీర్షికలు **(headings)**, ఉపశీర్షికలు **(Sub-headings)** ను ఇంగ్లీష్‌లో కూడా ఇవ్వడం జరిగింది.

ఏ భాష అయినా వ్యవహారంలో ఉన్నట్టుగా మాట్లాడితేనే అది రాణిస్తుంది. శోభిస్తుంది. అలాగ కాకుండా పుస్తక పరిజ్ఞానం (**bookish**) గా ఉంటే నవ్వులాటగా ఉంటుంది తప్ప నిత్య జీవిత వ్యవహారాలకు ఉపయోగ కరంగా ఉండదు. దీన్ని కూడా దృష్టిలో పెట్టుకొని ఈ **వ్యాకరణ పద్ధతిలో తెలుగు - హిందీ మాట్లాడటం నేర్చుకొండి** ను రూపొందించటం జరిగింది.

ఈ పుస్తకం చివర ఇచ్చిన 'ఆడియో సిడి' అదనపు ఆకర్షణ. చేతి వ్రాత ప్రతి చూస్తూ, ఆడియో సి.డి. వింటూ

ఉంటే పదాల ఉచ్ఛారణ తెలుస్తుంది. ఏ భాష కైనా పదాల ఉచ్ఛారణ చాలా ముఖ్యం. గమనించండి.

హిందీ ప్రవేశిక, మాధ్యమిక, విశారద, భూషణ్, పండిట్ వంటి పరీక్షలకు హాజరయ్యే విద్యార్థులకు, ఇంటర్మీడియట్, డిగ్రీలలో హిందీ మెయిన్, లేదా ఆప్షనల్ సబ్జెక్టులుగా తీసుకొన్న విద్యార్థులకూ, పాఠశాలల్లో హిందీని అభ్యసించే పిల్లలకూ ఈ పుస్తకం బాగా ఉపయోగపడుతుంది. అంతేకాకుండా హిందీ భాషను బాగా నేర్చుకోవాలనుకొనే సాధారణ ఔత్సాహిక ప్రజలకు కూడా ఇది ఎంతగానో ఉపయోగ పడుతుందనటంలో ఎంత మాత్రం సందేహంలేదు.

ఈ పుస్తకాన్ని మీ ముందుకు తీసుకు రావటానికి ముఖ్యాతిముఖ్య కారకులు, వి. అండ్. ఎస్. పబ్లిషర్స్ అధినేత శ్రీ సాహిల్ గుప్తా గారికీ, నా చిరకాల మిత్రుడూ, ఆ సంస్థ సౌత్ ఇండియా మేనేజర్ (హైదరాబాద్) శ్రీ రాఘవేంద్రరావు గారికీ, గురుతుల్యుడూ, హిందీ పండిట్ శ్రీ పటేల్ నరేష్‌రెడ్డి గారికీ, తగు సలహాలు, సూచనలు, చేసిన మిత్రుడు ఠాకూర్ సుదర్శన్ సింగ్ గారికీ సర్వదా కృతజ్ఞుడిని.

నా ఈ ఉన్నత స్థితికి కారకులైన నా తల్లిదండ్రులు శ్రీ కాళహస్తి సోమరాజు, శ్యామలాంబ గార్లకు, అన్నయ్య మణిభూషణ్‌రావు గారికి పాదాభివందనములు. నా ప్రియమైన తమ్ముడు కాళహస్తి భాస్కర్‌జీకి ఈ పుస్తకం అంకితం. నా చెల్లెలు శ్రీమతి టి. లక్ష్మీరాజేశ్వరి ఇచ్చిన ప్రోత్సాహం మరువలేనిది.

నా భార్య శ్రీమతి గౌరి, కుమారుడు భాస్కర్‌జీ, కుమార్తె వీరసోమేశ్వరిలు చేసిన సహాయ సహకారాలు అభినందనీయములు. ఈ పుస్తకమును చక్కగా డి.టి.పి. చేసి అందంగా తీర్చిదిద్దిన సోదరి శ్రీమతి జయంతి మరియు సంజీవ్ గార్లకు ధన్యవాదములు. ఈ పుస్తకములో ఏమైనా లోటు పాట్లు ఉంటే క్షమించండి. వాటిని పునర్ముద్రణలో సరిదిద్దుకోగలనని వినయపూర్వకంగా పాఠకులందరికీ తెలియజేసుకొంటున్నాను.

హైదరాబాద్

రచయిత

కాళహస్తి గౌరీనాథ్

విషయ సూచిక विषय सूची (Contents)

Part - 4

Part - 5

Part - 6

భాగం - 1

भाग - १

PART - 1

1 హిందీ వర్ణమాల हिन्दी वर्णमाला (Alphabet)

స్వర్ स्वर - అచ్చులు (Vowels)

ఏ భాష నేర్చుకోవాలన్నా మొట్ట మొదటనేర్చుకోవలసినది ఆ భాషలో గల వర్ణమాల. తెలుగు భాషలో ప్రస్తుతం వాడుకలో ఉన్న అక్షరమాల ప్రకారం 51 అక్షరాలు ఉన్నాయి. అట్లానే హిందీ భాషలో కూడా ప్రస్తుతం వాడుకలో ఉన్న వర్ణమాల ప్రకారం 51 అక్షరాలే ఉన్నాయి.

అ	ఆ	ఇ	ఈ	ఉ	ఊ	ఋ
अ	आ	इ	ई	उ	ऊ	ऋ
ఎ/ఏ	ఐ	ఒ/ఓ	ఔ	అం	అః	
ए	ऐ	ओ	औ	अं	अः	

వ్యంజన్ व्यंजन - హల్లులు (Consonants)

క	ఖ	గ	ఘ	ఙ	'క' వర్గం
क	ख	ग	घ	ङ	
చ	ఛ	జ	ఝ	ఞ	'చ' వర్గం
च	छ	ज	झ	ञ	

గమనిక : తెలుగులో సంప్రదాయక వర్ణమాల ప్రకారం 56 అక్షరాలు ఉన్నాయి. హిందీ భాషలో అయితే సంప్రదాయక వర్ణమాల ప్రకారం 57 అక్షరాలు ఉన్నాయి.

ట	ఠ	డ	ఢ	ణ	'ట' వర్గం
ट	ठ	ड	ढ	ण	
త	థ	ద	ధ	న	'త' వర్గం
त	थ	द	ध	न	
ప	ఫ	బ	భ	మ	'ప' వర్గం
प	फ	ब	भ	म	
య	ర	ల	ళ	వ	'య' వర్గం
य	र	ल	ळ	व	
శ	ష	స	హ		
श	ष	स	ह		

సంయుక్తాక్షర్ संयुक्ताक्षर - సంయుక్తాక్షరములు (Compound Letters)

క్ష	త్ర	జ్ఞ	శ్రీ
क्ष	त्र	ज्ञ	श्री

14

వ్యంజన్ ఔర్ స్వర్ కీ మిలావట్ - చిహ్నోం
व्यंजन और स्वर की मिलावट - चिन्ह
హల్లులు, అచ్చుల కలయిక - వత్తులు
(Joining of consonants and Vowels - symbols)

ఏ భాషలో నయినా సరే హల్లులు స్వయంగా అర్థాన్ని ఇవ్వవు. వాటికి తప్పనిసరిగా అచ్చులు జత కలవవలసినదే. అది ఎట్లాగ అనేది ఈ కింది ఉదాహరణలను గమనించి తెలుసుకోండి.

హల్లు		అచ్చు	వత్తు	అక్షరము
క	+	అ	✓	క
क	+	अ	-	क
క	+	ఆ	ా	కా
क	+	आ	ा	का
క	+	ఇ	ి	కి
क	+	इ	ि	कि
క	+	ఈ	ీ	కీ
क	+	ई	ी	की
క	+	ఉ	ు	కు
क	+	उ	ु	कु
క	+	ఊ	ూ	కూ
क	+	ऊ	ू	कू
క	+	ఋ	ృ	కృ
क	+	ऋ	ृ	कृ
క	+	ౠ	ౄ	కౄ
क	+	ऋ	ृ	कृ
క	+	ఎ	ె	కె
क	+	ए	े	के
క	+	ఏ	ే	కే
क	+	ए	े	के

క	+	ఐ	ై	కై
क	+	ऐ	ै	कै
క	+	ఒ	ొ	కొ
क	+	ओ	ो	को
క	+	ఓ	ో	కో
क	+	ओ	ो	को
క	+	ఔ	ౌ	కౌ
क	+	औ	ौ	कौ
క	+	అం	ం	కం
क	+	अं	ं	कं
క	+	అః	ః	కః
क	+	अः	:	कः

గమనిక : ఇదే పద్ధతిలో మిగతా హల్లులకు కూడా అచ్చు వత్తులను చేర్చి గుణింతముల **(grouping)** ను నేర్చుకోవలెను.

వ్యంజన్ ఔర్ వ్యంజన్ కీ మిలావట్ - చిహ్నా

व्यंजन और व्यंजन की मिलावट - चिन्ह

హల్లులు, హల్లుల కలయిక - వత్తులు

(Joining of consonants and consonants - symbols)

గుణింత చిహ్నములు నేర్చుకోకుండా గుణింతములు నేర్చుకోవటం జరగదు. కాబట్టి వీటిని జాగ్రత్తగా గమనించండి.

అక్షరం	వత్తు	అక్షరం	వత్తు
క	్క	क	क्
ఖ	్ఖ	ख	ख्
గ	్గ	ग	ग्
ఘ	్ఘ	घ	घ्
చ	్చ	च	च्
ఛ	్ఛ	छ	छ
జ	్జ	ज	ज्

అక్షరం	వత్తు	అక్షరం	వత్తు
ఝ	ఝ	झ	झ्
ట	్ట	ट	ट
ఠ	్ఠ	ठ	ठ
డ	్డ	ड	ड
ఢ	్ఢ	ढ	ढ
ణ	్ణ	ण	ण्
త	్త	त	त्
థ	్థ	थ	थ्
ద	్ద	द	द
ధ	్ధ	ध	ध्
న	్న	न	न्
ప	్ప	प	प्
ఫ	్ఫ	फ	फ
బ	్బ	ब	ब्
భ	్భ	भ	भ्
మ	్మ	म	म्
య	్య	य	य्
ర	్ర	र	्र
ల	్ల	ल	ल्
వ	్వ	व	व्
శ	్శ	श	श्
ష	్ష	ष	ष्
స	్స	स	स्
హ	్హ	ह	ह
క్ష	క్ష	क्ष	क्ष्

2 బారహ్ఖడీయాఁ बारहखडीयाँ గుణింతములు (Groupings)

ఈ కింది గుణింతములను బాగా పరిశీలించండి. ప్రతి తెలుగు అక్షరం కింద దానికి సంబంధించిన హిందీ అక్షరాన్ని ఇవ్వటం జరిగింది. ప్రతి అక్షరానికి అచ్చు వత్తులు ఎట్లా ఇచ్చినదీ గమనించండి.

క	కా	కి	కీ	కు	కూ	కృ	కౄ	కె	కే	కై	కొ	కో	కౌ	కం	కః
क	का	कि	की	कु	कू	कृ			के	कै		को	कौ	कं	कः
ఖ	ఖా	ఖి	ఖీ	ఖు	ఖూ	ఖృ	ఖౄ	ఖె	ఖే	ఖై	ఖొ	ఖో	ఖౌ	ఖం	ఖః
ख	खा	खि	खी	खु	खू	खृ			खे	खै		खो	खौ	खं	खः
గ	గా	గి	గీ	గు	గూ	గృ	గౄ	గె	గే	గై	గొ	గో	గౌ	గం	గః
ग	गा	गि	गी	गु	गू	गृ			गे	गै		गो	गौ	गं	गः
ఘ	ఘా	ఘి	ఘీ	ఘు	ఘూ	ఘృ	ఘౄ	ఘె	ఘే	ఘై	ఘొ	ఘో	ఘౌ	ఘం	ఘః
घ	घा	घि	घी	घु	घू	घृ			घे	घै		घो	घौ	घं	घः
చ	చా	చి	చీ	చు	చూ	చృ	చౄ	చె	చే	చై	చొ	చో	చౌ	చం	చః
च	चा	चि	ची	चु	चू	चृ			चे	चै		चो	चौ	चं	चः
ఛ	ఛా	ఛి	ఛీ	ఛు	ఛూ	ఛృ	ఛౄ	ఛె	ఛే	ఛై	ఛొ	ఛో	ఛౌ	ఛం	ఛః
छ	छा	छि	छी	छु	छू	छृ			छे	छै		छो	छौ	छं	छः
జ	జా	జి	జీ	జు	జూ	జృ	జౄ	జె	జే	జై	జొ	జో	జౌ	జం	జః
ज	जा	जि	जी	जु	जू	जृ			जे	जै		जो	जौ	जं	जः
ఝ	ఝా	ఝి	ఝీ	ఝు	ఝూ	ఝృ	ఝౄ	ఝె	ఝే	ఝై	ఝొ	ఝో	ఝౌ	ఝం	ఝః
झ	झा	झि	झी	झु	झू	झृ			झे	झै		झो	झौ	झं	झः
ట	టా	టి	టీ	టు	టూ	టృ	టౄ	టె	టే	టై	టొ	టో	టౌ	టం	టః
ट	टा	टि	टी	टु	टू	टृ			टे	टै		टो	टौ	टं	टः
ఠ	ఠా	ఠి	ఠీ	ఠు	ఠూ	ఠృ	ఠౄ	ఠె	ఠే	ఠై	ఠొ	ఠో	ఠౌ	ఠం	ఠః
ठ	ठा	ठि	ठी	ठु	ठू	ठृ			ठे	ठै		ठो	ठौ	ठं	ठः
డ	డా	డి	డీ	డు	డూ	డృ	డౄ	డె	డే	డై	డొ	డో	డౌ	డం	డః
ड	डा	डि	डी	डु	डू	डृ			डे	डै		डो	डौ	डं	डः
ఢ	ఢా	ఢి	ఢీ	ఢు	ఢూ	ఢృ	ఢౄ	ఢె	ఢే	ఢై	ఢొ	ఢో	ఢౌ	ఢం	ఢః
ढ	ढा	ढि	ढी	ढु	ढू	ढृ			ढे	ढै		ढो	ढौ	ढं	ढः
ణ	ణా	ణి	ణీ	ణు	ణూ	ణృ	ణౄ	ణె	ణే	ణై	ణొ	ణో	ణౌ	ణం	ణః
ण	णा	णि	णी	णु	णू	णृ			णे	णै		णो	णौ	णं	णः
త	తా	తి	తీ	తు	తూ	తృ	తౄ	తె	తే	తై	తొ	తో	తౌ	తం	తః
त	ता	ति	ती	तु	तू	तृ			ते	तै		तो	तौ	तं	तः
థ	థా	థి	థీ	థు	థూ	థృ	థౄ	థె	థే	థై	థొ	థో	థౌ	థం	థః
थ	था	थि	थी	थु	थू	थृ			थे	थै		थो	थौ	थं	थः
ద	దా	ది	దీ	దు	దూ	దృ	దౄ	దె	దే	దై	దొ	దో	దౌ	దం	దః
द	दा	दि	दी	दु	दू	दृ			दे	दै		दो	दौ	दं	दः

ధ	ధా	ధి	ధీ	ధు	ధూ	ధృ	ధౄ	ధె	ధే	ధై	ధొ	ధో	ధౌ	ధం	ధః
ध	धा	धि	धी	धु	धू	धृ			धे	धै		धो	धौ	धं	धः
న	నా	ని	నీ	ను	నూ	నృ	నౄ	నె	నే	నై	నొ	నో	నౌ	నం	నః
न	ना	नि	नी	नु	नू	नृ			ने	नै		नो	नौ	नं	नः
ప	పా	పి	పీ	పు	పూ	పృ	పౄ	పె	పే	పై	పొ	పో	పౌ	పం	పః
प	पा	पि	पी	पु	पू	पृ			पे	पै		पो	पौ	पं	पः
ఫ	ఫా	ఫి	ఫీ	ఫు	ఫూ	ఫృ	ఫౄ	ఫె	ఫే	ఫై	ఫొ	ఫో	ఫౌ	ఫం	ఫః
फ	फा	फि	फी	फु	फू	फृ			फे	फै		फो	फौ	फं	फः
బ	బా	బి	బీ	బు	బూ	బృ	బౄ	బె	బే	బై	బొ	బో	బౌ	బం	బః
ब	बा	बि	बी	बु	बू	बृ			बे	बै		बो	बौ	बं	बः
భ	భా	భి	భీ	భు	భూ	భృ	భౄ	భె	భే	భై	భొ	భో	భౌ	భం	భః
भ	भा	भि	भी	भु	भू	भृ			भे	भै		भो	भौ	भं	भः
మ	మా	మి	మీ	ము	మూ	మృ	మౄ	మె	మే	మై	మొ	మో	మౌ	మం	మః
म	मा	मि	मी	मु	मू	मृ			मे	मै		मो	मौ	मं	मः
య	యా	యి	యీ	యు	యూ	యృ	యౄ	యె	యే	యై	యొ	యో	యౌ	యం	యః
य	या	यि	यी	यु	यू	यृ			ये	यै		यो	यौ	यं	यः
ర	రా	రి	రీ	రు	రూ	రృ	రౄ	రె	రే	రై	రొ	రో	రౌ	రం	రః
र	रा	रि	री	रु	रू	रृ			रे	रै		रो	रौ	रं	रः
ల	లా	లి	లీ	లు	లూ	లృ	లౄ	లె	లే	లై	లొ	లో	లౌ	లం	లః
ल	ला	लि	ली	लु	लू	लृ			ले	लै		लो	लौ	लं	लः
వ	వా	వి	వీ	వు	వూ	వృ	వౄ	వె	వే	వై	వొ	వో	వౌ	వం	వః
व	वा	वि	वी	वु	वू	वृ			वे	वै		वो	वौ	वं	वः
శ	శా	శి	శీ	శు	శూ	శృ	శౄ	శె	శే	శై	శొ	శో	శౌ	శం	శః
श	शा	शि	शी	शु	शू	शृ			शे	शै		शो	शौ	शं	शः
ష	షా	షి	షీ	షు	షూ	షృ	షౄ	షె	షే	షై	షొ	షో	షౌ	షం	షః
ष	षा	षि	षी	षु	षू	षृ			षे	षै		षो	षौ	षं	षः
స	సా	సి	సీ	సు	సూ	సృ	సౄ	సె	సే	సై	సొ	సో	సౌ	సం	సః
स	सा	सि	सी	सु	सू	सृ			से	सै		सो	सौ	सं	सः
హ	హా	హి	హీ	హు	హూ	హృ	హౄ	హె	హే	హై	హొ	హో	హౌ	హం	హః
ह	हा	हि	ही	हु	हू	हृ			हे	है		हो	हौ	हं	हः
క్ష	క్షా	క్షి	క్షీ	క్షు	క్షూ	క్షృ	క్షౄ	క్షె	క్షే	క్షై	క్షొ	క్షో	క్షౌ	క్షం	క్షః
क्ष	क्षा	क्षि	क्षी	क्षु	क्षू	क्षृ			क्षे	क्षै		क्षो	क्षौ	क्षं	क्षः
త్ర	త్రా	త్రి	త్రీ	త్రు	త్రూ	త్రృ	త్రౄ	త్రె	త్రే	త్రై	త్రొ	త్రో	త్రౌ	త్రం	త్రః
त्र	त्रा	त्रि	त्री	त्रु	त्रू	त्रृ			त्रे	त्रै		त्रो	त्रौ	त्रं	त्रः

3

ద్విత్వాక్షరములు – సంయుక్తాక్షరములు

ద్విత్వాక్షర్ **द्वित्वाक्षर** - ద్విత్వాక్షరములు (Double Letters)

ఒక అక్షరం (హల్లు) కింద అదే అక్షరం (హల్లు) యొక్క వత్తు వచ్చినట్లయితే దానిని ద్విత్వాక్షరము అని అంటారు.

క్క	గ్గ	చ్చ	జ్జ	ట్ట	త్త	న్న	ప్ప	ల్ల	య్య
क्क	**ग्ग**	**च्च**	**ज्ज**	**ट्ट**	**त्त**	**न्न**	**प्प**	**ल्ल**	**य्य**

ఉదా :	सुब्बय्या	సుబ్బయ్య	बच्चा	బచ్చా	పిల్లవాడు
	एल्लय्या	ఎల్లయ్య	कच्चा	కచ్చా	కాయ
	पुल्लय्या	పుల్లయ్య	कद्दू	కద్దూ	సొరకాయ
	अप्पाराव	అప్పారావు	उल्लू	ఉల్లూ	గుడ్లగూబ

సంయుక్తాక్షర్ **संयुक्ताक्षर** - సంయుక్తాక్షరములు (Compound Letters)

ఒక అక్షరం కింద వేరే అక్షరం యొక్క వత్తు వచ్చినట్లయితే దానిని సంయుక్తాక్షరము **(Compound letter)** అని అంటారు.

క్వ	త్స	ణ్మ	ప్ర	న్య	క్త	బ్మ	హ్య	వ్య	ద్వ
क्व	**त्स**	**ण्म**	**प्र**	**न्य**	**क्त**	**ब्म**	**ह्य**	**व्य**	**द्व**

ఉదా :	ताम्र	....	తామ్ర్	....	రాగి
	पुत्र	....	పుత్ర్	....	కుమారుడు
	क्या	....	క్యా	....	ఏమిటి
	व्यापार	....	వ్యాపార్	....	వర్తకుడు
	अच्छा	....	అచ్ఛా	....	మంచిది

ग्यारह	....	గ్యారహ్	....	పదకొండు
अष्ट	....	అష్ట్	....	ఎనిమిది
उल्लू	....	ఉల్లూ	....	గుడ్లగూబ
ज्वर	....	జ్వర్	....	జ్వరము
द्वार	....	ద్వార్	....	ద్వారము
व्यवस्था	....	వ్యవస్థా	....	వ్యవస్థ
न्याय	....	న్యాయ్	....	న్యాయము
कर्ण	....	కర్ణ్	....	చెవి
ध्यान	....	ధ్యాన్	....	ధ్యానము
प्रार्थना	....	ప్రార్థన	....	ప్రార్థన
सुवर्ण	....	సువర్ణ్	....	బంగారము

సంయుక్తాక్షరములను వ్రాసే పద్ధతి

హిందీ అక్షరములు రెండు రకములు. 1. పాయీ (पाई) అనగా నిలువు గీత గల అక్షరములు. 2. బేపాయీ (बेपाई) అనగా నిలువుగీత లేని అక్షరములు.

పాయీ వాలే అక్షర్ **पाई वाले अक्षर** - నిలువుగీత అక్షరములు

क	ख	ग	घ	च	छ	ज	झ	ञ
त	थ	ध	न	प	फ	ब	भ	म
य	व	श	ष	स				

బేపాయీ వాలే అక్షర్ **बेपाई वाले अक्षर** - నిలువుగీత లేని అక్షరములు

ट	ठ	ड	ढ	द	र	ल	ळ	ह

గమనిక : 'పాయీ' (पाई) గల హల్లుల ప్రక్కన గనక మరొక హల్లు చేరునప్పుడు మొదటి హల్లులోని 'పాయీ' తీసి వేసి రెండవ హల్లును చేర్చవలెను.

ఉదా :	క్యోం	....	क्यों	....	ఎందుకు ?
	క్యా	....	क्या	....	ఏమిటి ?
	గోష్త్	....	गोश्त	....	మాంసము
	బిస్తర్	....	बिस्तर	....	పరుపు

'బేపాయీ' (बेपाई) గల అక్షరముల పైన మరొక హల్లు చేరునపుడు మొదటి అక్షరం కిందనే రెండవ అక్షరము రాయవలెను. లేదా అక్షరం సగమే రాసి ప్రక్కన రెండవ అక్షరము రాయవచ్చును.

ఉదా :	ఉల్లూ	....	उल्लू	....	గుడ్లగూబ
	టిడ్డీ	....	टिड्डी	....	మిడత
	బిల్లీ	....	बिल्ली	....	పిల్లి
	మట్టా	....	मट्ठा	....	మజ్జిగ

హిందీ పదోం కా ఉచ్చారణ్ हिन्दी पदों का उच्चारण

హిందీ పదముల ఉచ్చారణ (Pronounciation of Hindi Words)

హిందీ భాషలో ఉచ్చారణ చాలా ముఖ్యమైనది. దానికి కొన్ని నియమాలు ఉన్నాయి. వాటిని జాగ్రత్తగా గమనించవలెను.

నియమం : (1) హిందీ పదములో రెండు లేదా మూడు అక్షరములు ఉన్నట్లయితే చివరి హల్లులు సగం మాత్రమే పలుక వలెను.

ఉదా :	దస్ दस (పది)	ఘర్ घर (ఇల్లు)	కలమ్ कलम (పెన్ను)
	కితాబ్ किताब (పుస్తకము)	హాథ్ हाथ (చెయ్యి)	శిర్ सिर (తల)

ఉచ్చారణ్ కే అనుసార్ వర్ణోం కా వర్గీకరణ్ -

उच्चारण के अनुसार वर्णों का वर्गीकरण - ఉచ్చారణను బట్టి అక్షరముల వర్గీకరణ

(Classification of Letters according to the Pronounciation)

హిందీ అక్షరముల ఉచ్చారణలో ముఖ్యమైనవి రెండు – ఒకటి హ్రస్వములు (దీర్ఘం లేకుండా పలికేవి), రెండు, దీర్ఘములు (దీర్ఘంతో పలికేవి). ఈ కింది పట్టికను పరిశీలిస్తే ఏ అక్షరమును ఎట్లా పలకవలెనో తెలుసుకోవడానికి కొద్దిగా వీలవుతుంది.

అచ్చుల ఉచ్చారణ పట్టిక

అక్షరము वर्ण	కంఠ్ कण्ठ	తాలూ तालू	ఓఠ్ ओठ	మూర్ధ్ मूर्ध	దాంతోం दान्तों	కంఠ్‌తాలూ कण्ठतालू	కంఠ్ఓష్ఠ్ कण्ठ ओष्ठ
హ్రస్వములు ह्रस्व	అ अ	ఇ इ	ఉ उ	ఋ ऋ*	లు*	ఎ ए	ఒ ओ
దీర్ఘ్ दीर्घ దీర్ఘములు	ఆ आ	ఈ ई	ఊ ऊ	ౠ ॠ*	లు*	ఏ ए ఐ ऐ	ఓ ओ ఔ औ

* ఈ అక్షరములను ప్రస్తుతం తెలుగులో గానీ, హిందీలో గానీ ఉపయోగించడం లేదు. గమనించండి.

హల్లుల ఉచ్చారణ పట్టిక

వర్ణ్ वर्ण	కంఠ్ कण्ठ	తాలూ तालू	మూర్ధ్ मूर्ध	దాంతోం दान्तों	ఓఠ్‌ములు ओठ	నాశికోం नाशिकों
	క क గ ग ఖ ख ఘ घ హ ह	చ च జ ज ఛ छ ఝ झ య य వ व శ श	ట ट డ ड ఠ ठ ఢ ढ ణ ण ర र ష ष ళ ळ	త त ద द థ थ ధ ध న न ల ल	ప प బ ब ఫ फ భ भ మ म	 ఙ ङ ఞ ञ

నియమం (2) : నాలుగు అక్షరముల మాటలలో 2వ, 4వ అక్షరములు సగం మాత్రమే పలుకవలెను.

ఉదా :	चुपकर	....	చుప్‌కర్
	रसमन	....	రస్‌మన్

నియమం (3) : ఐదు అక్షరముల మాటలలో 3వ, 5వ అక్షరములు సగం మాత్రమే పలుకవలెను

ఉదా :	(జీవితాంతం)	उमरभर	ఉమర్‌భర్
	(పసుపు బట్టలు)	पीतांबर	పీతాంబర్

నియమం (4) : మూడు అక్షరముల పదములో చివరి అక్షరం దీర్ఘం ఉన్నట్లయితే 2వ అక్షరం సగమే పలుకవలసి ఉంటుంది.

ఉదా :	ఖత్‌రా	खतरा	అపాయం
	ఖుష్‌బూ	खुशबू	సువాసన

నియమం (5) : నాలుగు అక్షరముల పదములో 1వ, లేదా 2వ అక్షరం సంయుక్తాక్షరమైనపుడు 2వ అక్షరమును పూర్తిగా పలుకవలెను.

ఉదా :	స్వయంసేవక్	स्वयंसेवक	(స్వయంసేవకుడు)
	చిత్రకార్	चित्रकार	(చిత్రకారుడు)

నియమం (6) : అరబ్, పార్సీ, ఉర్దూ పదములను హిందీలో వ్రాసేటపుడు అక్షరముల కింద బిందువు వ్రాయబడుతుంది. ఈ పదముల ఉచ్చారణ ఆయా భాషల ఉచ్చారణను పోలి ఉంటుంది.

ఉదా :	ఫకీర్	फ़कीर	(సన్యాసి)
	ఫూల్	फ़ूल	(పువ్వులు)
	వాలిదైన్	वालिदैन	(తల్లిదండ్రులు)
	మశ్‌హల్	मशाल	(కాగడా)

హిందీ ఉచ్చారణలో గుర్తు పెట్టుకోవలసిన ఇంకొక నియమం స్వరము. దానిని అనుస్వారము 'c' (అరసున్న) అంటారు. అది రెండు రకములు :

ఉదా :	మైc	मैं	(నేను)
	అcత్	अंत	(చివర)
	ఆcఖ్	आँख	(కన్ను)
	హూc	हूँ	(ఉన్నాను).

4

భాషా భాగ్ भाषा भाग - భాషాభాగాలు (Parts of Speech)

ఏ భాష అయినా మనకు బాగా రావాలంటే ఆ భాషకు సంబంధించిన వ్యాకరణం మనం బాగా నేర్చుకోవాలి. కాబట్టి హిందీ భాషలోగల భాషాభాగాలు గురించి తెలుసుకుందాం. భాషాభాగాలు ఎనిమిది ఉన్నాయి అవి :

1.	నామవాచకం	संज्ञा	(Noun),
2.	సర్వనామము	सर्वनाम	(Pronoun),
3.	విశేషణం	विशेषण	(Adjective),
4.	క్రియ	क्रिया	(Verb),
5.	క్రియా విశేషణం	क्रिया विशेषण	(Adverb) :
6.	సంబంధ సూచకము	सम्बन्ध सूचक	(Preposition)
7.	సముచ్చయ బోధకము	समुच्छय बोधक	(conjunction),
8.	విస్మయాది బోధకము	विस्मयादि बोधक	(Interjection)

1. **నామవాచకం संज्ञा (Noun) :** ఇది మనుషులు, స్థలం, దేశం, కొండలు, చెట్లు వగైరా వాటి పేర్లను తెలియజేస్తుంది.

ఉదా : ఆమ్ आम (మామిడి) ఖేత్ खेत (పొలం) దునియా दुनिया (ప్రపంచం)

మాత माता (తల్లి) పిత पिता (తండ్రి) సూరజ్ सूरज (సూర్యుడు)

నామవాచకములు ముఖ్యంగా మూడు రకములు. అయితే జాతివాచకంలో రెండు ఉపభేదములు ఉన్నాయి.

1. **వ్యక్తి వాచకము :** వ్యక్తుల పేర్లను తెలిపేది.

ఉదా : (श्याम), (राम), (कृष्ण), (राधा)

శ్యాం రామ్, కృష్ణ రాధ

2. **జాతి వాచకము :** ఒక వర్గం లేదా జాతికి సంబంధించిన పేర్లను తెలిపేది.

ఉదా : (लडका) బాలుడు (नदी) నది

3. **భావ వాచకము :** మనుష్యులలో కలిగే వివిధ రకముల భావావేశముల పేర్లను తెలిపేది.

ఉదా : సంతోషం (संतोष), (क्रोध) కోపం

జాతి వాచకంలోని రెండు ఉపభేదములు

1. సమూహ వాచకం (समूहवाचक संज्ञा) 2. ద్రవ్యవాచకం (द्रव्यवाचक संज्ञा)

1. **సమూహవాచకం (समूह वाचक संज्ञा) :** ఒక సమూహాన్ని తెలిపే పేరు.

ఉదా : దళ్ (दल) దళం సేన (सेना) సైన్యం

2. **ద్రవ్యవాచకం (द्रव्य वाचक संज्ञा) :** ఒక ద్రవం లేదా పదార్థముల పేర్లను తెలిపేది.

ఉదా : పెరుగు दही (దహీ) ఘీ घी నెయ్యి పానీ पानी నీళ్ళు

ఈ కింద ఇచ్చినటువంటి కొన్ని నామవాచక పదములను జాగ్రత్తగా శ్రద్ధ పట్టి చదవండి. గుర్తు పెట్టుకోండి.

1.	నృప్	......	नृप	......	రాజు
2.	ఔరత్	......	औरत	......	స్త్రీ
3.	చౌకీదార్	......	चौकीदार	......	కాపలాదారుడు
4.	సేబ్	......	सेब	......	ఏపిల్
5.	ఆమ్	......	आम	......	మామిడిపండు
6.	గుడియా	......	गुड़िया	......	బొమ్మ
7.	గులాబ్	......	गुलाब	......	గులాబిపువ్వు
8.	సూరజ్	......	सूरज	......	సూర్యుడు
9.	చిడియా	......	चिडिया	......	పక్షి
10.	చాకూ	......	चाकू	......	కత్తి
11.	ఘోడా	......	घोडा	......	గుర్రం
12.	లోటా	......	लोटा	......	కుండ
13.	అంగూటీ	......	अंगूठी	......	ఉంగరం
14.	అండా	......	अंडा	......	కోడిగుడ్డు
15.	పతంగ్	......	पतंग	......	గాలిపటం
16.	ఆస్మాన్	......	आसमान	......	ఆకాశము
17.	బైల్	......	बैल	......	ఎద్దు
18.	నౌక, నావ్	......	नौका, नाव	......	పడవ

19.	అంగూర్	......	अंगूर	......	ద్రాక్ష
20.	నదియా	......	नदियाँ	......	నదులు
21.	సాగర్	......	सागर	......	సముద్రము
22.	అధ్యాపక్	......	अध्यापक	......	ఉపాధ్యాయుడు
23.	ఖేత్	......	खेत	......	పొలం
24.	జగ్	......	जग	......	ప్రపంచము
25.	మా	......	माँ	......	తల్లి

(అ) లింగ్ (लिंग) లింగం (Gender)

మన యొక్క సంబంధ బాంధవ్యాలుగాని, సమాచార పంపిణీ, లేదా విషయగ్రహణం గానీ, లేదా మనం ఏమి చెప్పాలనుకుంటున్నామో అది స్పష్టంగా ఎదుటి మనిషికి అర్థం కావాలంటే వ్యాకరణంలో గల లింగములు గురించి తెలుసుకోవాలి. లింగములు మూడు రకములు. అవి :

1. పుంలింగము पुंलिंग (Masculine Gender) : పదములలో పురుషులకు సంబంధించిన వాటిని తెలుపును.

ఉదా : సంవత్సరములు, నెలలు, వారములు, చెట్లు, కొండలు మొనవి.

वैशाख వైశాఖ్, ... सोमवार సోమవార్, ... पर्वत పర్వత్

वटवृक्ष (వటవృక్ష్)

अ (అ) లేదా आ (ఆ) తో ముగిసే పదములు పుంలింగ పదములు

ఉదా :	బచ్చా	....	बच्चा	....	పిల్లవాడు
	లడ్కా	....	लडका	....	బాలుడు
	దాదా	....	दादा	....	తాత

2. స్త్రీ లింగము स्त्री लिंग (Feminine Gender) : పదములలో స్త్రీలకు సంబంధించిన వాటిని తెలుపుతుంది.

ఉదా : నదులు, భాషలకు సంబంధించినవి.

तेलुगु తెలుగు, ... तमिल తమిళ్, ... गोदावरी గోదావరి.

गंगा గంగ, ... मंजीरा మంజీర

इ (ఇ) లేదా ई (ఈ) తో ముగిసే పదములు స్త్రీలింగ పదములు

ఉదా : లడ్‌కీ लडकी బాలిక .... బచ్చీ बच्ची పిల్ల .... దేవీ देवी దేవత

3. **అన్యపురుష లింగం अन्य पुरुष लिंग (First Person) :** పదములలో పుంలింగ, స్త్రీలింగములకు సంబంధించని ఇతర పదాలను హిందీ భాషలో అన్యపురుష్ అంటారు.

గమనిక : తెలుగు భాషలో వలె హిందీ భాషలో నపుంసక లింగం **(Neutral Gender)** లేదు. దానిని ఆ భాషలో అన్య పురుష్ లింగం అంటారు.

గమనిక : కొన్ని పుంలింగ శబ్దముల చివర ఇన్ (इन) గనక వచ్చినట్లయితే అది స్త్రీలింగముగా మారుతుంది.

ఉదా : ధోబీ धोबी చాకలివాడు .... ధోబిన్ धोबिन చాకలి ఆమె.

(దుల్‌హా) दुल्हा పెండ్లి కొడుకు .... (దుల్‌హన్) दुल्हन పెండ్లి కూతురు

(పడోస్) पडोस పొరుగువాడు .... పడోసిన్ पडोसी పొరుగు ఆమె

(మాలీ) माली యజమాని .... (మాలిన్) मालिन యజమానురాలు

(బికారీ) भिकारी సన్యాసి .... (బికారిన్) भिकारिन సన్యాసిని

(లుహార్) लुहार కమ్మరివాడు .... (లుహారిన్) लुहारिन కమ్మరిఆమె

10. కొన్ని పుంలింగ పదములకు చివర నీ 'नी' లేదా, ఆనీ (आनी) వచ్చినట్లయితే అది స్త్రీలింగముగా మారుతుంది.

ఉదా : (మోర్) मोर మగ నెమలి .... (మోర్‌నీ) मोरनी ఆడ నెమలి

(సేఠ్) सेठ యజమాని .... (సేఠాని) सेठानी యజమానురాలు

(ఊంట్) ऊँठ మగ ఒంటె .... (ఊంటనీ) ऊँठनी ఆడ ఒంటె

(దేవర్) देवर మరది .... (దేవ్‌రాణి) देवरानी మరదలు

11. కొన్ని పుంలింగ శబ్దముల చివర ఇత్రీ (इत्री) వచ్చినట్లయితే అది స్త్రీ లింగముగా మారుతుంది.

ఉదా : (కవి) कवि కవి .... (కవియత్రీ) कवियत्री కవియత్రి

(లెఖక్) लेखक రచయిత .... (లెఖిక్) लेखिका రచయిత్రి

ప్రాణంలేని వస్తువులు **अप्राणि वाचक वस्तुएँ** (Lifeless Articles)

ఈ కింద పేర్కొన్న పదములు పుంలింగం పదములు पुलिंग

గ్రంథ్	......	ग्रंथ	......	గ్రంథము
శహర్	......	शहर	......	పట్టణము
కేలా	......	केला	......	అరటిపండు
ఫూల్	......	फूल	......	పువ్వు
ఘర్	......	घर	......	ఇల్లు
కప్డా	......	कपडा	......	బట్ట
ఆమ్	......	आम	......	మామిడి పండు
ఫల్	......	फल	......	ఫలము
హాథ్	......	हाथ	......	చెయ్యి
పహాడ్	......	पहाड	......	పర్వతము

ఈ కింద పేర్కొన్న పదములు స్త్రీ లింగ పదములు स्त्री लिंग

లత	......	लता	......	పూలతీగె
కితాబ్	......	किताब	......	పుస్తకం
గాడీ	......	गाडी	......	బండి
రోటీ	......	रोटी	......	రొట్టె
బేకారీ	......	बेकारी	......	నిరుద్యోగం
ఘడీ	......	घडी	......	గడియారం
కుర్సీ	......	कुर्सी	......	కుర్చీ
కలమ్	......	कलम	......	కలము
చీజ్	......	चीज	......	వస్తువు

కొన్ని స్త్రీలింగ, పుంలింగ పదములను చూద్దాము :

పుంలింగము			స్త్రీ లింగము		పుంలింగము			స్త్రీ లింగము	
ఛాత్ర్	छात्र	x	ఛాత్రా	छात्रा	మియా	मियाँ	x	బీబీ	बीबी
సేఠ్	सेठ	x	సేఠానీ	सेठानी					
అభినేతా	अभिनेता	x	అభినేత్రి	अभिनेत्री	సర్ప్	सर्प	x	సర్పణి	सर्पिणी
మిత్ర	मित्र	x	సహేలి	सहेली	విద్వాన్	विद्वान	x	విదుషి	विदुषी
ప్రేమీ	प्रेमी	x	ప్రేమికా	प्रेमिका	చౌధరీ	चौधरी	x	చౌధరాణి	चौधरानी
యువక్	युवक	x	యువతి	युवती	దాస్	दास	x	దాసీ	दासी
బాద్‌షా	बादशाह	x	బేగం	बेगम	ముర్గా	मुर्गा	x	ముర్గీ	मुर्गी
కౌవా	कौआ	x	మాదా కౌవా	मादा कौआ	అధికారీ	अधिकारी	x	అధికారిణి	अधिकारिणी
హరిణ్	हरिण	x	మాదా హరిణ్	मादा हरिण	శిష్య	शिष्य	x	శిష్యా	शिष्या
ఠాకూర్	ठाकूर	x	ఠకురాయిణ్	ठकुराइन	శ్రీమాన్	श्रीमान	x	శ్రీమతి	श्रीमती
లేఖక్	लेखक	x	లేఖికా	लेखिका	బచ్చా	बच्चा	x	బచ్చీ	बच्ची
పురుష్	पुरुष	x	స్త్రీ	स्त्री	సఖా	सखा	x	సఖీ	सखी
సాహబ్	साहब	x	సాహిబా	साहिबा	రాజ్‌పూత్	राजपूत	x	రాజ్‌పుతాని	राजपुतानी
నాయీ	नाई	x	నాయిన్	नाइन	పితా	पिता	x	మాతా	माता
దుల్‌హా	दुल्हा	x	దుల్‌హన్	दुल्हन	భీల్	भील	x	భీల్‌ని	भीलनी
మోర్	मोर	x	మోర్నీ	मोरनी	బక్‌రా	बकरा	x	బక్‌రీ	बकरी
దాదా	दादा	x	దాదీ	दादी	ఆద్మీ	आदमी	x	ఔరత్	औरत
ఘోడా	घोडा	x	ఘోడీ	घोडी	సింహ్	सिंह	x	సింహ్‌ని	सिंहनी

పుంలింగము			స్త్రీ లింగము		పుంలింగము			స్త్రీ లింగము	
తోతా	तोता	x	మైనా	मैना	పూజారి	पूजारी	x	పూజారిన్	पूजारीन
మామా	मामा	x	మామీ	मामी	ధోబీ	धोबी	x	ధోబిన్	धोबिन
బేటా	बेटा	x	బేటీ	बेटी	పండిత్	पंडित	x	పండితాయిన్	पंडिताइन
లడ్కా	लडका	x	లడ్కీ	लडकी	యువరాజా	युवराजा	x	యువరాని	युवरानी
భైంసా	भैंसा	x	భైంస్	भैंस	రాజా	राजा	x	రాణి	रानी
అధ్యాపక్	अध्यापक	x	అధ్యాపికా	अध्यापिका	బాప్	बाप	x	మాఁ	माँ
పడోసీ	पडोसी	x	పడోసన్	पडोसन	ఊంట్	ऊँठ	x	ఊంట్ని	ऊँठनी
బాలక్	बालक	x	బాలికా	बालिका	భాయీ	भाई	x	బహన్	बहन
దేవర్	देवर	x	దేవరాని	देवरानी	యువక్	युवक	x	యువతి	युवती
బ్రహ్మ	ब्रह्मा	x	బ్రాహ్మణి	ब्राह्मिणी	షేర్	शेर	x	షేర్ని	शेरनी
లుహార్	लुहार	x	లుహారిన్	लुहारिन	ఇంద్ర	इन्द्र	x	ఇంద్రాణి	इन्द्राणी
హాథీ	हाथी	x	హాథిని	हाथिनी	కబూతర్	कबूतर	x	కబూతరీ	कबूतरी
సమ్రాట్	सम्राट	x	సమ్రాజ్ఞి	सम्राज्ञी	నానా	नाना	x	నానీ	नानी
విద్యార్థి	विद्यार्थी	x	విద్యార్థిని	विद्यार्थिनी	తేలి	तेली	x	తేలిన్	तेलिन
మాలీ	माली	x	మాలిన్	मालिन	పుత్ర్	पुत्र	x	పుత్రీ	पुत्री
కుత్తా	कुत्ता	x	కుత్తియా	कुतिया	ససుర్	ससुर	x	సాస్	सास
నౌకర్	नौकर	x	నౌకరానీ	नौकरानी	కవి	कवि	x	కవయిత్రీ	कवइत्री
వర్	वर	x	వధూ	वधू	సేవక్	सेवक	x	సేవికా	सेविका
ప్రియ	प्रिय	x	ప్రియా	प्रिया	బైల్	बैल	x	గాయ్	गाय

(ఆ) వచన్ **वचन** వచనములు (Number)

నామవాచకం, లేదా సర్వనామం ద్వారా వస్తువు లేదా వ్యక్తుల సంఖ్యను తెలియజేసేదాన్ని వచనము वचन అంటారు. దానిని ఒకటిగా తెలిపితే ఏకవచనం (एक वचन **Singular**) అనీ, ఒకటికంటె ఎక్కువగా ఉంటే బహువచనం (बहु वचन **Plural**) అనీ అంటారు. అయితే లింగమును మార్చుటకు కొన్ని నియమములు ఉన్నాయి. వాటిని జాగ్రత్తగా గమనించండి.

1. **హల్లు व्यंजन** స్వరంతో ముగిసే పుంలింగ పదములు బహువచనంలో కూడా అదేరూపంలో ఉంటాయి.

   ఉదా : పాటక్ पाठक - पाठक   ఘర్ घर - घर   పేడ్ पेड - पेड

2. आ (ఆ) అకారంతో ముగిసే పుంలింగ శబ్దములు బహువచనంలో (ఏ ए) గా మారతాయి.

   ఉదా : घोडा (ఘోడా) గుర్రము घोडे ఘోడే – గుర్రములు.

3. इ (ఇ) ఇకారంతో ముగిసే స్త్రీలింగ పదములు బహువచనంలో ఇయాం इयाँ గా మారతాయి.

   ఉదా : लडकी (లడ్‌కీ) బాలిక – लडकियाँ లడ్‌కియాం బాలికలు

4. आ (ఆ) आ తో ముగిసే స్త్రీ లింగ పదములు బహు వచనములో एँ (యేం) గా మారతాయి.

   (చిడియా) चिडिया పక్షి – (చిడియాం) चिडियाँ పక్షులు

   ఉదా : మాత माता తల్లి మాతా యేం माताएँ తల్లులు

5. పొల్లు స్వరం (ॅ) తో ముగిసే స్త్రీ లింగ పదములు బహువచనములో (యే – ये) గా మారతాయి.

   ఉదా : (కితాబ్) పుస్తకం (కితాబేం) పుస్తకములు

6. इ (ఇ), ई (ఈ) లతో కాకుండా వేరే ఇతర అచ్చులతో ముగిసే పదములు బహువచనములో थाँ (యాం) थें (యేం) గా మారతాయి.

ఉదా :	मेज	(మేజ్) బల్ల	–	मेजें	(మే జేం) బల్లలు
	लता	(లత) లత	–	लतायें	(లతాయేం) లతలు
	कली	కలీ మొగ్గ	–	कलियाँ	(కలియాం) మొగ్గలు

ఏకవచనం	एकवचन		బహువచనం	बहुवचन	ఏకవచనం	एकवचन		బహువచనం	बहुवचन
ధారా	धारा	-	ధారాయేఁ	धारायें	ఛాత్రా	छात्रा	-	ఛాత్రాయేఁ	छात्रायें
సరితా	सरिता	-	సరితాయే	सरितायें	నదీ	नदी	-	నదియాఁ	नदियाँ
ఘోడా	घोडा	-	ఘోడే	घोडे	కుర్సీ	कुर्सी	-	కుర్సియాఁ	कुर्सियाँ
ఘడి	घडि	-	ఘడియాఁ	घडियाँ	ఆఁఖ్	आँख	-	ఆంఖేఁ	आँखे
దేవీ	देवी	-	దేవియాఁ	देवियाँ	యువరాణి	युवराणी	-	యువరాణియాఁ	युवराणियाँ
స్త్రీ	स्त्री	-	స్త్రీయాఁ	स्त्रियाँ	ఖిలౌనా	खिलौना	-	ఖిలౌనే	खिलौने
అల్మారి	अलमारी	-	అల్మారియాఁ	अलमारियाँ	ఘంటా	घंटा	-	ఘంటే	घंटे
దర్వాజ	दरवाजा	-	దర్వాజే	दरवाजे	ఔరత్	औरत	-	ఓరతే	औरते
బచ్చా	बच्चा	-	బచ్చే	बच्चे	మాతా	माता	-	మాతాయే	माताये
మేజ్	मेज	-	మేజేఁ	मेजें	పహాడి	पहाडी	-	పహాడియాఁ	पहाडियाँ
లతా	लता	-	లతాయేఁ	लताये	తారికా	तारिका	-	తారికాయేఁ	तारिकायें
సఫలతా	सफलता	-	సఫలతాయేఁ	सफलतायें	బుఢియా	बुढिया	-	బుఢియాఁ	बुढियाँ
నౌకా	नौका	-	నౌకాయేఁ	नौकायें	ఉంగ్లీ	उंगली	-	ఉంగ్లియాఁ	उंगलियाँ
కేలా	केला	-	కేలే	केले	ఆయినా	आइना	-	ఆయినే	आइने
పోతీ	पोती	-	పోతియాఁ	पोतियाँ	ధంధా	धंधा	-	ధంధే	धंधे
శతాబ్దీ	शताब्दी	-	శతాబ్దియాఁ	शताब्दियाँ	కిరణ్	किरण	-	కిరణేఁ	किरणें
యుక్తి	युक्ति	-	యుక్తియాఁ	युक्तियाँ	నౌకా	नौका	-	నౌకాయేఁ	नौकाये
తరంగ	तरंग	-	తరంగే	तरंगे	కుమారి	कुमारी	-	కుమారియాఁ	कुमारियाँ
దవా	दवा	-	దవాయేఁ	दवायें	ముహర్	मुहर	-	ముహరే	मुहरे
ఆశా	आशा	-	ఆశాయేఁ	आशाये	చీజ్	चीज	-	చేజేఁ	चीजें

ఏకవచనం	एकवचन		బహువచనం	बहुवचन	ఏకవచనం	एकवचन		బహువచనం	बहुवचन
కలమ్	कलम	-	కలమేఁ	कलमें	వనితా	वनिता	-	వనితాయేఁ	वनितायें
కవితా	कविता	-	కవితాయేఁ	कवितायें	బేటా	बेटा	-	బేటే	बेटे
చిడియా	चिडिया	-	చిడియాఁ	चिडियाँ	లడకా	लडका	-	లడకే	लडके
కలీ	कली	-	కలియాఁ	कलियाँ	తోతా	तोता	-	తోతే	तोते
కపడా	कपडा	-	కపడే	कपडे	సంస్థా	संस्था	-	సంస్థాయే	संस्थाये
తారా	तारा	-	తారే	तारे	వస్తు	वस्तु	-	వస్తుయే	वस्तुएँ
నాక్	नाक	-	నాకేం	नाकें	లహర్	लहर	-	లహరే	लहरें
సాస్	सास	-	సాసేం	सासें	లోగ్	लोग	-	లోగోం	लोगों
రాజా	राजा	-	రాజాఓం	राजाओं	పత్నీ	पत्नी	-	పత్నియాఁ	पत्नियाँ
గాడీ	गाडी	-	గాడియాఁ	गाडीयाँ	బాత్	बात	-	బాతే	बातें
రాత్	रात	-	రాతేం	रातें	జీభ్	जीभ	-	జీభే	जीभे
పుస్తక్	पुस्तक	-	పుస్తకేం	पुस्तकें	నావ్	नाव	-	నావే	नावें
పత్తా	पत्ता	-	పత్తే	पत्ते	గాయ్	गाय	-	గాయేం	गायें
పండిత్	पंडित	-	పండిత్	पंडित	ఘటా	घटा	-	ఘటాయేఁ	घटायें
పాఠశాల	पाठशाला	-	పాఠ్శాలాయేఁ	पाठशालायें	ఋతు	ऋतु	-	ఋతుయే	ऋतुयें
అంగూఠీ	अंगूठी	-	అంగూఠియాఁ	अंगूठियाँ	నౌకరాణి	नौकरानी	-	నౌకరాణియాఁ	नौकरानियाँ
నేతా	नेता	-	నేతోం	नेतों	దీవార్	दीवार	-	దీవారేఁ	दीवारें
కవయిత్రి	कवइत्री	-	కవయిత్రియాఁ	कवइत्रियों	ఉపాధి	उपाधि	-	ఉపాధియా	उपाधियाँ
సంపత్తి	संपत्ति	-	సంపత్తియా	संपत्तियाँ	సాఁస్	सांस	-	సాఁసే	साँसे
లడ్కీ	लडकी	-	లడ్కియాఁ	लडकियाँ	నారీ	नारी	-	నారియాఁ	नारियाँ
బేటీ	बेटी	-	బేటీయాఁ	बेटियाँ	నౌక	नौका	-	నౌకాయేఁ	नौकायें

బహువచన్ మేం భీ నహీం బదల్‌నే వాలే శబ్ద్

बहुवचन मे भी नहीं बदलनेवाले शब्द బహువచనములో కూడా మారని పదములు

నారియల్	नारियल,	విద్వాన్	विद्वान,	పితా	पिता,	ఘర్	घर,	భాయీ	भाई,
మందిర్	मंदिर,	ససుర్	ससुर,	పేడ్	पेड,	హృదయ్	हृदय,	కమల్	कमल,
నర్	नर,	మోతీ	मोती,	నగర్	नगर,	మామా	मामा,	మగర్	मगर,
కాకా	काका,	జంగల్	जंगल,	మహాత్మా	महात्मा	పండిత్	पंडित,	హాథ్	हाथ,
ఆమ్	आम,	నందన్	नन्दन,	సమ్రాట్	सम्राट,	సౌప్	सौप,	దహీ	दही,
ఉల్లూ	उल्लू,	ఫూల్	फूल,	పైర్	पैर,	నేత్ర్	नेत्र,		
సముద్ర్	समुद्र,	బాల్	बाल,	పహాడ్	पहाड,	కాన్	कान,	వచన్	वचन,
దాంత్	दांत,	ధన్	धन,	పర్వత్	पर्वत,	దేవ్	देव,	కామ్	काम,
నామ్	नाम,	నక్షత్ర్	नक्षत्र,	ఆద్మీ	आदमी,	ఘీ	घी,	పానీ	पानी
రాజా	राजा,	చాచా	चाचा,	దాదా	दादा,	కవి	कवि,	పుత్ర్	पुत्र

(ఇ) విభక్తులు कारकें (కారకేం) (Case Endings)

ఏ భాష అయినా బాగా నేర్చుకోవాలన్నా, నేర్చుకున్న భాష మీద పట్టు సాధించాలన్నా విభక్తులు బాగా నేర్చుకోవాలి. వాటిని ఎట్లా ఉపయోగించాలో తెలుసుకోవాలి. కొన్నింటినయితే బాగా గుర్తుపెట్టుకుని యధాతధంగా **(as it is)** గా ఉపయోగించవలసి ఉంటుంది.

ఈ విభక్తులు ఎనిమిది రకములు అవి :

1. కర్తా కారక్ **(कर्ता कारक)** **Nominative Case** – ने (నే) – డు, ము, వు, లు, (కర్తకు సంబంధించినది) ప్రథమా విభక్తి.

2. కర్మ్ కారక్ **(कर्म कारक)** **Objective Case** – को (కో) – నిను, కి, కు (చేయబడ్డ పనికి సంబంధించినది) ద్వితీయా విభక్తి.

3. కారణ్ కారక్ **(कारण कारक)** **Instrumental Case** – से (సే) – చేత, చే, తోడ, తో (కారణానికి సంబంధించినది). తృతీయా విభక్తి

4. సంప్రదాన్ కారక్ **(संप्रदान कारक)** **Dative Case** – के लिए (కె లియె) – కొరకు, కై (ప్రయోజనానికి సంబంధించినది).

5. అపాదాన్ కారక్ (**अपादान कारक**) **Ablative Case** – से (సే) – వలన, నుండి, కంటె
(చేయబడ్డ వస్తువుకు సంబంధించినది)

6. సంబంధ్ కారక్ (**संबंध कारक**) **Possesive Case** – का, के, की (కా, కే, కీ) – యొక్క
(సంబంధాన్ని తెలిపేది).

7. అధికరణ్ కారక్ (**अधिकरण कारक**) **Locative Case** – में (మే) – पर (పర్) – లో, లోపల పైన
(సమాచార మునకు సంబంధించినది).

8. సంబోధన్ కారక్ (**सम्बोधन कारक**) **Vocative Case** – (హే) हे, – अरे (అరే), హే, అరే, ఆహా अहा
(అహా) (సంబోధనకు సంబంధించినది).

1. కర్తా కారక్ **कर्ता कारक (Nominative Case)** – డు, ము, వులు (నే ने)

ఇది వాక్యంలోని కర్తనుగురించి తెలుపుతుంది.

ఉదా : (గౌరీనే ఆమ్ ఖాయీ హైం)

गौरी ने आम खायी हैं ।

గౌరీ మామిడి పండు తినింది.

2. కర్మ కారక్ **कर्म कारक (Objective Case)** – ని ను, కి, కు (కో को)

ఇది ఒక వాక్యంలోని కర్మను గురించి అనగా కర్త చేసిన పని యొక్క ఫలితమును లేదా చేయబడ్డ పని గురించి తెలుపుతుంది.

ఉదా : सेठ ने नौकर को बुलाया ।

సేఠ్ నే నౌకర్ కో బులాయా

యజమాని నౌకరును పిలిచాడు.

3. కారణ్ కారక్ **कारण कारक (Instrumental Case)** చేత, చే, తోడ, తో (సే से)

క్రియ జరిగిన కారణమును గురించి తెలుపుతుంది.

ఉదా : రామ్‌నే బాణ్ సే రావణ్ కో మారా

राम ने बाण से रावण को मारा ।

రాముడు బాణంతో రావణుడిని చంపాడు.

4. సంప్రదాన్ కారక్ **सम्प्रदान कारक (Dative Case)** కొరకు, కై (కో को)

ఇది ఎవరి కొరకు దేనికొరకు అయితే ఒక పని చేయబడిందో దానిని తెలియజేస్తుంది.

उदा : हम योग स्वास्थ के लिए करते है ।

హమ్ యోగా స్వాస్థ్ కే లియే కర్తే హై

మేము ఆరోగ్యం కొరకు యోగా చేస్తాము.

5. **అపాదాన్ కారక్ अपादान कारक से (Ablative Case)** – వలన, నుండి, కంటె (సే से)
ఒక వాక్యంలోని పని ఎవరివల్ల లేదా దేని చేత, లేదా ఇతర వ్యక్తి లేదా వస్తువుతో గల భేదమును తెలియజేస్తుంది.

ఉదా : ఫల్ పేడ్ సే అలగ్ హెూ గయా

फल पेड़ से अलग हो गया ।

చెట్టు నుంచి పండు వేరయింది.

6. **సంబంధ్ కారక్ सम्बन्ध कारक (Possesive Case)** యొక్క (కా का, కి की, కే के)
ఇది ఒక వాక్యంలోని కర్తకు లేదా నామవాచకానికి ఇతర వ్యక్తి లేదా వస్తువుతో గల సంబంధమును తెలియజేస్తుంది.

ఉదా : तुम्हारी बहन का नाम क्या है ।

(తుమ్‌హారా బెహన్ క నామ్ క్యా హైం

నీ సోదరి యొక్క పేరు ఏమిటి ?

7. **అధికరణ్ కారక్ अधिकरण कारक (Locative Case)** లో, లోపల, పైన (మే मे, పర్ पर)
ఇది ఒక వాక్యంలో కర్త ఎక్కడ ఉన్నది వగైరా సమాచారమును తెలియజేస్తుంది.

ఉదా : శివ సినేమా షూటింగ్ మేం హైం

शिवा सिनेमा शूटिंग में है ।

శివ సినిమా షూటింగ్‌లో ఉన్నాడు.

8. **సంబోధన్ కారక్ सम्बोधन कारक (Vocative Case)** హే, అరే, ఆహా (హే हे, అరె अरे)
ఇది ఒక వాక్యంలోని కర్త తన మనసులోని భావమును లేదా ఎవరినైనా పిలవటం వంటి వాటిని తెలియజేస్తుది.

ఉదా : (హే భగవాన్ ! కృపా కరో)

हे भगवान ! कृपा करो

ఓ భగవంతుడా ! దయ చూపు.

గమనిక : విభక్తులను ఉపయోగించేటప్పుడు కొన్ని నియమములు పాటించాలి. తెలుగులో వలెనే హిందీ భాషలో కూడా విభక్తులు నామవాచకము లేదా సర్వనామము తర్వాత వస్తాయి. జాగ్రత్తగా గమనించండి.

को (కో) యొక్క (ఇది జీవం ఉన్న ప్రాణి వాచకములకు మాత్రమే ఉపయోగించబడుతుంది. का, के, की (కా, కే, కీ) అనే షష్ఠీ విభక్తి ప్రత్యయములు का (కా) తర్వాత వచ్చే నామవాచకం తర్వాత గనక ఏదైనా ప్రత్యయం వచ్చినట్లయితే (అది ఏక వచనం అయినప్పటికీ కూడా అవి के (కే) గా మారుతాయి. అంటే 'అ' కారాంత నామవాచకం 'ఏ' కారాంతముగా మారుతుంది. కానీ స్త్రీ లింగములో మాత్రం మార్పు ఉండదు.

ఉదా : మాతాజీ కీ కితాబ్ మేఀ

माताजी की किताब में

మాతాజీ యొక్క పుస్తకంలో

ఈ వాక్యంలో నామవాచకం తర్వాత విభక్తి ప్రత్యయం మేఀ (में) వచ్చినప్పటికీ కీ (की) మారలేదు, గమనించండి.

కళాశాల కే విద్యార్థియోంసే

कलाशाला के विद्यार्थियों से

కళాశాల యొక్క విద్యార్థుల వల్ల

ఈ వాక్యంలో సహజంగా కళాశాల 'కా' का రావాలి. కానీ విద్యార్థియోం అనే నామవాచకం తర్వాత సే (से) అనే విభక్తి ప్రత్యయం వచ్చింది కాబట్టి का (కా) అనేది के (కే) గా మారిపోయింది.

గమనిక : పుంలింగ ఏకవచనము : का (కా) యొక్క

పుంలింగ బహువచనము : के (కే) యొక్క

స్త్రీలింగ ఏక వచనము : की (కీ) యొక్క

స్త్రీలింగ బహువచనము : की (కీ) యొక్క

(స్త్రీలింగములో మార్పు ఉండదు.)

కానీ పుంలింగ ఏకవచనం का (కా) నామవాచకం తర్వాత గనక ఏదైనా విభక్తి వచ్చినట్లయితే అది के (కే) గా మారిపోతుంది.

2. సర్వనామము (Pronoun) सर्वनाम : నామ వాచకానికి బదులుగా ఉపయోగించేది.

ఉదా : हम (హమ్) మేము, तुम (తుమ్) నీవు, वह (వహ్) అది

मैं (మైం) నేను, आप (ఆప్) తమరు

గమనిక : मैं (మైం) తో వాక్యం చెప్పేటప్పుడు వాక్యం చివర హూం (हूँ) రావాలి. అట్లానే हम, आप, वह, वे थे లతో వాక్యం చెప్పినప్పుడు హైం (हैं) రావాలి. కానీ तुम (తుమ్) తో వాక్యం చెప్పినప్పుడు మాత్రం హో (हो) రావాలి.

ఉదా : मैं खाना खाता हूँ (మైం ఖానా ఖాతా హూం!) నేను భోజనం చేస్తాను.

तुम कहाँ हो ? (తుమ్ కహాం హో) నీవు ఎక్కడ ఉన్నావు.

आप कब आते है ? (ఆప్ కబ్ ఆతే హైం) తమరు / మీరు ఎప్పుడు వస్తారు.

సర్వనామ విభజన सर्वनाम विभजन Division of Pronoun సర్వనామము ఆరు రకములుగా విభజించబడినది. వాటిని జాగ్రత్తగా గమనించండి.

1. పురుషవాచక సర్వనామము पुरुष वाचक सर्वनाम (Personal Pronoun)

ఇది వినేవాడు లేదా మాట్లాడేవాడు లేదా ఆ విషయంతో సంబంధం ఉన్నవాడి గురించి తెలుపుతుంది. దీనిని పురుషవాచక సర్వనామము అని అంటారు.

ఉదా :	मैं	....	మైం	....	నేను
	हम	....	హమ్	....	మేము
	तुम	....	తుమ్	....	నీవు
	तु	....	తూ	....	నీవు
	आप	....	ఆప్	....	తమరు
	यह	....	యహ్	....	ఇది/ఇతడు
	वह	....	వహ్	....	అతడు/అది
	ये	....	యే	....	ఇవి/వీరు
	वे	....	వే	....	వీరు/ఇవి

2. నిజ వాచక సర్వనామము **निजवाचक सर्वनाम (ReflexivePronoun) :**

ఇది ఒక వాక్యములోని కర్తను బలపరచుటకు ఉపయోగపడుతుంది. ఇందులో కర్త పక్కన హీ (ही) చేరుతుంది.

ఉదా :	आप ही	....	(ఆప్ హీ)	....	తమరే
	हम ही	....	(హం హీ)	....	మేమే
	तुम ही	....	(తుమ్ హీ)	....	నీవే / నువ్వే
	यह ही	....	(యహ్ హీ)	....	ఇదే / వీడే

3. నిశ్చయవాచక సర్వనామము **निश्चयवाचक सर्वनाम (Demonstrative Pronoun) :**

ఇది వ్యక్తి లేదా వస్తువును గురించి ఖచ్చితంగా తెలియజేస్తుంది.

ఉదా :	యహ్	....	यह	....	ఇది / ఇతడు
	వహ్	....	वह	....	అది / అతడు
	యే	....	ये	....	ఇవి / వీరు
	వే	....	वे	....	వారు / అవి

4. అనిశ్చయ వాచక సర్వనామము **अनिश्चय वाचक सर्वनाम (Indefinite Pronoun) :**

ఇది ఒక వ్యక్తి గురించి గానీ, ఒక వస్తువు గురించి గానీ ఖచ్చితంగా తెలియజేయదు.

ఉదా :	कोई	....	(కోయీ)	....	కొందరు
	कुछ	....	(కుఛ్)	....	కొంత
	सब	....	(సబ్)	....	అందరు

5. సంబంధ వాచక సర్వనామము **सम्बन्ध वाचक सर्वनाम (Relative Pronoun) :**

ఇది పరస్పర సంబంధమును గురించి తెలియజేస్తుంది.

ఉదా :	जो	....	(జో) ఎవరు
	सो	....	(సో) వారు
	जिस	....	(జిస్) దేని
	उस	....	(ఉస్) దాని

जो काम करता है वो / फल पाता है । (జో కామ్ కర్‌తా హైఁ వో / ఫల్ పాతా హైఁ ?)

ఎవరైతే పని చేస్తారో వారు ఫలితాన్ని పొందుతారు.

(జో) जो అనేది సంబంధ వాచక సర్వనామము. దీన్ని మనకు అర్థమయ్యే విధంగా చెప్పాలంటే 'ఏదైతే' అనే అర్థంలో తీసుకోవాలి.

1. తెలుగులో ఎట్లా అయితే – 'ఏదైతే' అనే పదం వచ్చినపుడు 'అది' అనే మాట వస్తుందో అట్లానే హిందీలో కూడా వహ్ वह (అది), వే वे (వారు/అవి), సో सो (అది, వారు) అనే పదాలు వస్తాయి.

2. కాబట్టి 'జో' 'जो' అనే పదం నామవాచకం లేదా సర్వనామంతో ఎక్కువ సంబంధం కలిగి ఉంటుంది.

3. జో जो అప్పుడప్పుడు వాక్యమునకు ముందు, అప్పుడప్పుడు వాక్యానికి మధ్యలోనూ వస్తుంది.

ఉదా : జో అచ్ఛా పఢ్‌తా హై వహ్ పాస్ హెూతా హైం
जो अच्छा पढ़ता है वह पास होता है ।
ఎవడైతే మంచిగ చదువుతాడో వాడు/అతడు పాస్ అవుతాడు.

వే మహా పురుష్ హెూతే హై జో దేశ్ కే లియే కష్ట్ సహన్ కర్‌తే హైం ।
वे महापुरुष होते है जो देश के लिए कष्ट सहन करते है ।
(ఎవరైతే మహా పురుషులవుతారో వారు దేశం కొరకు కష్టాన్ని ఓర్చుకుంటారు.

4. విభక్తి ప్రత్యయం 'నే' ने, 'కో' को, 'సే' से, 'పర్' पर వచ్చినపుడు 'జో' जो యొక్క రూపం మారుతుంది.

ఉదా :

	ఏక వచనం एक वचन	బహు వచనం बहु वचन
जो + ने	జిస్‌నే जिसने	జినోంహెూనే जिन्होने
जो + को	జిస్‌కో / జిసే जिसको/जिसे	జిన్‌కో / జిన్‌హే जिनको/जिन्हे
जो + से	జిస్‌సే जिससे	జిన్‌సే जिनसे
जो + पर	జిస్ పర్ जिस पर	జిన్ పర్ जिन पर

5. 'జో' 'जो' అనే మాట విశేషణముగా కూడా ఉపయోగపడుతుంది. నామ వాచకం తర్వాత విభక్తి ప్రత్యయం వచ్చినచో ఏకవచనంలో ఉన్న జిస్ जिस బహు వచనంలో జిన్ जिन గా మారుతుంది.

జిస్ దేశ్ మే గంగ బహ్‌తీ హై ఉస్ దేశ్ మే హమ్ రహ్‌తే హైం
जिस देश मे गंगा बहती है उस देश में हम रहते हैं ।
ఏ దేశంలో గంగా ప్రవహిస్తుందో ఆ దేశంలో మనం ఉంటున్నాం.

ఉదా : జిస్ దఫ్తర్ మే ఆప్ కామ్ కర్‌తే హైం వహ్ కహాం హైం ।

जिस दफ्तर में आप काम करते है वह कहाँ है ?

ఏ ఆఫీసులో తమరు పనిచేస్తారో ఆ ఆఫీసు ఎక్కడ ఉన్నది) - ఏకవచనం.

జిన్ బచ్చోం కో తుమ్ చాహ్‌తే హెూ, వే యహాc నహీc హైc ।

जिन बच्चों को तुम चाहते हो वे यहाँ नही है ।

నువ్వు ఏ పిల్లలను కోరుతున్నావో (అడుగుతున్నావో) ఆ పిల్లలు ఇక్కడ లేరు. (బహు వచనం)

6. ప్రశ్నవాచక సర్వనామము प्रश्नवाचक सर्वनाम (Interrogative Pronoun) :

ఇది ఎవరయినా వ్యక్తిని గురించి గానీ, ఏదయినా వస్తువును గురించి గానీ ప్రశ్నించే సర్వనామము.

ఉదా :	क्या	....	(క్యా) ఏమిటి ?
	कौन	....	(కౌన్) ఎవరు ?
	किसका	....	(కిస్‌కా) ఎవని యొక్క

కౌన్‌సా कौनसा (which)

ఈ పదం హిందీ భాషతో బాగా పరిచయమున్న వారెవరికైనా తెలుస్తుంది. కానీ దీని అర్థం కోసం నిఘంటువులు తిరగ వేస్తే మాత్రం అస్సలు దొరకదు. కానీ ఇది ప్రజల వ్యవహారములలో మాత్రం కనిపిస్తుంది. గమనించండి.

ఉదా : .... వహ్ కౌన్‌సా నంబర్ హైc

वह कौनसा नम्बर है ।

అది ఏ నంబరు.

ఉదా : .... వహ్ కౌన్‌సీ గాడీ హైc

वह कौन सी गाडी हैं ।

అది ఏ బండి.

ఇన్‌హెూ इन्हो (This Person)

యహ్ (यह) / యే (ये) అనగా ఈమె ఇతడు / ఈయన, ఇది అని మనకు తెలుసు. అది సర్వనామము అని కూడా తెలుసు. ఈ పదమును రోజువారీ వ్యవహారాలలో ఇన్‌హెూ (इनहो) అని అంటుంటారు. గమనించండి.

ఉదా :	ఇన్‌హెూ వహాc నహీ థే	ఇన్‌హెూనే రోటీ ఖాయి
	वह वहाँ नही थे ।	इन्होंने रोटी खायी ।
	ఈయన అక్కడ (అప్పుడు) లేరు.	ఈమె రొట్టె తిన్నారు.

ఉన్‌హెూ वह (That Person)

వహ్ / వే (वह/वे) అనగా ఆమె, అతడు, ఆయన, అది అని మనకు తెలుసు. అది సర్వనామము అని కూడా తెలుసు. ఈ పదమును రోజునారీ వ్యవహారాలలో ఉన్‌హెూ (उन्हो) అని అంటుంటారు. గమనించండి.

ఉదా : వహ్ యహాఁ ఆయేగే
वह यहाँ आयेंगे ।
ఆయన ఇక్కడకు వస్తారు.

ఉన్‌హెూనే కహా కి కల్ యహాఁ బడా ఉత్సవ్ హెూగా
उन्होने कहा कि कल यहाँ बडा उत्सव होगा ।
ఆయన చెప్పారు రేపు ఇక్కడ పెద్ద ఉత్సవం జరుగుతాది అని.

(అ) సర్వనామ్ కా రూపాంతర్ **सर्वनाम का रूपान्तर** సర్వనామముల రూపాంతరములు

(విభక్తుల కారణంగా సర్వనామముల రూపములో మార్పు ఏర్పడుతుంది) వీటిని జాగ్రత్తగా పరిశీలించండి

1.	कौन + का = किसका	....	కిస్‌కా	ఎవని యొక్క	**(whose)**
2.	कौन + का = किनका	....	కిన్‌కా	ఎవరి యొక్క	**(whose)**
3.	कौन + ने = किन्होने	....	కిన్‌హెూనే	ఎవరు	**(who)**
4.	तुम + का = तुम्हारा	....	తుమ్హారా	నీ యొక్క	**(your)**
5.	मैं + का = मेरा	....	మేరా	నా యొక్క	**(my)**
6.	आप + का = आपका	....	ఆప్‌కా	తమరి/తమరి యొక్క	**(yours)**
7.	कौन + से = किससे	....	కిస్‌సే	ఎవడి చేత	**(by whom)**
8.	कौन + को = किनको	....	కిన్‌కో	ఎవరికి	**(to whom)**
9.	मैं + से = मुझ से	....	ముజ్‌సే	నా చేత	**(by me)**
10.	तुम + से = तुमसे	....	తుమ్‌సే	నీచేత	**(by you)**
11.	आप + से = आपसे	....	ఆప్‌సే	తమరి చేత	**(by you)**
12.	मैं + ने = मैंने	....	మైనే	నేను	**(I)**

13.	तुम + ने = तुमने	....	తుమ్‌నే	నీవు	(you)
14.	यह + ने = इसने	....	ఇస్‌నే	ఇది/వీడు	(he)
15.	हम + का = हमारा	....	హమారా	మా యొక్క/మాది	(our/ours)
16.	वह + ने = उसने	....	ఉస్‌నే	అది/వాడు	(that)
17.	यह + का = इसका	....	ఇస్‌కా	దీని యొక్క/వీడి యొక్క	(of this)
18.	वे + का = उनको	....	ఉన్‌కా	వారి యొక్క	(of that)
19.	ये + ने = इन्होने	....	ఇన్‌హెూనే	వీరు/ఇవి	(these)
20.	वह + का = उसका	....	ఉస్‌కా వాడి	యొక్క / దాని యొక్క	(of him)
21.	ये + का = इनका	....	ఇన్‌కా వీరి	యొక్క	(of these)
22.	आप + ने = आपने	....	ఆప్‌నే	తమరు	(you)
23.	मैं + को = मुझे	....	ముఝె	నాకు	(to me)
24.	तुम + को = तुमको	....	తుమ్‌కో	నీకు	(to you)
25.	यह + को = इसको	....	ఇస్‌కో	దీనికి	(to this)
26.	वह + को = उसको	....	ఉస్‌కో	దానికి	(to that)
27.	वे + से = उनसे	....	ఉన్‌సే	వారిచేత	(by them)
28.	वह + से = उससे	....	ఉస్‌సే	దానిచేత/వాడిచేత	(by them)
29.	ये + से = इससे	....	ఇస్‌సే	వీరిచేత	(by them)
30.	तुम + से = तुमसे	....	తుమ్‌సే	నీచేత	(by you)
31.	हम + से = हमसे	....	హమ్‌సే	మాచేత/మా నుంచి	(by us)
32.	आप + को = आपको	....	ఆప్‌కో	తమరికి	(to you)
33.	यह + से = इससे	....	ఇస్‌సే	దీనిచేత/దీని నుంచి	(by this /From this)

(ఆ) పురుష **पुरुष** (Persons) పురుషలు

హిందీ వ్యాకరణంలో మూడు పురుష శబ్దములు ఉన్నాయి. అవి :

1. **ఉత్తమ పురుష उत्तम पुरुष (First Person) :** మాట్లాడువాడు, లేదా వ్రాసేవాడు తనకు బదులుగా ఉపయోగించే సర్వనామాన్ని ఉత్తమ పురుష అంటారు.

   ఉదా : मै, हम.

2. **మధ్యమ పురుష मध्यम पुरुष (Second Person) :** వినేవాడు లేదా ఎదుట మాట్లాడేవారికి బదులుగా ఉపయోగించే సర్వనామాన్ని మధ్యమ పురుష అంటారు.

   ఉదా : तू, तुम, आप

3. **ప్రథమ పురుష లేదా అన్య పురుష अन्य पुरुष (Third Person) :** ఎవరిని గురించి చెప్పబడుతుందో, లేదా వ్రాయబడుతుందో దానిని అన్య పురుష లేదా ప్రథమ పురుష అంటారు.

   ఉదా : वे, थे, वह, यह.

గమనిక : ఇంగ్లీషులో అన్నట్లుగా హిందీలో 'అన్య పురుషను తృతీయ పురుష **(Third Person)** అని అనరు.

3. విశేషణం (Adjective) विशेषण : నామవాచకము, సర్వనామముల యొక్క గుణాలను తెలుపుతుంది.

ఉదా : वीरू अच्छा हैं । (వీరూ అచ్ఛా హైం) వీరూ మంచివాడు.

वह छोटा है । (వహ్ ఛోటా హైం) అది చిన్నది.

यह मीठा हैं । (యహ్ మీఠా హైం) ఇది తియ్యనిది.

విశేషణ विशेषणाए విశేషణములు (Adjectives)

బురా	बुरा	చెడ్డ	...	తాజా	ताजा	తాజాగా ఉన్న
అచ్ఛా	अच्छा	మంచి	...	సడా	सडा	కుళ్ళిన
బడా	बडा	పెద్ద	...	పాపి	पापी	పాపాత్ముడు
ఛోటా	छोटा	చిన్న	...	పవిత్ర్	पवित्र	పవిత్రుడు

గోల్	गोल	గుండ్రని	...	పత్‌లా	पतला	సన్నం
లంబా	लम्बा	పొడవు	...	మోటా	मोटा	లావు
నాటా	नाटा	పొట్టి	...	సఫేద్	सफेद	తెలుపు
చౌడా	चौडा	వెడల్పు	...	కాలా	काला	నలుపు
సమతల్	समतल	సమతలం	...	భూరా	भूरा	గోదుమరంగు
పకా	पका	పండిన	...	పీలా	पीला	పసుపు రంగు
మీఠా	मीठा	తియ్యని	...	లాల్	लाल	ఎరుపు
సాఫ్	साफ	శుభ్రం	...	కడువా	कड्डुआ	చేదైన
గందా	गंदा	మురికి	...	ఊంచా	ऊँचा	ఎత్తు
వీర్	वीर	వీరుడు	...	నీచా	नीचा	కింద
భీర్	भीर	పిరికివాడు	...	అకల్‌మంద్	अकलमंद	తెలివైన
సుందర్	सुन्दर	అందమైన	...	మూర్ఖ్	मूर्ख	తెలివి లేని
భద్దా	भद्दा	వికృతమైన	...	ఠండా	ठंडा	చల్లని
గరం	गरम	వేడి				

4. క్రియ (Verb) क्रिया : ఇది పని గురించి తెలియజేస్తుంది.

ఉదా :	कुत्ता भोंकता है	(కుత్తా భోంక్‌తా హైం)	కుక్క మొరుగుతుంది.
	पक्षी उडते हैं	(పక్షీ ఉడ్‌తే హైం)	పక్షి ఎగురుతుంది.
	घोडा दौडता है	(ఘోడా దౌడ్‌తా హైం)	గుర్రం పరుగెడుతుంది.
	हम देखते हैं	(హమ్ దేఖ్‌తే హైం)	మేము చూస్తాము.

ఏ భాష మాట్లాడాలన్నా, చదవాలన్నా అర్థం చేసుకోవాలన్నా మనకు తెలియవలసినది క్రియలు. వాటి గురించి తెలుసుకుంటేనే మనం భాషను బాగా నేర్చుకోగలం. ఎదుటి మనిషితో చక్కగా మాట్లాడగలుగుతాం, వినగలుగుతాం, అర్థం చేసుకోగలుగుతాం.

పనిని తెలిపే పదమే క్రియ అని మనకు తెలుసు. కానీ వాటిల్లోనే రెండు రకాలు ఉన్నాయి. అవి :

1. సకర్మక క్రియ (सकर्मक क्रिया - Transitive Verb)

2. అకర్మక క్రియ (अकर्मक क्रिया - Intransitive verb)

1. **సకర్మక క్రియ :** ఒక వాక్యంలో కర్త, కర్మ, క్రియ అని మూడు ఉంటాయి. కర్మ సహాయంతో అర్థమును పూర్తి చేసే క్రియను సకర్మక క్రియ అంటారు.

ఉదా : కృష్ణ పాఠ్ పఢ్ రహా^c హై^c

कृष्ण पाठ पढ़ रहा है ।

కృష్ణ పాఠం చదువుతున్నాడు.

కర్త (కృష్ణ) – కర్మ (పాఠం) – క్రియ (చదువుతున్నాడు)

2. **అకర్మక క్రియ :** కర్మ యొక్క అవసరం లేకుండానే అర్థం పూర్తి చేసే క్రియను అకర్మక క్రియ అంటారు.

ఉదా : ఎవరిని किनको	దేనిని किसको
మేము – కూర్చున్నాము.	హమ్ బైఠే (हम बैठे ।)
కర్త – (మేము)	క్రియ – (కూర్చున్నాము)
రాజు పడుకున్నాడు	రాజు సోయా राजू सोया
కర్త – రాజు	క్రియ – పడుకున్నాడు

గమనిక : ఎవరిని, దేనిని (కిన్‌కో किनको, కిస్‌కో किसको) వేటిని వంటి ప్రశ్నలు వేసినప్పుడు తగిన జవాబు వచ్చినట్లయితే అవి సకర్మక క్రియలు. అట్లా తగిన జవాబు రాకపోతే అవి అకర్మక క్రియలు అని గ్రహించవలెను. ఇక్కడ మనం కొన్ని క్రియల గురించి తెలుసుకుందాం :

1.	లిఖ్‌నా	लिखना	రాయుట	29.	సీఖ్‌నా	सीखना	నేర్చుకొనుట
2.	ఖోల్‌నా	खोलना	తెరచుట	30.	చఢ్‌నా	चढना	ఎక్కుట
3.	పఢ్‌నా	पढना	చదువుట	31.	పీనా	पीना	తాగుట
4.	ఖానా	खाना	తినుట	32.	ఆనా	आना	వచ్చుట
5.	జానా	जाना	వెళ్ళుట	33.	సున్‌నా	सुनना	వినుట
6.	దేఖ్‌నా	देखना	చూచుట	34.	కతర్‌నా	कतरना	కత్తిరించుట
7.	కాట్‌నా	काटना	కోయుట	35.	చల్‌నా	चलना	నడచుట
8.	డర్‌నా	डरना	భయపడుట	36.	దౌడ్‌నా	दौड़ना	పరుగెత్తుట

9.	కర్నా	करना	చేయుట	37.	ఖేల్నా	खेलना	ఆడుట
10.	రోనా	रोना	ఏడ్చుట	38.	హస్నా	हँसना	నవ్వుట
11.	బైఠ్నా	बैठना	కూర్చొనుట	39.	ఉఠ్నా	उठना	లేచుట
12.	కూద్నా	कूदना	దుముకుట	40.	ఉఛల్నా	उछलना	గంతులువేయుట
13.	తైర్నా	तैरना	ఈదుట	41.	డూబ్నా	डूबना	మునుగుట
14.	లేనా	लेना	తీసుకొనుట	42.	చలానా)	चलाना	నడుపుట
15.	దేనా	देना	ఇచ్చుట	43.	బంద్ కర్నా	बन्द करना	మూయుట
16.	ఉడ్నా	उडना	ఎగురుట	44.	ఘుమానా	घुमाना	త్రిప్పుట
17.	డాల్నా	डालना	వేయుట	45.	నికాల్నా	निकालना	తీయుట
18.	చిల్లానా	चिल्लाना	దెబ్బలాడుట	46.	జీత్నా	जीतना	జయించుట
19.	పహన్నా	पहनना	ధరించుట	47.	ఉతర్నా	उतरना	దిగుట
20.	బహ్నా	बहना	ప్రవహించుట	48.	సోనా	सोना	నిద్రించుట
21.	జాగ్నా	जागना	మేల్కొనుట	49.	బోల్నా	बोलना	మాట్లాడుట
22.	మార్నా	मारना	కొట్టుట	50.	ఝగడ్నా	झगडना	కొట్లాడుట
23.	ఓఢ్నా	ओढना	కప్పుకొనుట	51.	మర్నా	मरना	చనిపోవుట
24.	ఉగల్నా	उगलना	వాంతిచేసుకొనుట	52.	ఛూనా	छूना	తాకుట
25.	రోక్నా	रोकना	ఆపుట	53.	పానా	पाना	పొందుట
26.	రచ్నా	रचना	రచించుట	54.	ఫిసల్నా	फिसलना	జారుట
27.	నిగల్నా	निगलना	మ్రింగుట	55.	సూంఘ్నా	सूंघना	వాసన చూచుట
28.	చరానా	चराना	మేపుట	56.	చర్నా	चरना	మేయుట

క్రియార్థక్ సంజ్ఞా **क्रियार्थक संज्ञा** క్రియార్థక నామవాచకము (Gerund)

క్రియలు కొన్ని కొన్ని సందర్భాలలో నామవాచకముల వలె ఉపయోగపడతాయి. అప్పుడు వాటిని "క్రియార్థక నామవాచకములు" **Gerund** అంటారు. క్రియా పదానికి చివర (నా) 'ना' వచ్చినట్లయితే అది క్రియార్థక నామవాచకం అవుతుంది. దీని తర్వాత గనక విభక్తులు వచ్చినట్లయితే క్రియా పదానికి చివర ఉండే (నా) ना (నే) ने గా మారుతుంది.

ఉదా : **క్రియ మూల పదం** **క్రియార్థక నామవాచకం**

क्रिया	**मूल**	**धातु**		**क्रियार्थक**	**संज्ञा**	
పఢ్	पढ़	చదువు	.....	పఢ్‌నా	पढना	చదువుట
లిఖ్	लिख	వ్రాయు	.....	లిఖ్‌నా	लिखना	వ్రాయుట
సీఖ్	सीख	నేర్చు	.....	సీఖ్‌నా	सीखना	నేర్చుట
ఖేల్	खेल	ఖేల్	.....	ఖేల్‌నా	खेलना	ఆడుట
చఢ్	चढ	(ఎక్కు)	.....	చఢ్‌నా	चढना	ఎక్కుట
ఖా	खा	తిను	.....	ఖానా	खाना	తినుట
పీ	पी	త్రాగు	.....	పీనా	पीना	త్రాగుట
ఆ	आ	వచ్చు	.....	ఆనా	आना	వచ్చుట
జా	जा	వెళ్ళు	.....	జానా	जाना	వెళ్ళుట
దేఖ్	देख	చూచు	.....	దేఖ్‌నా	देखना	చూచుట
సున్	सुन	విను	.....	సున్‌నా	सुनना	వినుట
కాట్	काट	కోయు	.....	కాట్‌నా	काटना	కోయుట
కతర్	कतर	కత్తిరించు	.....	కతర్‌నా	कतरना	కత్తిరించుట
కర్	कर	చేయు	.....	కరనా	करना	చేయుట
హఁస్	हँस	నవ్వు	.....	హఁస్‌నా	हँसना	నవ్వుట

దౌడ్	दौड	పరుగెత్తు	.....	దౌడ్నా	दौडना	పరుగెత్తుట
ఖేల్	खेल	ఆడు	.....	ఖేల్నా	खेलना	ఆడుట
సో	सो	నిద్రించు	.....	సోనా	सोना	నిద్రించుట
డర్	डर	భయపడు	.....	డర్నా	डरना	భయపడుట
చల్	चल	నడచు	.....	చలానా	चलाना	నడచుట
బైఠ్	बैठ	కూర్చొను	.....	బైఠ్నా	बैठना	కూర్చొనుట
ఉఠ్	उठ	లేచు	.....	ఉఠ్నా	उठना	లేచుట
కూద్	कूद	దుముకు	.....	కూద్నా	कूदना	దుముకుట
ఉఛల్	उछल	గంతులు వేయు	.....	ఉఛల్నా	उछलना	గంతులు వేయుట
తైర్	तैर	ఈదు	.....	తైర్నా	तैरना	ఈదుట
డూబ్	डूब	మునుగు	.....	డూబ్నా	डूबना	మునుగుట
లే	ले	తీసుకొను	.....	లేనా	लेना	తీసుకొనుట
చలా	चला	నడుపు	.....	చల్నా	चलना	నడుపుట
దే	दे	ఇచ్చు	.....	దేనా	देना	ఇచ్చుట
ఉడ్	उड	ఎగురు	.....	ఉడ్నా	उडना	ఎగురుట
ఘూమ్	घूम	తిరుగు	.....	ఘూమ్నా	घूमना	తిరుగుట
ఘూమా	घूमा	త్రిప్పు	.....	ఘూమానా	घूमाना	(త్రిప్పుట)
డాల్	डाल	వేయు	.....	డాల్నా	डालना	వేయుట
నికాల్	निकाल	తీయు	.....	నికాల్నా	निकालना	తీయుట
చిల్లా	चिल्ला	కేకవేయు	.....	చిల్లానా	चिल्लाना	కేకవేయుట
జీ	जी	జయించు	.....	జీనా	जीना	జయించుట

పహన్	पहन	ధరించు	.....	పహన్‌నా	पहनना	ధరించుట
ఉతర్	उतर	దిగు	.....	ఉతర్‌నా	उतरना	దిగుట
బహ్	बह	ప్రవహించు	.....	బహనా	बहना	ప్రవహించుట
జాగ్	जाग	మేల్కొను	.....	జాగ్‌నా	जागना	మేల్కొనుట
బోల్	बोल	మాట్లాడు	.....	బోల్‌నా	बोलना	మాట్లాడుట
మార్	मार	కొట్టు	.....	మార్‌నా	मारना	కొట్టుట
ఝగడ్	झगडा	కొట్లాడు	.....	ఝగడ్‌నా	झगडना	కొట్లాడుట
ఓఢ్	ओढ	కప్పు	.....	ఓఢ్‌నా	ओढना	కప్పుట
మర్	मर	చనిపోవు	.....	మర్‌నా	मरना	చనిపోవుట
ఉగల్	उगल	వాంతి	.....	ఉగల్‌నా	उगलना	వాంతి చేసుకొనుట
ఛూ	छू	తాకు	.....	ఛూనా	छूना	తాకుట
రోక్	रोक	ఆపు	.....	రోక్‌నా	रोकना	ఆపుట
పా	पा	పొందు	.....	పానా	पाना	పొందుట
రచ్	रच	రచించు	.....	రచ్‌నా	रचना	రచించుట
ఫిసల్	फिसल	జారు	.....	ఫిసల్‌నా	फिसलना	జారుట
నిగల్	निगल	మ్రింగు	.....	నిగల్‌నా	निगलना	మ్రింగుట
సూంఘ్	सूंघ	వాసన చూచు	.....	సూంఘ్‌నా	सूंघना	వాసన చుచుట
చరా	चरा	మేపు	.....	చరానా	चराना	మేపుట
చర్	चर	మేయు	.....	చర్‌నా	चरना	మేయుట

(అ). కాల విభజన काल विभाजन (Tenses)

ఏ భాషను నేర్చుకోవాలన్నా, మాట్లాడాలన్నా, మనం ఎదుటి వ్యక్తికి ఏం చెప్పాలనుకున్నామో దాన్ని చక్కగా చెప్పాలన్నా, లేదా ఎదుటివ్యక్తి చెప్పిన దాన్ని అర్థం చేసుకోవాలన్నా మనకు బాగా తెలియవలసిన వ్యాకరణ అంశం 'కాలవిభజన' (काल विभाजन **(Tense)**. ఇది గనక మనం బాగా నేర్చుకున్నట్టయితే మనకు చాలా వరకు భాష వచ్చేసినట్లే.

క్రియలు జరిగినప్పుడు, అవి ఏ సమయంలో జరిగినవో, లేదా క్రియలు జరిగేటప్పుడు అవి ఏ సమయంలో జరుగుతున్నాయో, లేదా క్రియలు జరగబోయేటప్పుడు అవి ఏ సమయంలో జరగబోతున్నాయో తెలియజేయటానికి మనం కాలము **(Tense)** లను ఉపయోగిస్తాము.

కాలమును ఏ భాషలోనయినా సరే మూడు రకములుగా విభజిస్తారు. అవి ఏమిటంటే :

I.	వర్తమాన్ కాల్	(वर्तमान काल)	వర్తమాన కాలం	**(Present tense).**
II.	భూత్‌కాల్	(भूत काल)	భూతకాలం	**(Past tense).**
III.	భవిష్యత్ కాల్	(भविष्यत काल)	భవిష్యత్ కాలం	**(Future tense).**

I. వర్తమాన్ కాల్ (वर्तमान काल) : ఇది ప్రస్తుతం జరుగుతున్న కాలమును గురించి తెలుపుతుంది.

ఉదా : (కిసాన్ బైల్ గాడీ చలాతా హైం) | (పితాజీ కపడే సీ రహే హైం)

किसान बैलगाडी चलाता है । | पिताजी कपडे सी रहे है ।

(రైతు ఎద్దులబండి నడుపుతాడు) | నాన్నగారు బట్టలు కుట్టుతూన్నారు.

వర్తమానకాలంలో మూడు రకములు ఉన్నాయి. అవి :

1. సామాన్య వర్తమాన్ కాల్ सामान्य वर्तमान काल (Simple Present Tense) :
ఇది సామాన్యంగా ఎప్పుడూ, లేదా అలవాటుగా జరిగే పని గురించి తెలుపుతుంది.

ఉదా : (వహ్ అంగ్రేజీ మే బాత్ కర్‌తా హైం) | సీత కప్‌డే ధోతీ హైం ।

वह अंग्रेजी में बात करता है । | सीता कपडे धोती है ।

అతడు ఇంగ్లీష్‌లో మాట్లాడతాడు). | సీత బట్టలు ఉతుకుతుంది.

(సూరజ్ పూరబ్ మె చమక్‌తా హైం) | (పక్షీ ఉడ్‌తే హైం)

सूरज पूरब में चमकता है । | पक्षी उडते है ।

సూర్యుడు తూర్పున ప్రకాశిస్తాడు). | పక్షులు ఎగురుతాయి.

2. **తత్కాలిక్ వర్తమాన్ కాల్ तत्कालिक वर्तमान काल : (Present Continuous Tense) :**
ఇది ఆ క్షణంలో జరుగుతున్న పనిని గురించి తెలుపుతుంది.

ఉదా :	ఘోడే దౌడ్ రహే హైం	వహ్ ఆద్మీ కితాబ్ పఢ్ రహా హైం
	घोडे दौड रहे है ।	वह आदमी किताब पढ़ रहा है ।
	గుర్రాలు పరుగెడుతూన్నాయి.	ఆ మనిషి పుస్తకం చదువుతూ ఉన్నాడు.

గమనిక : దీనిలో క్రియకు పక్కన రహ్ (रह) యొక్క రూపాలు వస్తాయి. అనగా రహాం (रहा), రహేం (रहे), రహీం (रही).

హువే - हुए (While)

ఏదైనా ఒక విషయం గురించి వేరే వాళ్ళెవరికైనా చెప్పేటప్పుడు, ఒక సంఘటన ఎట్లా జరిగింది, అది "జరుగుతూ ఉండగానే" వేరే ఇంకొక సంఘటన ఎట్లా జరిగింది అనే విషయం గురించి చెపుతుంటాం కదా ! అటువంటి సందర్భంలో ఈ పదంను ఉపయోగిస్తారు.

ఉదా : ఉస్‌నే జాతే హువే ముఝ్ సే బాత్ కీ
उसने जाते हुए मुझ से बात की ।
అతడు వెళ్ళిపోతూనే నాతో మాట్లాడాడు.

బచ్చేనే రోతే హువే ఖానా ఖాయా
बच्चे ने रोते हुए खाना खाया ।
పిల్లవాడు ఏడుస్తూనే అన్నం తిన్నాడు / భోజనం చేశాడు.

3. **సందిగ్ధ్ వర్తమాన్ కాల్ संदिग्ध वर्तमान काल (Doubtful Present Tense) :**
ఇది జరుగుతున్న పని యొక్క సందిగ్ధ పరిస్థితిని గురించి తెలుపుతుంది.

ఉదా :	మై ఖాతా హూంగా।	తుమ్ పఢ్‌తే హెూగె
	मैं खाता हूँगा ।	तुम पढ़ते होगे ।
	నేను తింటూ ఉండవచ్చు.	నువ్వు చదువుతూ ఉండవచ్చు.

గమనిక : దీనిలో క్రియకు పక్కన होगा (హెూంగా) होंगे (హెూంగే) होंगी (హెూంగీ) పదములు వస్తాయి.

II. **భూత్‌కాల్ भूतकाल (Past Tense) :** ఇది జరిగిపోయిన కాలాన్ని గురించి తెలుపుతుంది.

ఉదా : మైనె లిఖా मैंने लिखा । నేను రాశాను.

తుమ్‌నె గాయా तुमने गाया । నువ్వు పాడావు.

దీనిలో ఆరు రకములు ఉన్నాయి. అవి :

1.	సామాన్య భూత్‌కాల్	(सामान्य भूतकाल)	-	**(Simple Past Tense)**
2.	ఆసన్న భూత్‌కాల్	(आसन्न भूतकाल)	-	**(Present Perfect Tense)**
3.	పూర్ణ భూత్‌కాల్	(पूर्ण भूतकाल)	-	**(Past Perfect Tense)**
4.	అపూర్ణ భూత్‌కాల్	(अपूर्ण भूतकाल)	-	**(Imperfect Past Tense)**
5.	సందిగ్ధ భూత్‌కాల్	(संदिग्ध भूतकाल)	-	**(Doubtful Past Tense)**
6.	హేతు హేతు మద్భూత్ కాల్	(हेतु हेतु मद्‌भूत काल)	-	**(Conditional Past Tense)**

1. **సామాన్య భూత్‌కాల్ : (सामान्य भूतकाल)** : ఇది జరిగిపోయిన పని యొక్క సామాన్య వివరమును తెలుపు క్రియారూపము.

ఉదా : మాతాజీ ఆయి హైఁ — వహ్ గయా ।
माताजी आयी है । — वह गया ।
అమ్మగారు వచ్చారు. — అతడు వెళ్ళిపోయాడు.

2. ఆసన్న భూత్‌కాల్ (आसन्न भूत काल) : ఒక పని ఇప్పుడే పూర్తి అయినట్లుగా తెలియజేసే క్రియా రూపమే 'ఆసన్న భూతకాలము'.

ఉదా : రామకృష్ణ అభీ (అభీ) ఆయా హైఁ
रामक्रिष्ण अभी आया है ।
రామకృష్ణ ఇప్పుడే వచ్చాడు.

3. **పూర్ణ భూత్‌కాల్ : (पूर्ण भूतकाल)** : ఒక పని గతంలో చాలా కాలం క్రిందటే పూర్తి అయిపోయిన విషయాన్ని తెలియజేసే క్రియారూపమే పూర్ణభూతకాలం.

ఉదా : భగత్‌సింగ్ నే దేశ్ కే లియే ప్రాణార్పణ్ కియా — వహ్ జబ్ హీ (జభీ) ఆయా ।
भगतसिंग ने देश के लिए प्राणार्पण किया । — वह जब ही आया ।
భగత్‌సింగ్ దేశంకొరకు ప్రాణార్పణ చేశాడు. — అతడు అప్పుడే వచ్చేశాడు.

4. **అపూర్ణ భూత్‌కాల్ : (अपूर्ण भूतकाल) :** గతంలో ఒక పని అసంపూర్తిగా / జరుగుతూ ఉన్న విషయాన్ని తెలియజేసే దాన్ని 'అపూర్ణ్ భూత్‌కాల్' అంటారు.

ఉదా : గౌరీ రోటీ ఖాతీ థీ
గौरी रोटी खाती थी ।
గౌరి రొట్టె తింటుండెను. (అప్పుడు / ఎప్పుడో)

శ్యాం ఆతా థా
श्याम आता था ।
శ్యాం వస్తుండెను. (అప్పుడు / ఎప్పుడో)

మై సడక్ పర్ జా రహా థా
मैं सडक पर जा रहा था ।
నేను రోడ్డు మీద నడుస్తూ ఉంటిని (అప్పుడు / ఎప్పుడో)

5. **సందిగ్ధ భూత్‌కాల్ : (संदिग्ध भूतकाल) :** ఇది గతంలో జరిగిన ఒక పని యొక్క సందిగ్ధ పరిస్థితిని తెలియ జేస్తుంది.

ఉదా : మణిభూషణ్‌రావ్ ఆయా హోగా ।
मणिभूषणराव आया होगा ।
మణిభూషణ్‌రావ్ వచ్చి ఉండవచ్చు.

శివా పాఠ్ పఢా హోగా
शिवा पाठ पढ़ा होगा ।
శివా పాఠం చదివి ఉండవచ్చు).

6. **హేతు హేతు మద్భూత్‌కాల్ : (हेतु हेतु मद्‌भूत काल) :** గతంలో జరగవలసిన ఒక పని ఏదో ఒక కారణం వల్ల జరగక పోవటం అనే విషయాన్ని తెలియ జేసే క్రియారూపాన్నే 'హేతు హేతు మద్భూత్ కాలం' అంటారు.

ఉదా : రమేష్ ఖూబ్ పఢా హోతా తో జరూర్ పాస్ హువా హోతా
सुरेश खूब पढा होता तो जरूर पास हुआ होता ।
సురేష్ బాగా చదివి ఉన్నట్లయితే తప్పనిసరిగా పాస్ అయి ఉండేవాడు.

మణికంఠ దవా ఖాయా హోతా తో స్వస్థ్ హువా హోతా)
मणिकण्ठ ने दवा खायी होती तो स्वस्थ हुआ होता ।
మణికంఠ మందు తిని ఉన్నట్లయితే ఆరోగ్యం పొంది ఉండేవాడు.

आपको उसी समय पूछना था ।

(ఆప్‌కో ఉసీ సమయ్ పూఛ్‌నా థా)

మీరు అప్పుడే అడిగి ఉండవలసింది.

(ఆప్‌కో తభీ ఆనా థా)

आपको तभी आना था ।

నువ్వు అప్పుడే రావలసింది.

గమనిక : ఇది సామాన్యంగా ప్రతి ఒక్కరూ మాట్లాడే పద్ధతి. ఇందులో క్రియకు ప్రక్కన "థా" (था) వస్తుంది.

క్రియ + నా / తా + థా (పడ్ + నా / తా + థా)

क्रिया + ना/ता + था (पड + ना/ता + था)

ఈ విధంగా చెప్పటం అభ్యాసం చెయ్యండి.

థా - था was

తెలుగులో వర్తమాన కాలానికి 'ఉన్నది' అయితే దానికి భూతకాల క్రియాపదం 'ఉండేది'. అట్లానే ఆంగ్లంలో 'ఈజ్' **(is)** కి భూతకాల క్రియాపదం 'వాజ్' (**was**) అన్న సంగతి తెలిసిందే. ఈవిధంగా నే హిందీలో కూడా ఉంది. హై (है) అనే పదమునకు భూతకాల క్రియాపదం 'థా' (था), థే (थे) దీని అర్థం 'ఉండేది' అని.

గమనిక 1 : ఇది కర్తను బట్టి 'థా था' 'థీ थी', 'థే थे' గా మారుతుంది.

ఉదా : ఆప్ కహాఁ థే .... లక్ష్మీ కర్ రహీ థీ

आप कहाँ थे ? लक्ष्मी कर रही थी ।

తమరు ఎక్కడ ఉండేవారు. లక్ష్మీ చేస్తూ ఉండేది.

గమనిక 2 : ఏదైనా వాక్యాల్లో క్రియాపదమునకు తా (ता) జతగూడినప్పుడయితే ఇది, ఒక పని గతంలో తరచుగా గాని, అలవాటుగా గాని జరుగుతుండేది అని అర్థాన్ని ఇస్తుంది.

ఉదా : మైఁ వైసా కర్‌తా థా .... ఆప్ ఐసా దేఖ్‌తే థే

मैं वैसा करता था । आप ऐसा देखते थे ।

నేను అట్లా చేస్తుండేవాడిని. తమరు (మీరు) ఇట్లా చూస్తుండేవారు.

గమనిక 3 : ఒక విషయాన్ని - గురించి చెప్పేటప్పుడు గతంలో, అది అట్లా జరిగి ఉండకపోతే, ఇది ఇట్లా జరిగి ఉందేదికాదు, అని చెప్పాలనుకున్నప్పుడు ఇది ఉపయోగపడుతుంది.

ఉదా : అగర్ మహాత్మా గాంధి జిందా రహతే తో ఐసా నహీఁ హోతా థా.
अगर महात्मा गान्धी जिन्दा रहते तो ऐसा नहीं होता था ।
మహాత్మా గాంధి జీవించి ఉన్నట్లయితే ఇప్పుడు ఇట్లా అయి ఉండేది కాదు.

గమనిక 4 : గతంలో లేదా ఇంతకు ముందు చేయవలసి ఉన్న ఏదైనా ఒక పనిని ఏకారణం చేతనయినా చేయలేక పోయినప్పుడు కూడా ఈ పదం ద్వారా భావ ప్రకటన చేయవచ్చు. అటువంటప్పుడు క్రియా పదమునకు 'నా' (ना) చేరుతుంది.

ఉదా : తుమ్‌హే వహాఁ దేఖ్‌నా థా
तुम्हे वहाँ देखना था ।
నీవు అక్కడ చూడవలసింది.

ముఝే యహాఁ కామ్ ఉసీ సమయ్ మే కర్‌నా థా
मुझे यह काम उसी समय करना था ।
నేను ఈ పని అప్పుడే అదే సమయంలో చేయవలసింది.

గమనిక 5 : ఏ వాక్యంలో నయినా సరే వాక్యం చివర థా (था), థీ (थी), థే (थे), వచ్చినట్లయితే అది భూతకాల క్రియ అని గుర్తుంచుకోవలెను.

III. భవిష్యత్ కాలం भविष्य काल (Future Tense) రాబోవు కాలంలో జరగబోయే పనిని గురించి తెలుపు క్రియా రూపమే భవిష్యత్ కాలము. ఇది రెండు రకములు

1. **సామాన్య భవిష్యత్‌కాలము : (सामान्य भविष्य काल) (Simple Future Tense)**
2. **సంభావ్య భవిష్యత్‌కాలము : (सम्भाव्य भविष्य काल) (Future Indefinite Tense)**

1. **సామాన్య భవిష్యత్‌కాలము (सामान्य भविष्य काल)** ఇది రాబోయే కాలములో జరగబోయే పని యొక్క సామాన్యరూపాన్ని తెలియజేస్తుంది.

శ్రీను కితాబ్ లాయేగా
श्रीनु किताब लायेगा ।
శ్రీను పుస్తకం తీసుకువస్తాడు.

శరత్ కల్‌సే హిందీ సీఖేగా
शरत कल से हिन्दी सीखेगा ।
(శరత్ రేపటి నుండి హిందీ నేర్చుకుంటాడు).

2. సంభావ్య భవిష్యత్ కాలము : (सम्भाव्य भविष्य काल) : ఇది రాబోయే కాలంలో జరగబోయే పని యొక్క సంభావ్యతను తెలియజేస్తుంది. అనగా ఇట్లా చేస్తే - అట్లా చేస్తే మొదలైన నిబంధనలతో ఉంటుంది.

అగర్ వహ్ ఖూబ్ పఢేగీ తో పాస్ హోంగీ
अगर वह खूब पढेगी तो पास होंगी
ఆమె బాగా చదివితే పాస్ అవుతాది.

అగర్ కోటేశ్వరరావ్ పూజా కరేతో అచ్ఛా హోంగా
अगर कोटेश्वर राव पूजा करे तो अच्छा होगा ।
కోటేశ్వరరావు పూజ చేస్తే మంచి జరుగుతుంది

గమనిక 1 : మైం मैं కర్తగా ఉన్నప్పుడు క్రియారూపములు ఈ కింది విధంగా మారతాయి :

కర్ कर - మైం కరూంగా / కరూంగీ मैं करूँगा / करूँगी నేను చేస్తాను.
జా जा - మైం జావుంగా / జావూంగీ నేను వెళతాను.
లే ले - మైం లూంగా / లూంగీ मैं लूँगा / लूँगी నేను తీసుకుంటాను.
పీ पी - మైం పీవూంగా / పీవూంగీ मैं पीऊँगा / पीऊँगी నేను తాగుతాను.
దే दे - మైం దూంగా / దూంగీ मैं दूँगा / दूँगी నేను ఇస్తాను.
హో हो - మైం హూంగా / హూంగీ मै हूँगा / हूँगी (होऊँगा / होऊँगी) నేను అవుతాను.

2. తుమ్ కర్తగా ఉన్నప్పుడు క్రియా రూపములు ఈ కింది విధముగా మారతాయి :
పీ पी తుమ్ పీవోగే / పీవోగీ तुम पीओगे / पीओगी నువ్వు తాగుతావు.
పఢ్ पढ - तुम पढोगे / पढोगी । తుమ్ పఢోగే / పఢోగీ / నువ్వు చదువుతావు.
లే ले - తుమ్ లోగే / లోగీ तुम लोगे / लोगी నువ్వు తీసుకుంటావు.

3. అకారాంత, ఆకారాంత ధాతువులకు చివర్ ఏగా (एगा) చేర్చినట్లయితే భవిష్యత్ కాలిక క్రియలు ఏర్పడతాయి.
గా गा - రాజా గాయేగా / రాణి గాయేగీ ।
राजा गायेगा / रानी गायेगी రాజా పాడతాడు / రాణి పాడతాది.
లా ला - వహ్ లాయేగా / లాయేగీ वह लायेगा / लायेगी అతడు / ఆమె తీసుకువస్తాడు / తీసుకువస్తుంది.
చల్ चल / యహ్ చలేగా / చలేగీ यह चलेगा / चलेगी ఇతడు నడుస్తాడు / ఈమె నడుస్తాది.

4. వద్దు / కాదు / లేదు అనే వాటిని సూచించటానికి గాను క్రియకు ముందు నహీం नहीं / న न చేర్చబడుతుంది.
ఉదా : మై నహీం లిఖూంగా मैं नही लिखूँगा / लिखूँगी
నేను రాయను. తుమ్ న కరే तुम न करे । నువ్వు రాయవు.

గా गा (will)

ఆంగ్ల భాషలో 'విల్' **(will)** అనే సహాయక క్రియ **(Auxilliary Verb)** భవిష్యత్ కాలాన్ని సూచిస్తుందని మనందరకూ తెలుసు. అట్లానే తెలుగులో 'స్తాను', 'స్తుంది', స్తాడు వంటి పదములు కూడా భవిష్యత్ కాలాన్ని సూచిస్తాయని మనకు బాగా తెలుసు. ఈవిధంగానే హిందీ భాషలో కూడా ఒక పదం ఉంది. అదే 'గా' (गा), ఇది కర్తనుబట్టి గా (गा), 'గీ' (गी), 'గే' (गे), గా మారుతుంది.

ఉదా : మైఁ కల్ ఆవూఁగా
मैं कल आऊँगा ।
నేను రేపు వస్తాను.

గమనిక : 1. భవిష్యత్‌కాలాన్ని సూచించే వాక్యాల్లో 'గా' (गा) వచ్చినపుడు క్రియాపదం 'ఊ' (ऊ) లేదా 'ఎ' (ए) కారాన్ని పొందుతుంది.

ఉదా : .... మైఁ కరూఁగా
मैं करूँगा ।
నేను చేస్తాను.

హమ్ దేంగే
हम देंगे ।
మేము ఇస్తాము

గమనిక 2 : వాక్యాల్లో క్రియాపదం తర్వాత ఎప్పుడు 'గా' (गा) వచ్చినా అది భవిష్యత్‌కాలం అనే గుర్తుపెట్టుకోండి.

గమనిక 3 : వాక్యాల్లో కర్త స్త్రీలింగం అయినట్లయితే క్రియాపదం తర్వాత 'గా' (गा) 'గీ' (गी) గా మారుతుంది.

ఉదా : .... లత కరేగీ
लता करेगी ।
లత చేస్తుంది.

(ఆ) కృదంతోం कृदन्तों కృదంతములు (Participles)

కృదంతములు మూడు రకములు. అవి : వర్తమానకాలిక కృదంతము, 2. భూతకాలిక కృదంతము 3. పూర్వకాలిక కృదంతము.

క్రియ ఏ కాలములో ఉన్నదో తెలియజేయటం కొరకు క్రియా పదానికి చివర వచ్చే పదమును కృదంతము (कृदन्त - **participle**) అంటారు. ఉదాహరణకు ఇంగ్లీషులో ఇంగ్, **(ing)** ఎన్ **(en),** ఎడ్ **(ed)** ఎట్లా ఉన్నాయో అట్లానే హిందీ, తెలుగు భాషల్లో కూడా ఉన్నాయన్న మాట.

1. వర్తమానకాలిక కృదంతము (वर्तमान कालिक कृदन्त - Present Participle)

ఒక పని చేస్తూ మరియొక పనిని గనక చేసినట్లయితే మొదటి క్రియను వర్తమానకాలిక కృదంతం అంటారు.

క్రియ యొక్క మూల పదానికి (తా) ता లేదా తా హువా (ता हुआँ) చేర్చబడుతుంది. అయితే ఇవి కర్త యొక్క లింగ, వచనములనుబట్టి మారతాయి.

ఉదా : హఁస్తే లడ్కే हँसते लडके (నవ్వే బాలురు).

దౌడ్తే ఘోడే दौडते घोडे పరుగెట్టే గుర్రాలు.

కొన్ని కొన్ని సార్లు ఇది విశేషణం **(Adjective)** గా కూడా ఉపయోగించబడుతుంది.

ఉదా : ఉడ్తీ హుయీ చిడియా उडती हुयी चिडिया ।

ఎగురుతున్న పక్షి.

(హస్తే హువే లడ్కే) हँसते (हुए) लडके నవ్వుతున్న బాలురు.

గమనిక : వర్తమాన కాలిక కృదంతం తర్వాత సమయం వచ్చినట్లయితే సందర్భాన్ని బట్టి కృదంతం చివర (తా), (తే), (తీ) వస్తాయి.

ఉదా : స్కూల్ జాతే సమయ్

स्कूल जाते समय

స్కూలుకి వెళ్ళేటప్పుడు ...

శహర్ సే లౌట్తే సమయ్

शहर से लौटते समय

పట్టణం నుంచి తిరిగి వచ్చేటప్పుడు ...

పఢ్తే సమయ్ నహీ బోల్నా చాహియే

पढ़ते समय नहीं बोलना चाहिए ।

చదివేటప్పుడు (చదివే సమయంలో) మాట్లాడకూడదు.

2. భూతకాలిక కృదంతము (भूतकालिक कृदन्त) (Past participle)

సామాన్య భూతకాలిక క్రియకు హువాఁ (हुआ), హుయె (हुए), హుయీ (हुई) చేర్చినట్లయితే భూతకాలిక కృదంతం ఏర్పడుతుంది.

ఉదా :   మరా మోర్ मरा मोर చనిపోయిన నెమలి.

సోయా గాయ్ सोया गाय నిద్ర పోయిన ఆవు.

ఇది కొన్ని కొన్ని సార్లు విశేషణంగా కూడా ఉపయోగపడుతుంది.

పఢి లిఖి హుయీ ఔరత్ पढी लिखी हुई औरत చదువుకొన్న స్త్రీ.
లేటా హుఆ షేర్ लेटा हुआ शेर ఒరిగి ఉన్న పులి.

3. పూర్వకాలిక కృదంతం **पूर्वकालिक कृदन्त (Perfect participle)**

క్రియ యొక్క మూల పదమునకు కర్ (कर) చేర్చటం వల్ల పూర్వకాలిక కృదంతం ఏర్పడుతుంది. ఒక వాక్యంలో ఉన్న కర్తకు సంబంధించిన రెండు క్రియలలో మొదటి క్రియ పూర్వకాలిక కృదంతంగా ఉంటుంది.

ఉదా :   సోమ్‌నాథ్ రోటీ ఖాకర్ స్కూల్ గయా
सोमनाथ रोटी खा कर स्कूल गया ।
సోమ్‌నాథ్ రొట్టె తిని స్కూలుకు వెళ్ళాడు.

వీరేంద్రనాథ్ దూధ్ పీకర్ ఆఫీస్ గయా
वीरेन्द्रनाथ दूध पीकर ऑफिस गया ।
వీరేంద్రనాథ్ పాలు తాగి ఆఫీసుకు వెళ్ళాడు.

కే / కర్ के / कर (చేసి / చేశాక)

హిందీ భాషలో అతి తరచుగా వచ్చే అతి చిన్న పదం కే के లేదా కర్ कर. ఇది చూడటానికి చాలా చిన్నదిగానే ఉంది. కానీ ఇది పిట్ట కొంచెం కూత ఘనం అన్నట్లు ఉంటుంది. జాగ్రత్తగా అర్థం చేసుకోండి.

1. ఇది ప్రధాన క్రియకు చేర్చబడినట్లయితే ఆ పని అయిపోయినట్లుగా అర్థాన్ని ఇస్తుంది. దాన్ని వ్యాకరణ పరిభాషలో పూర్వకాలిక కృదంత రూపం **(Past Participle)** అంటారు.

ఉదా :   హమ్ ఖాకర్ సినేమా గయే ।
हम खाकर सिनेमा गये ।
(మేం భోజనం చేశాక / చేసి సినిమాకు వెళ్ళాం).

మైం టివి దేఖ్ కర్ సో గయా ।
मै टिवि देख कर सो गया ।
(నేను టివి చూసి / చూశాక పడుకున్నాను).

కర్ कर – చేయుట అనే క్రియాపదం తర్వాత కర్ कर వచ్చినట్లయితే అది కే के అనే రూపంలోకి మారుతుంది.

ఉదా : మేరే పితాజీ స్నాన్ కర్ కే పూజా కర్‌తే హైం।

मेरे पिताजी स्नान करके पूजा करते है ।

నా తండ్రి గారు / మా నాన్నగారు స్నానం చేశాక / చేసి పూజ చేసుకుంటారు).

గమనిక 1 : కర్ (कर) అనే క్రియా పదానికి తర్వాత మరలా కర్ వచ్చినట్లయితే రెండవ కర్ 'కే' (के) గా మారుతుంది.

లక్ష్మీ పాఠ్ పఢ్‌కర్ సో గయీ

लक्ष्मी पाठ पढ़कर सो गयी ।

లక్ష్మీ పాఠం చదివి నిద్ర పోయినది.

సుబ్రహ్మణ్యంజీ కామ్ కర్‌కే చలే గయే

सुब्रह्मण्यम जी काम कर के चले गये ।

సుబ్రహ్మణ్యంగారు పని చేసి వెళ్ళిపోయారు.

గమనిక 2 : సకర్మక క్రియల యొక్క పూర్వకాలిక కృదంతం తర్వాత ఆనా (आना), జానా (जाना) వంటి క్రియలు వచ్చినట్లయితే తరచుగా కర్ (कर) లోపిస్తుంది.

ఉదా : దేఖ్ జాతా హై देख जाता है । ...... సునాయి దేతా హై सुनायी देता है ।

కనిపిస్తుంది / చూడబడుతుంది. విని పిస్తుంది.

లేజావో ले जाओ । ...... కియా హువా किया हुआ ।

తీసుకుని పో. చేయబడినది.

పీ జావో पी जाओ ......

తాగేసెయ్

గమనిక 3 : ఒక పనిని క్రమముగా అంటే ఒక అభ్యాసంలాగ చేసే సందర్భాలలో కూడా कर (కర్) ఉపయోగించ బడుతుంది. దీనిని నిత్యత్వ బోధక క్రియ (नित्यत्व बोधक क्रिया **Indefinite Present Tense)** అంటారు. వాక్యంలో క్రియ భూతకాలంలో ఉండాలి.

ఉదా : రాత్ దస్ బజే తక్ పఢా కర్
रात दस बजे तक पढ़ा कर ।
రాత్రి పది గంటల వరకు చదువుతూ ఉండు.

మాతా ఔర్ పితా పర్ ప్రేమ్ దిఖాయా కర్
माता और पिता पर प्रेम दिखाया कर
తల్లి దండ్రుల మీద ప్రేమ చూపుతూ ఉండు.

రోజ్ సబేరే యోగా కియా కర్
रोज सबेरे योगा किया कर ।
రోజూ ఉదయం యోగా చేస్తూ ఉండు.

(ఇ) సహాయక్ క్రియాయేఁ सहायक क्रियायें (Auxiliary Verbs) సహాయక క్రియలు

ఏ భాషలోనైనా సహాయక క్రియల పాత్ర చాలా ఎక్కువగా ఉంటుంది. ఇవి ప్రధాన క్రియ యొక్క పద్ధతిని తెలియజేస్తాయి. వీటివల్లనే వాక్యంలో వచనం, లింగం, కాలంలలో మార్పులు వస్తాయి. కానీ ప్రధానక్రియ ధాతు రూపంలో ఉంటుంది. కాబట్టి దానిలో ఏ మార్పు ఉండదు. వీటి గురించి ఈ కింద వివరంగా తెలుసుకుందాం.

హోనా होना (కావాలి) (Want)

ఇది సహాయక క్రియ. వ్యక్తికి ఇష్టమైన సందర్భములో హోనా (होना) వస్తుంది.

ఉదా : ముఝే చాయ్ చాహియే
मुझे चाय चाहिए
(నాకు టీ కావాలి)

లగ్ लग (ఆరంభ బోధకం) (To start)

ఇది పని మొదలైనది అనే విషయమును తెలియజేస్తుంది. ఒక్కొక్కసారి నిరంతరాయంగా జరిగే పనిని కూడా తెలియజేస్తుంది.

ఉదా : భాస్కర్‌జీ దో బజే సే పఢ్‌నే లగా
भास्करजी दो बजे से पढ़ने लगा ।
భాస్కర్‌జీ రెండు గంటల నుంచి చదువుతున్నాడు.

కర్త యొక్క లింగం, వచనం అనుసరించి లగ్ लग యొక్క రూపం మాత్రమే మారును. క్రియాపదం యొక్క చివరి 'నా' (ना), నే (ने) గా మారుతుంది.

ఉదా : సోమేశ్వరి పఢ్‌నే లగీ

सोमेश्वरी पढने लगी

(సోమేశ్వరి చదవటం ప్రారంభించింది).

चुक (సమాప్తి బోధకం) (To end)

ఈ సహాయక క్రియ పని యొక్క సమాప్తిని తెలియ జేస్తుంది. వాక్యంలో చుక్ चुक వచ్చినప్పుడు క్రియ యొక్క ధాతురూపం మాత్రమే ఉపయోగించబడుతుంది. కర్త యొక్క లింగ, వచన, విభక్తులను బట్టి చుక్ (चुक) యొక్క రూపం మారుతుంటుంది.

తుమ్ ఖా చుకే హెూ	तुम खा चुके हो	(నువ్వు తినేశావు)
మైం ఆ చుకా హూం	मै आ चुका हूँ।	(నేను వచ్చేశాను)

సక్ सक (శక్తి బోధకం) (Can)

ఇది ఒక పని చేయగలిగినపుడు ఆపని చేయగల శక్తిని తెలుపుతుంది. అనుమతి కోరేటప్పుడు మరియు అశక్తత తెలిపేటప్పుడు కూడా ఇది వస్తుంది.

ఉదా : తుమ్ యహ్ కామ్ కర్ సక్‌తే హెూ ।

तुम यह काम कर सकते हो ।

(నువ్వు ఈ పని చేయగలవు)

సక్ (सक) వచ్చినపుడు క్రియ యొక్క ధాతువు మాత్రమే రావలెను.

ఉదా : పఢ్ సక్‌తా హూం पढ़ सकता हूँ, (చదవగలను)

లిఖ్ సక్‌తా హూం लिख सकता हूँ (వ్రాయగలను)

కర్త యొక్క లింగ, వచనములను బట్టి సక్ (सक) యొక్క రూపాలు మారుతుంటాయి.

ఉదా : ఔరతే జా సక్‌తీ హైం	औरते जा सकती है ।	స్త్రీలు వెళ్ళ గలుగుతారు.
లడ్‌కే ఖేల్ కర్ సక్‌తే హైం	लडके खेल सकते है ।	బాలురు ఆడ గలుగుతారు.

పా/పానా पा/पाना (శక్తి బోధకం) (Can)

ఈ సహాయక క్రియ సక్ (सक) ఉపయోగపడే అర్థంలోనే వస్తుంది. సక్ (सक) అనేది స్వంత అసమర్థతను లేదా అశక్తతను తెలుపుతుంది. కానీ ఇది ఇతరుల కారణంగా, అంటే వారు అనుమతి ఇవ్వనందువల్ల కలిగిన అసమర్థతను, అశక్తతను తెలుపుతుంది. లింగ, వచన, కాల, పురుషల కారణంగా జరిగే మార్పులు దీనికే జరుగుతాయి.

ఉదా : కర్ఫ్యూ కీ వజహ్ సే ఆ న పాయా कर्फ़्यू की वजह से आ न पाया । (కర్ఫ్యూవల్ల రాలేకపోయాను)

చాహ్ / चाह / (ఇచ్ఛా బోధకం) (Want to)

ఈ సహాయక క్రియ కోరికను తెలుపుతుంది. ఇది హెూనా होना అర్థంలో ఉపయోగపడుతుంది. లింగ, వచన, కాలముల వల్ల కలిగే మార్పులు దీనికే జరుగుతాయి. క్రియ యొక్క మూలధాతువు మారదు.

ఉదా : .... వహ్ కితాబ్ చాహ్‌తా హైఁ
वह किताब चाहता है ।
(అతడు పుస్తకం కోరుతున్నాడు).

ఉదా : .... తుమ్ క్యా పఢ్‌నా చాహ్‌తే హెూ
तुम क्या पढना चाहते हो ?
(నువ్వు ఏమి చదవాలని కోరుకుంటున్నావు.

(ఈ) సంయుక్త క్రియాయే - संयुक्त क्रियाए సంయుక్త క్రియలు (Compound Verbs)

ఇప్పుడు మనం హిందీ భాషను మరింత బాగా అర్థంచేసుకోవడానికి వీలుగా ఆ భాషలో ఉన్నటువంటి సంయుక్త క్రియలు - వాటిని ఉపయోగించే విధానం గురించి తెలుసుకుందాం. ఈ సంయుక్త క్రియలవల్ల క్రియలలోని ప్రత్యేకత మరియు తీవ్రత తెలుస్తుంది. కొన్ని కొన్ని సందర్భాల్లో సహాయక క్రియ (**Auxiliary Verb**) తన సహజ అర్థాన్ని కోల్పోయి ప్రధాన క్రియా పదంతో కలసి పోతుంది.

ఉదా : పఢ్‌నా पडना, డాల్‌నా डालना, జానా जाना, దేనా देना, బైఠ్‌నా बैठना, ఉఠ్‌నా उठना, రఖ్‌నా रखना, ఛోడ్‌నా छोडना : ఇవన్నీ సహాయక క్రియలు. ఇవి ప్రధాన క్రియల తర్వాత వస్తాయి. సంయుక్త క్రియలు అంటే రెండు క్రియలు కలసినప్పుడు ఏర్పడేవి అని అర్థం. అంటే ప్రధాన క్రియ మరియు సహాయక క్రియ కలిసి వచ్చేవి అని గుర్తుంచుకోవాలి.

పడ్‌నా पडना (వలెను) : వినవలెను, చూడవలెను అనే క్రియల మాదిరిగా ఇంద్రియ విషయాలను సూచిస్తుంది.

ఉదా : జానా పడ్‌తా जाना पडता (వెళ్ళవలెను),
దేఖ్‌నా పడ్‌తా देखना पडता చూడవలెను.

లేనా लेना : ఈ సహాయక క్రియ ఆత్మార్థములో ఉపయోగపడుతుంది. ఇది తెలుగులో "కొను" అను అర్థములో వస్తుంది.

ఉదా : దేఖ్ లేనా देख लेना (చూసుకోవాలి)
తుమ్ యహ్ దేఖ్ లేనా तुम यह देख लेना (నువ్వు ఇది చూసుకోవాలి).

బైఠ్‌నా बैठना : ఈ సహాయక క్రియ అకస్మాతుగా జరిగిన లేదా జరగవలసిన క్రియను గురించి తెలియజేస్తుంది.

ఉదా : బోల్ బైఠ్‌నా बोल बैठना (అనెయ్యాలి వెంటనే)

తుమ్ ఉస్ సమయ్ బోల్ బైఠ్‌నా तुम उस समय बोल बैठना

(నువ్వు ఆ సమయంలో అనెయ్యాలి వెంటనే)

గమనిక : ఇది ప్రస్తుతం వాడుకలో లేదు.

ఉఠ్‌నా उठना : ఈ సహాయక క్రియ కూడా అకస్మాత్తుగా జరిగిన పని లేదా జరగవలసిన పని గురించి తెలియజేస్తుంది.

ఉదా : దేఖ్ ఉఠ్‌నా देख उठना (చూసెయ్యాలి వెంటనే).

ఆప్ ఉస్ సమయ్ దేఖ్ ఉఠ్‌నా आप उस समय देख उठना

(తమరు ఆ సమయంలో చూసెయ్యాలి వెంటనే).

గమనిక : ఇది ప్రస్తుతం వాడుకలో లేదు.

देना : ఈ సహాయక క్రియ 'ఇచ్చు' (అనుమతించు) అనే అర్థంలో పరస్పరం ఉపయోగించబడుతుంది.

ఉదా : జానే దేనా जाने देना (పోనివ్వాలి). జానే దేనా

ఆప్ ఉన్‌కో జానే దేనా आप उनको जाने देना తమరు ఆయనను పోనివ్వాలి.

లేనా लेना / ఆత్మార్థ క్రియ (కొను) (Self)

ఈ సహాయక క్రియ చాలా ప్రత్యేకమైనది. ఆత్మార్థంలో ఉపయోగించబడును. తెలుగులో చెప్పాలంటే "కొను" అనే అర్థంలో అనగా చేసుకుంటాను. చూసుకుంటాను అనే విధంగా ఉపయోగపడుతుంది.

ఉదా : మైం యహ్‌కామ్ కర్ లేతా హూం मै यह काम कर लेता हूँ। నేను ఈ పని చేసుకుంటాను.

తుమ్ వహ్ కామ్ కర్ లో तुम वह काम कर लो। నువ్వు ఆ పని చేసుకో.

దే दे (అనుమతి బోధకం) (Set)

ఈ సహాయక క్రియ అనుమతి కోరుట, అనుమతిఇచ్చుట సందర్భములలో క్రియార్థక నామవాచకముల తర్వాత వస్తుంది.

ఉదా : ముఝే అనుమతి దే मुझे अनुमति दे। (నాకు అనుమతినివ్వు)

ముఝే జానే దో मुझे जाने दो। (నన్ను వెళ్ళనివ్వు)

గమనిక : వాక్యంలో లింగం, వచనం, పురుషులు, కాలముల కారణంగా వచ్చే మార్పులన్నీ దే (दे) అనే సహాయక క్రియవల్ల జరుగుతాయి. క్రియార్థక నామవాచకం చివర ఉండే నా (ना), నే (ने) గా మారుతుంది.

ఉదా : ఉన్‌కో సీఖ్‌నే దో उनको सीखने दो (అతడిని / ఆయనను నేర్చుకోనివ్వు)

జానా जाना విధి బోధకం (Ought to)

ఈ సహాయక క్రియ విధి బోధకమైనది – ఒక పని సమాప్తి అయిపోయిన లేదా జరుగుతూ ఉన్న పనిని లేదా చేయవలసి ఉన్న పనిని తెలుపుతుంది.

ఉదా :	తుమ్ యహాఁ ఆ జానా	तुम यहाँ आ जाना ।	నువ్వు ఇక్కడికి వచ్చేయాలి.
	ముఝె వహ్ లేకే జానా హై	मुझे वह लेके जाना है ।	నేను అది తీసుకొనిపోవాలి.
గమనిక :	ఈ సహాయక క్రియ భూతకాలంలో గయా (गया) గా మారుతుంది.		
ఉదా :	మైం లేకే గయా	मै लेके गया	(నేను తీసుకుని పోయాను)

పడ్‌నా पडना (వలసివచ్చుట) (Have to)

ఈ సహాయక క్రియ ఫలానా పని చేయవలసివచ్చింది, అనే అర్థంలో ఉపయోగ పడుతుంది.

ఉదా : **1.** ముఝె వహ్ కామ్ కర్‌నా పడా
मुझे वह काम करना पडा ।
(నేను ఆ పని చేయవలసివచ్చింది).

2. యహ్ మాన్‌నా పడా
यह मानना पडा
ఇది అంగీకరించవలసివచ్చింది.

డాల్‌నా डालना (నిశ్చయ బోధకం) (Away)

ఈ సహాయక క్రియ నిశ్చయబోధక క్రియ. క్రియ తర్వాత 'వేయాలి' అనే అర్థంలో వస్తుంది.

ఉదా : **1.**	తోడ్ డాల్‌నా	तोड डालना	(వదలివేయాలి).
2.	కాట్ డాల్‌నా	काट डालना	తెంపి వేయాలి.

3. మైం ఉస్‌కో కాట్ డాల్‌తా హూం
मै उसको काट डालता हूँ
నేను దాన్ని తెంపి వేస్తాను.

ఉఠ్‌నా उठना (ఆకస్మిక బోధకం)

ఈ సహాయక క్రియ ఆకస్మిక పనిని తెలియజేస్తుంది.

ఉదా : **1.** బోల్ ఉఠ్‌నా बोल उठना చెప్పేయటం

2. జాగ్ ఉఠ్‌నా जाग उठना మేల్కొనేయడం (అకస్మాత్తుగా)

3. మైం జాగ్ ఉఠాయా/గయా मै जाग (उठाया) गया నేను నిద్ర లేచిపోయా.

గమనిక : ప్రస్తుత కాలంలో ఈ విధంగా మాట్లాడటం లేదు. గమనించగలరు.

రఖ్‌నా रखना ఉంచుట (Keep)

ఈ సహాయక క్రియ సంరక్షించుట, లేదా ఉంచుట అనే అర్థంలో ఉపయోగపడుతుంది.

ఉదా : వ్యాపారినే కరోఢ్ రూపయే కమా రఖా । व्यापारी ने करोड़ रूपये कमा लिये ।
వ్యాపారి కోటి రూపాయలు సంపాదించిపెట్టాడు.

(ఈ) ప్రేరణార్థక క్రియ प्रेरणार्थक क्रिया ప్రేరణార్థక క్రియ (Causal Verb)

మనం మన నిత్య జీవితంలో ఎప్పుడూ అన్ని పనులు స్వయంగా మనమే చెయ్యము. కొన్ని పనులు మనం చెయ్యకుండా ఇతరులచేత చేయిస్తాము. అట్లానే మరి కొన్ని పనులను మనం ఒకరికి చెప్పి ఇంకొకరిచేత చేయిస్తుంటాము. దీనినే తెలుగులో "పురమాయింపు" **(Arrangement)** అంటారు. వ్యాకరణ భాషలో దీనిని ప్రేరణార్థక క్రియ (प्रेरणार्थक क्रिया **Causal Verb)** అంటారు.

నియమం 1. ఒక పని మనం నేరుగా చేసేటప్పుడు క్రియ యొక్క మూల పదం మారదు.

ఉదా : కర్‌నా ...... करना ...... చేయుట.

ఉదా : ముఝే ఆజ్ యహ్ కామ్ కర్‌నా హై
मुझे आज यह काम करना है ।
నేను ఈ రోజు ఈ పని చేయాలి.

నియమం 2. ఒకపని మన చేయకుండా వేరే వాళ్ళ చేత చేయించితే అప్పుడు క్రియ యొక్క మూల పదంలోని రెండవ అక్షరం దీర్ఘమవుతుంది. **ఉదా :** (కర్‌నా) करना పదంలోని రెండవ అక్షరం 'ర' దీర్ఘమవుతుంది. అంటే (కరానా) कराना అవుతుందన్నమాట.

ఉదా : ముఝే ఆజ్ యహ్ కామ్ ఇస్‌సే కర్‌వానా హై
मुझे आज यह काम इससे करवाना है ।
నేను ఈరోజు ఈ పని ఇతనితో చేయించాలి.

నియమం 3. ఒక పనిని మనం నేరుగా చేయకుండా వేరే వాళ్ళకు చెప్పి ఫలానా పని ఫలానా వాళ్ళ చేత చేయించమని చెప్పినప్పుడు క్రియ యొక్క మూల పదంలోని 2వ అక్షరం తర్వాత వా ('वा') అనే అక్షరం వచ్చి చేరుతుంది. క్రియ యొక్క మూల పదం కర్‌నా (करना) లో (कर) తర్వాత 'वा' వచ్చి చేరుతుంది. అంటే కర్‌నా (करना) అనేది కర్‌వానా (करवाना) అవుతుందన్నమాట.

ఉదా : ఆజ్ ముఝే యహ్ కామ్ ఉస్‌కో బతాకర్ ఇన్‌సే కర్‌వానా హై
मैं आज यह काम उसको बोल के इससे करवाना ।
నేను ఈరోజు ఈ పని అతనికి చెప్పి ఇతనితో చేయించాలి.

వ్యాకరణ భాషలో అయితే దీనినే మొదటి నియమంలో కర్త నేరుగా చేయటం అంటారు. రెండవ నియమంలో 'కర్మ' कर्म **(object)** చేయడం అని అంటారు. మూడవ నియమంలో అయితే 'ఉపకర్త' उपकर्त्ता **(some body else)** చేయడం అని అంటారు.

గమనిక : ఒక వాక్యంలో కర్త, కర్మ, క్రియ అని మూడు ఉంటాయని మీరు ఇంతకుముందే తెలుసుకున్నారు కదా !

'కర్త' कर्ता **(subject)** అంటే ఒక పని చేసేటటు వంటివాడు.

కర్మ कर्मा **(object)** అంటే పని యొక్క ఫలితాన్ని పొందేటటువంటివాడు.

క్రియ क्रिया **(verb)** అంటే చేసే పని.

కానీ ఈ ప్రేరణార్థక క్రియలో (కర్త + ఉపకర్త + కర్మ + క్రియ) ఉంటాయి.

నేను నా బట్టలు **కుట్టుకున్నాను.** सीया (సీయా)

నేను నా బట్టలు టైలర్ చేత **కుట్టించాను.** सिलाया (సిలాయా)

నేను నా ఫ్రెండ్‌కి చెప్పి టైలర్ నా బట్టలు కుట్టేటట్టు చేశాను. सिलवाया (సిల్‌వాయా)

5. క్రియా విశేషణం क्रिया विशेषण (Adverb) : పని యొక్క వివరమును తెలియజేస్తుంది.

ఉదా : जोर (జోర్) వేగం, धीरे (ధీరే) మెల్లగా, जोष (జోష్) ఉత్సాహం, कब (కబ్) ఎప్పుడు, क्यों (క్యోం) ఎందుకు, कहाँ (కహాఁ) ఎక్కడ

ఉదా :	మైఁ కభీ కభీ చావల్ ఖాతా హూఁ	....	తుమ్ జల్దీ లిఖ్‌తే హెూ।
	मैं कभी कभी चावल खाता हूँ।		तुम जल्दी लिखते हो।
	నేను అప్పుడప్పుడు అన్నం తింటాను.		నీవు వేగంగా రాస్తావు.

క్రియా విశేషణాఏ क्रिया विशेषणाए క్రియా విశేషణములు (Adverbs)

రోజ్	रोज	రోజు (24 గంటలు)	...	కల్	कल	రేపు, నిన్న
దిన్	दिन	రోజు (పగటి సమయం)	...	కబ్	कब	ఎప్పుడు
హమేషా	हमेशा	ఎల్లప్పుడు	...	అబ్	अब	ఇప్పుడు
ధీరే ధీరే	धीरे धीरे	నెమ్మది నెమ్మదిగా	...	జల్‌దీ	जल्दी	త్వరగా
అక్‌సర్	अक्सर	తరచుగా	...	తేజ్	तेज	వేగంగా/జోరుగా
కభీ కభీ	कभी कभी	అప్పుడప్పుడు	...	పరసోం	परसों	మొన్న/ఎల్లుండి
జోర్‌సే	जोर से	వేగంగా	...	బిల్‌కుల్	बिलकुल	బొత్తిగా
తురంత్	तुरंत	వెంటనే	...	జ్యాదా	ज्यादा	ఎక్కువ

ఆజ్‌కల్	आजकल	ప్రస్తుతం	...	కమ్	कम	తక్కువ
జరా	जरा	కొంచెం	...	అందర్	अंदर	లోపల
ఖూబ్	खूब	బాగుగా	...	బాహర్	बाहर	బయట
దేర్	देर	ఆలస్యం	...	ఊపర్	ऊपर	పైన
నీచే	नीचे	క్రింద				

ఇప్పుడు హిందీ భాషలో అతి ముఖ్యమైనవీ మరియు తరచూ వస్తూ ఉండే పదాలను నేర్చుకుందాం.

జబ్ जब (ఎప్పుడైతే) **జహాఁ जहाँ** (ఎక్కడైతే) **జైసా**

जैसा (ఎట్లా అంటే) **జిత్‌నా जितना** (ఎంత అంటే)

– పదాల ప్రయోగాలు.

ఈ నాలుగు మాటలను క్రియా విశేషణములు क्रिया विशेषण **(Adverbs)** అని అంటారు. जब (ఎప్పుడైతే) సమయాన్ని, जहाँ (ఎక్కడైతే) (స్థానాన్ని, (ఎట్లా అంటే) భావమును, (ఎంత అంటే) పరిమాణమును తెలియజేస్తాయి.

గమనిక : పైన పేర్కొన్న ఈ నాలుగు క్రియా విశేషణములను ఒంటరిగా ఉపయోగించడానికి వీలులేదు. వీటిని ఉపయోగించేటప్పుడు ఈ కింది పదాలు తప్పనిసరిగా పరస్పరం అనుసరించియే ఉంటాయి.

జబ్ जब - తబ్ तब, (ఎప్పుడైతే అప్పుడు), జహాఁ వహాఁ जहाँ - वहाँ (ఎక్కడైతే అక్కడ)
జైసా–వైసా जैसा-वैसा (ఎట్లా అంటే అట్లా) జిత్‌నా – ఉత్‌నా जितना - उतना (ఎంత అంటే అంత)

ఉదా : జహాఁ సూరజ్ రహ్‌తా, వహాఁ అంధేరా నహీ రహ్‌తా హైఁ
जहां सूरज रहता वहाँ अंधेरा नहीं रहता है ।
(ఎక్కడైతే సూర్యుడు ఉంటాడో అక్కడ చీకటి ఉండదు).

జబ్ మైఁ కొల్‌కత్తా గయా తబ్ వహాఁ ఏక్ సినేమా షూటింగ్ చల్ రహి థీ
जब मै कोलकत्ता गया तब वहाँ एक सिनेमा शूटिंग चल रही थी ।
(నేను ఎప్పుడు కలకత్తా వెళ్ళానో అప్పుడు అక్కడ ఒక సినిమా షూటింగ్ జరిగింది).

జిత్‌నే రూపయోం మే వహ్ మేజ్ మిలీ, ఉత్‌నే రూపయోం మే కుర్సీ నహీ మిల్‌తీ
जितने रुपयों में वह मेज मिली उतने रूपयों में कुरसी नहीं मिलती ।
(ఎన్ని రూపాయలకి ఆ టేబుల్ వచ్చిందో అన్ని రూపాయిలకి కుర్చీ లభించదు).

జైసే రాధా గాతీ హై వైసే రోజా భీ గాతీ హైం
जैसे राधा गाती है वैसे रोजा भी गाती है ।
(రాధ ఎట్లా పాడుతుందో అట్లాగే రోజా కూడా పాడుతుంది).

ఇవే కాకుండా మరికొన్ని ముఖ్యమైన పదముల గురించి వాటిని ఉపయోగించే విధానం గురించి కూడా తెలుసుకుందాం.

కిత్‌నా - కి कितना - कि ఎంతగా అంటే (so that)

ఒక విషయం గురించి వివరంగా చెప్పడానికి ఈ క్రియా విశేషణమును ఉపయోగిస్తారు.

ఉదా : మైం ఇత్‌నా కమ్‌జోర్ థా కీ కుర్సీ సే భీ నహీ ఉఠ్ సకా ।
मै इतना कमजोर था कि कुरसी से भी नही उठ सका ।
(నేను ఎంత బలహీనంగా ఉన్నానంటే కుర్చీ నుంచి కూడా లేవలేకపోయాను).

యది-తో यदि - तो ఉన్నట్లయితే (if - were)

ఉదా : యది పితాజీకే పాస్ ధన్ హెూతా తో వే మోటార్ సైకిల్ ఖరీద్‌తే ।
यदि पिताजी के पास धन होता तो वे मोटर साईकिल खरीदते ।
(నాన్నగారి వద్ద డబ్బు ఉన్నట్లయితే ఆయన మోటార్ సైకిల్ కొంటారు).

జిస్ ఉస్ जिस - उस (ఏ/ఏది - ఆ/అది) (which - that)

ఉదా : జిస్ తరహ్ రాంబాబు కర్ రహా హైం ఉస్ తరహ్ తుమ్ భీ కరో
जिस तरह रामबाबू कर रहा है उस तरह तुम भी करो ।
(రాంబాబు ఏవిధంగా చేస్తున్నాడో, ఆ విధంగా నువ్వు కూడా చెయ్యి).

న - న न - न (కాదు / లేదు (neither - nor)

ఉదా : ఉస్ కే పాస్ న ధన్ హైం న విద్యా ।
उसके पास न धन है न विद्या ।
(అతని వద్ద డబ్బూ లేదు, చదువూ లేదు)

జ్యోంహీ - త్యోంహీ ज्योंही - त्योंही (అప్పుడే-వెంటనే) (No sooner - than)

ఒక పని జరిగిన వెంటనే ఇంకొక పని జరిగినట్లయితే ఈ పదముల ద్వారా తెలియజేస్తారు.

ఉదా : జ్యోంహీ గౌతమీ ఎక్స్‌ప్రెస్ పహుంచీ త్యోంహీ మేరా దోస్త్ ఉస్‌మే చఢా ।
जब गौतमी एक्सप्रेस पहुँची तब मेरा दोस्त उसमे चढा ।
గౌతమీ ఎక్స్‌ప్రెస్ వచ్చిన వెంటనే నా ఫ్రెండ్ అందులో ఎక్కేశాడు.

యద్యాపి - తో భీ यद्यपी - तो भी (అయినప్పటికీ - కూడా) (even though - Also)

ఉదా : యద్యాపీ ఉస్‌కే పాస్ ధన్ నహీ హైం తో భీ లోగోం కో మదద్ కర్‌తా హైం
यद्यपी उसके पास धन नहीं है तो भी लोगों को मदद करता है ।
అతడివద్ద డబ్బు లేకపోయినప్పటికీ కూడా ప్రజలకు సేవ చేస్తాడు.

యాతో - యా या तो - या (అదీ లేదు - ఇదీ లేదు) (neither - nor)

ఉదా : వహ్ యాతో క్రికెట్ ఖేలేగా యా హాకీ
वह या तो क्रिकेट खेलेगा या हाकी ।
(అతడు క్రికెట్టూ ఆడలేదు, హాకీ ఆడలేదు)

జిధర్-ఉధర్ जिधर - उधर (ఎక్క డైతే-అక్కడ) (where there is)

ఉదా : జిదర్ రాధ రహ్‌తీ హై, ఉధర్ కృష్ణా రహ్‌తా హైం
जिधर राधा रहती है, उधर कृष्णा रहता है ।
(ఎక్కడైతే రాధ ఉంటుందో, అక్కడ కృష్ణుడు ఉంటాడు).

గమనిక : ఈ పదం హిందీది కాదు. ఇది ఉర్దూ పదం. అయినప్పటికీ హిందీ భాషలో ఉపయోగిస్తూ ఉంటారు.

కి कि (ఏమని అంటే) (that)

ఇది సముచ్ఛయ బోధక అవ్యయములలో ఒకటి. ఇది ఒక ప్రధాన వాక్యమును మరొక అప్రధాన వాక్యముతో కలపటానికి ఉపయోగపడుతుంది. 'కి' (कि) రాసిన తర్వాత కర్త చెప్పిన మాటలు ఉన్నవి ఉన్నట్లుగా రాయవలెను. అయితే అలవాటులో పొరబాటు అన్నట్లుగా పరోక్ష పద్ధతిలో కూడా రాయటం జరుగుతోంది.

ఉదా : భాస్కర్‌జీ నే కహాం కి కల్ యహాం బడా ఫంక్షన్ హోగా ।
भास्करजी ने कहा कि कल यहाँ बडा फंक्शन होगा ।
(భాస్కర్‌జీ చెప్పాడు (ఏమని అంటే) ఇక్కడ రేపు పెద్ద ఫంక్షన్ జరుగుతుంది అని).

గమనిక : (कि) – అనేది సముచ్ఛయ బోధకం **(conjunction)** అయినప్పటికీ వేరు వేరు అర్థములలో ఉపయోగించబడుతున్నది. ఎట్లా అంటే – అథవా अथवा, ఇత్‌నే మేం (इतने में) అనే అర్థములలోనూ లేక/లేదా అనే అర్థంలో కూడా ఉపయోగిస్తారు.

ఉదా : ఆప్ హిందీ సమఝ్ సక్‌తే హై కి నహీ

आप हिन्दी समझ सकते हैं कि नहीं ?

(మీరు (తమరు) హిందీ అర్థం చేసుకుంటారా లేక అర్థం చేసుకోరా).

గమనిక : అట్లాగే 'కి' (कि) పని యొక్క కారణాన్ని కూడా సూచిస్తుంది.

ఉదా : రహీం బహుత్ దు:ఖీ హై క్యోంకీ ఉస్‌కి మాం బీమార్ హై

रहीम बहुत दुःखी है क्योंकि उसकी माँ बीमार है ।

(రహీం చాలా దు:ఖంలో ఉన్నాడు, ఎందుకంటే అతని తల్లి అనారోగ్యంగా ఉంది కాబట్టి).

(సో) सो అటువంటిది/అట్టిది (such)

తెలుగు భాషలో ఎట్లా అయితే ఒక విషయాన్ని కొన్ని కొన్ని పద్ధతుల ద్వారా స్పష్టంగా తెలియజేస్తామో, అట్లానే హిందీ భాషలో కూడా ఉన్నది.

ఉదా : చూసినటువంటిది, చేసినటువంటిది, సంపాదించినటువంటిది.

(కమాయా సో)	कमाया सो	సంపాదించినటువంటిది.
(దేఖ్ లియే సో)	देख लिए सो	చూసినటువంటిది.
(కరాయా/కియాసో)	कराया/किया सो	చేసినటువంటిది.

మై జో భీ అభీ తక్ కమాయా వహ్ పూరా ఖర్చా కర్ దియా

मैंने जो भी अब तक कमाया वह पूरा खर्च कर दिया ।

నేను ఇప్పటి వరకు సంపాదించినటువంటిది మొత్తం ఖర్చు చేసేశాను.

(ఆపనే జో కియా వహ్ సహీ హైం)

आपने जो किया वह सही है ।

నీవు చేసినటువంటిది సరైనదే.

సా सा (Like)

ఈ పదం సాధారణంగా నిఘంటువులలోగానీ, పుస్తకములలోగానీ ఉండదు. కానీ ప్రజల వ్యవహారములలోనూ, మరియు కవిత్వంలోనూ, సినీగీతాలలోనూ ఎక్కువగా కనిపిస్తుంది. ఇది జైసా (जैसा) అనే పదమునకు సూక్ష్మరూపం (**short cut**) అని చెప్పవచ్చు. గమనించండి.

ఉదా :	కోయీ తుమ్‌సా నహీ రహ్‌తా	దీవానా ముఝ్ సా నహీ
	कोई तुम सा नहीं रहता ।	दीवाना मुझसा नहीं ।
	ఎవరూ నీ వలె ఉండరు.	నావంటి పిచ్చివాడు ఉండడు.

6. **సంబంధ సూచకము सम्बन्ध सूचक (Preposition)** : నామవాచకము లేదా సర్వనామముతో కలిసి ఉంటూ వాటికి వాక్యంలోని ఇతర పదాలతో గల సంబంధాన్ని తెలుపుతుంది.

ఉదా : को (కో), ను से (సే) నుంచి, की (కీ) యొక్క में మే (లోపల), पर (పర్) పైన.
बिल्ली कमरे में है । (బిల్లీ కమరే మే హైం) పిల్లి గది లోపల ఉన్నది.
हैदराबाद <u>से</u> मुम्बाई कित्तना दूर है ।
(హైదరాబాద్ <u>సే</u> ముంబయి కిత్‌నా దూర్ హైం)
హైదరాబాద్ <u>నుంచి</u> ముంబయి ఎంత దూరము.

ఈ సంబంధ సూచకము	(सम्बन्ध सूचक)	రెండు రకాలుగా ఉంటాయి.
అవి : సంబంధ బోధకము	(सम्बन्ध बोधक)	2. అనుబంధ బోధకము (अनुबन्ध बोधक)

1. **సంబంధ్ బోధకము सम्बन्ध बोधक :** ఇది సంబంధించిన / కలసిన అనే వాక్యంలలో వస్తుంది. 'క' (क) ప్రయోగాన్ని బట్టి ఈ సంబంధ బోధక అవ్యయములు నామవాచకం, సర్వనామముల యొక్క విభక్తుల తర్వాత వస్తుంటాయి.

ఉదా : मै आप का करीबी रिश्तेदार हूँ ।
(మై ఆప్‌కా కరీబీ రిస్తేధార్ హూం)
నేను మీకు దగ్గరి / సమీప బంధువును.

तुम मेरे घर की ओर आ रहे हो ।
(తుమ్ మేరే ఘర్ కీ ఓర్ ఆ రహే హో
నువ్వు నా ఇంటి వైపు వస్తున్నావు.

కుఛ్ సంబంధ్ బోధకోం **कुछ सम्बन्ध बोधकों** కొన్ని సంబంధ బోధకములు

1.	కే బాద్	.....	के बाद	.....	తర్వాత
2.	కే పహలే	.....	के पहले	.....	పూర్వము
3.	కే ఊపర్	.....	के ऊपर	.....	పైన
4.	కే నీచే	.....	के नीचे	.....	క్రింద
5.	కే పాస్	.....	के पास	.....	దగ్గర
6.	కే దూర్	.....	के दूर	.....	దూరము
7.	కే అందర్	.....	के अंदर	.....	లోపల
8.	కే బాహర్	.....	के बाहर	.....	బయట
9.	కే పీఛే	.....	के पीछे	.....	వెనక
10.	కే బారేమే	.....	के बारे मे	.....	గురించి
11.	కే సామ్‌నే	.....	के सामने	.....	ఎదురుగా
12.	కే సాథ్	.....	के साथ	.....	వెంబడి / తో, కూడా
13.	కే ఓర్, కే తరఫ్	.....	के ओर / के तरफ	.....	వైపు
14.	కే అలావా	.....	के अलावा	.....	కాకుండా
15.	కే జగహ్	.....	के जगह	.....	బదులుగా
16.	కేలియె	.....	के लिए	.....	కొఱకు, కై
18.	కే సివా	.....	के सिवा	.....	తప్ప
19.	కే తరహ్	.....	के तरह	.....	వలె, మాదిరి
20.	కేయహాc	.....	के यहाँ	.....	వద్ద, దగ్గర

2. **అనుబంధబోధకం (अनुबन्ध बोधक)** : ఇది కర్తతో ఉన్న అనుబంధాన్ని సూచిస్తుంది.

ఉదా : సహిత్ सहित (తో) తక్ तक (వరకు)

ఉదా : (మైం గ్యారహ్ బజే తక్ రహ్‌తా హూం)
मैं ग्यारह बजे तक रहता हूँ ।
నేను 11 గంటల వరకు ఉంటాను.

మైం భాస్కర్‌జీ కే సహిత్ ఆతా హూం)
मैं भास्करजी के साथ आता हूँ ।
నేను భాస్కర్‌జీతోబాటు వస్తాను.

7. **సముచ్ఛయ బోధకము समुच्छय बोधक (conjunction) :** ఇది రెండు మాటలను లేదా వాక్యభాగాలను లేదా వాక్యాలను కలుపుతుంది.

ఉదా : और (ఔర్) మరియు, इसलिए (ఇస్‌లియే) ఇందువలన.
उसलिए (ఉస్‌లియే) అందువలన.

(వా)	वा	లేదా	......	क्यों की	(క్యోం కి)	ఎందుకంటే
(యా)	या	లేదా	......	यपि	యపి	అయినప్పటికీ
(అథ్‌వా)	अथवा	లేదా	......	और/एवं/व	(ఔర్/ఏవం/వ)	మరియు
(కి)	कि	ఏమనగా	......	पर	(పర్)	కాని
(తో)	तो	అయితే	......	परंतु	(పరంతు)	కాని
(అతహ్)	अत:	అందువలన	......	किन्तु	కింతు	కాని
మానోం	मानों	అన్నట్లు	......	माने	(మానే)	అనగా

ఉదా : (కేశవ్ లేదా రాజేష్ కర్‌తే హైం)
केशव या राजेश करते है ।
కేశవ్ లేదా రాజేష్ చేస్తారు.

(తుమే యా ముఝే జానా హైం)
तुम्हे या मुझे जाना है ।
నువ్వు లేదా నేను వెళ్ళాలి.

ఎందుకంటే के కే (Because)

ఈ పదం సామాన్య అర్థమైతే అంటే విభక్తిగా తీసుకుంటే యొక్క (का **of**) కానీ హిందీ వ్యవహారములలో ముఖ్యంగా కవిత్వంలో దీనిని ఒక సహాయక పదం **(Helping Word)** గానూ, మరియు ఎందు కనగా 'కిస్‌లియే' (ఎందుకనగా) అనే అర్థంలో ఉపయోగిస్తుంటారు. ముఖ్యంగా సినీ గీతాలలో కనిపిస్తుంటుంది. గమనించండి.

ఉదా : కే జైసే తుఝ్‌కో బనాయా గయా హైం మేరేలియే
के जैसे तुझको बनाया गया है मेरे लिए ।
ఎందుకంటే, నిన్ను తయారుచేశాడు నా కొరకే.

కే యే బదన్ యే నిగాహే మేరే అమానత్ హైం
के ये बदन थे निगाहे मेरी अमानत है ।
ఎందుకంటే, ఈ శరీరం, ఈ చూపులు నా స్వంతం.

కేసివా के सिवा తప్ప (Except)

ఇది ఒక ప్రత్యేక వ్యక్తితప్ప వేరెవరూ ఆ పనిని చేయలేరు అనే అర్థంలో వస్తుంది.

ఉదా : ఉన్‌కే సివా యహ్ కామ్ కోయీ నహీ కర్ సక్‌తా హైం
उनके सिवा यह काम कोई नही कर सकता है ।
(వారు తప్ప వేరెవరూ ఈ పని చెయ్యలేరు.)

కే బినా के बिना (లేకుండా) : ఒక ప్రత్యేక మనిషి లేదా వస్తువు లేకపోతే ఫలానా పని జరుగదు అనే సందర్భంలో వస్తుంది.

ఉదా : రాజేష్ షక్కర్ కే బినా దూద్ పీతా హైం
राजेष शक्कर के बिना दूध पीता है ।
రాజేష్ చక్కెర లేకుండా పాలు తాగుతాడు.

కే అలావా - के अलावा అంతేకాకుండా (Besides)

ఇది ఒక మనిషి లేదా ఒక వస్తువునకు బదులుగా మరొక మనిషి లేదా మరొక వస్తువు ద్వారా ఒక పని జరుగుతుంది అని తెలియజేస్తుంది. అంతేగాకుండా ఇద్దరు వ్యక్తుల పరస్పర సంబంధం కూడా తెలియజేస్తుంది.

ఉదా : సికందరాబాద్ కే అలావా హైదరాబాద్ మే భీ ఐసా భవన్ హైం

सिकन्दराबाद के अलावा हैदराबाद में भी ऐसा भवन है ।

గమనిక : కే అలావా के अलावा (అంతేగాకుండా/బదులుగా), के बिना (లేకుండా), के सिवा (తప్ప/మినహా) అనేవి నామ వాచకానికి, సర్వనామానికి ముందు కూడా వస్తాయి.

ఉదా : బినా ఆపరేషన్ కే వహ్ ఠీక్ నహీ హెూగా

बिना आपरेशन के वह ठीक नहीं होगा ।

(ఆపరేషన్ లేకుండా అది నయం కాదు.)

సివా ఉన్‌కే వహ్ కామ్ కౌన్ కరేంగే ?

सिवा उनके वह काम कौन करेंगे ?

(వారు తప్ప ఆ పని ఎవరు చేయగలరు ?

అలావా హిందీ కే తెలుగు మే భీ బడే పండిత్ హైం

अलावा हिन्दी के तेलुगु में भी बडे पंडित है ।

(హిందీలోనే కాకుండా తెలుగులో కూడా పండితుడే).

8. విస్మయాది బోధకము विस्मयादि बोधक (Interjection) : ఇది వాక్యములోని సంతోషం, దు:ఖం, బాధ, అసహ్యం, ఆశ్చర్యం వంటి మనస్సులోని భావాలను తెలుపుతుంది.

ఉదా : शबाष (శబాష్), हाथ హాయ్, अहो (అహో), बापरे (బాప్‌రే).

ఈ విస్మయాది బోధక అవ్యయములు ఐదు రకములు. అవి :

1. హర్ష బోధక్ (हर्षबोधक) : ఇది సంతోషాన్ని తెలుపుతుంది.

ఉదా : (ఆహా) आहा, (శెబాష్) शबाश బాగుంది.

2. శోక్ బోధక్ (शोक बोधक) : ఇది దు:ఖాన్ని తెలుపుతుంది.

ఉదా : (హాయ్) हाय అయ్యో, (హే రామ్) हे राम (అయ్యో రామ)

3. ఆశ్చర్య బోధక్ (आश्चर्य बोधक) : ఇది ఆశ్చర్యాన్ని తెలుపుతుంది.

ఉదా : అచ్ఛా अच्छा మంచిది, జీహా जी हाँ

అట్లానా ! / అలాగే,

ठीक है (ఠీక్ హై) సరే.

4. తిరస్కార్ బోధక్ (तिरस्कार बोधक) : ఇది వ్యతిరేకతను తెలుపుతుంది.

ఉదా : ఛీ छी (ఛీ) అరే अरे (అరే)

(చుప్) चुप నోర్ముయ్, (హట్) हट తొలగి ఫో !

5. సంబోధ్ బోధక్ (सम्बोध बोधक) : ఇది సంబోధనను తెలుపుతుంది.

ఉదా : (ఓ) ओ ఓయ్, आदि (ఆది) మొదలగునవి.

అరే अरे ఒరే (అరీ) अरी ఒసే !

5

శబ్ద్ నిర్మాణ్ ఔర్ శబ్ద్ విభజన్ शब्द निर्माण और शब्द विभजन

శబ్ద నిర్మాణము - పదముల విభజన (Word building and division of words)

నిర్మాణాన్ని (మూలమును) బట్టి పదములను మూడు భాగాలుగా విభజించవచ్చును.

1. (రూఢి) रूढ़ि 2. (యౌగిక్) यौगिक 3. (యోగ్ రూఢి) योग रूढ़ि

1. రూఢి रूढ़ि : ఈ శబ్దములను విభజించినట్లయితే వాటిలోని భాగములకు ఏమి అర్థం ఉండదు.

ఉదా :	ఆద్మీ	आदमी	(మనిషి),
	బిల్లీ	बिल्ली	(పిల్లి)
	కుర్సీ	कुर्सी	(కుర్చీ),
	ఔరత్	औरत	(స్త్రీ)

2. (యౌగిక్) यौगिक : రెండు అంతకంటె ఎక్కువ మాటలతో లేదా మాటలలోని అంశాలతో ఏర్పడతాయి.
ఉదా : (కార్యదర్శి कार्यदर्शी - कार्य दर्शी) (రసోయీఘర్ रसोईघर వంటయిల్లు रसोई घर)

3. (యోగ్ రూఢి) योग रूढ़ि : ఇవి కూడా యౌగికశబ్దముల వలెనే రెండు లేక అంతకంటె ఎక్కువ శబ్దములు లేక శబ్దాంశములతో ఏర్పడతాయి. అయితే ఇవి సాధారణ అర్థమునకు బదులుగా విశేష అర్థమును తెలియజేస్తాయి.

ఉదా : చతుర్ముఖ్ चतुरमुख - మామూలు అర్థంలో అయితే నాలుగు ముఖములు కలిగినవాడు. కానీ విశేషఅర్థంలో బ్రహ్మదేవుడు.

వాయునందన్ वायुनन्दन मामूलु అర్థంలో - గాలి యొక్క కుమారుడు. కానీ విశేష అర్థంలో ఆంజనేయస్వామి.

6

వాక్య वाक्य వాక్యములు (Sentences)

పదముల ఉచ్ఛారణ గురించి తెలుసుకున్నాం కాబట్టి, ఇప్పుడు మనం వాక్యం **(Sentence)** గురించి తెలుసుకుందాం.

1. పూర్తి అర్థమును ఇచ్చే శబ్ద సముదాయమును 'వాక్యం' అంటారు.

ఉదా :	మై ఖేల్‌తా హూఁ	मै खेलता हूँ ।	నేను ఆడతాను.
	తుమ్ కౌన్ హెూ ?	तुम कौन हो ?	నువ్వు ఎవరు ?
	గాయ్ దూధ్ దేతీ హైఁ	गाय दूध देती है ।	ఆవు పాలు ఇస్తుంది.
	హమ్ కామ్ కర్‌తే హైఁ	हम काम करते है ।	మనం పని చేస్తాము.

2. సాధారణంగా వాక్య నిర్మాణంలో కర్త, కర్మ, క్రియ ఉంటాయి.

కర్త (कर्ता) పని చేసేవాడు.

కర్మ (कर्मा) పని యొక్క ఫలితాన్ని పొందేవాడు.

క్రియ (क्रिया) పని.

ఉదా : గాయ్ దూధ్ దేతీ హైఁ

गाय दूध देती है ।

ఆవు పాలు ఇస్తుంది. ఈ వాక్యంలో ఆవు (కర్త) – ఇచ్చుట (క్రియ) – పాలు (కర్మ) ఇవ్వబడేది

3. ఒక్కొక్క సారి కర్మ లేకుండా కూడా వాక్యం ఉంటుంది.
(సౌమ్య ఖేల్‌తీ హైఁ) सौम्या खेलती है । సౌమ్య ఆడుతుంది.
ఈ వాక్యంలో కర్త సౌమ్య, క్రియ ఆడుతుంది.
కానీ కర్మ (ఏమిటి ఆడుతుంది, ఎందుకు ఆడుతుంది. ఎట్లా ఆడుతుంది) వివరం లేదు.

కొన్ని ఉదాహరణవాక్యాలు తెలుసుకుందాం :

హమ్ పఢ్‌తే హైఁ	हम पढते है ।	మేం చదువుతాం.
దూధ్ సఫేద్ హైఁ	दूध सफेद है ।	పాలు తెల్లగా ఉంటాయి.
హమారా దేశ్ సుందర్ హైఁ	हमारा देश सुंदर है ।	మన దేశం అందంగా ఉంటుంది.

4. వ్యతిరేక అర్థాన్ని ఇచ్చే వాక్యములలో క్రియకు ముందు నహీ नही (లేదు/కాదు/వద్దు/అనే పదం వస్తుంది.

मै घर नही जाता / जाती हूँ ।
మై ఘర్ నహీం జాతా / జాతీ హూం) నేను ఇంటికి పోవటం లేదు.

तुम नही खेलती / खेलते हो ।
(తుమ్ నహీ ఖేల్‌తీ / ఖేల్‌తే హెూ) నువ్వు ఆడటం లేదు.

వాక్యములు మూడు రకములు అవి : సరళవాక్యము (సరళ్‌వాక్య్ सरल वाक्य **- Simple Sentence)** సంక్లిష్ట వాక్యము (మిశ్రిత్ వాక్య్ मिश्रित वाक्य **Complex Sentence)** (సంయుక్త వాక్యము संयुक्त वाक्य **Compound Sentence).**

1. **సరళ వాక్యము सरल वाक्य** ఒక కర్త మరియు ఒక క్రియ కలిగి ఉండే వాక్యమును (సరళవాక్యము **Simple Sentence)** అంటారు.

ఉదా : కళ్యాణ్ కామ్ కర్‌తా హైం ।
कल्याण काम करता है ।
కళ్యాణ్ పని చేస్తాడు.

2. **సంక్లిష్ట వాక్యము मिश्रित वाक्य :** ఒక ప్రధాన వాక్యము, దానిపై ఆధారపడిన ఒకటి లేదా రెండు అసంపూర్ణ వాక్యములు ఉన్న వాక్యమును సంక్లిష్ట వాక్యము **(Complex Sentence)** అంటారు.

ఉదా : ముఝె సర్ దర్ద్ హెూ రహాం హైం, ఉస్‌లియే మైం దఫ్తర్ కో నహీం ఆ సక్తా హుం
मुझे सर दर्द हो रहा है । इसलिए मैं दफ्तर को नहीं आ सकता हूँ ।
నాకు తలనొప్పి అవుతూ ఉన్నది, కాబట్టి నేను ఆఫీసుకి రాలేను.

శ్రీలక్ష్మి నే కహా కి సుదర్శన్ అచ్ఛా గాయక్ హైం ।
श्रीलक्ष्मी ने कहा कि सुदर्शन अच्छा गायक है ।
సుదర్శన్ మంచి గాయకుడు అని శ్రీలక్ష్మి చెప్పింది.

3. **సంయుక్త వాక్యము संयुक्त वाक्य :** రెండు లేదా అంతకంటె ఎక్కువ సరళవాక్యములు కలసి ఉండు వాక్యమును సంయుక్త వాక్యము **(Compound Sentence)** అంటారు.

ఉదా : మైం పిఠాపురం జావుగా లేకిన్ ఖానా ఖాకే జావూంగా
मैं पिठापुरम जाऊँगा लेकिन खाना खाके जाऊँगा ।
నేను పిఠాపురం వెళతాను, కానీ భోజనం చేశాక వెళతాను.

7

वाच्य వాగర్థము వాచ్య్ - (Voice)

ప్రతి వాక్యంలోనూ కర్త कर्ता **(subject)**, కర్మ कर्म **(object)**, క్రియ क्रिया **(verb)** ఉంటాయని, అట్లానే ప్రతి వాక్యమునకు అర్థం/భావం ఉంటుందని మనందరకూ తెలిసిందే. ఇది అన్ని భాషలలోనూ ఉన్నట్టు గానే హిందీ భాషలో కూడా ఉంది. దీనిని వాగర్థము वाच्य **(Voice)** అంటారు. వాక్ + అర్థము = వాగర్థము అన్న మాట. క్రియా రూపమునుబట్టి వాగర్థము మూడు రకములు :

1. కర్త్రర్థకము (కర్తృ వాచ్య్ कर्तृ वाच्य **(Active Voice).**
2. కర్మార్థకము (కర్మ్ వాచ్య్ कर्म वाच्य **(Passive Voice).**
3. భావార్థకము (భావ్ వాచ్య్ भाव वाच्य **(Impersonal Voice).**

1. కర్త్రర్థకము (కర్తృ వాచ్య్ कर्तृ वाच्य **Active Voice) :** దీనిలో కర్త **(subject)** అనగా, ఒక పని చేసేవాడి గురించి ప్రధానముగా చెప్పబడుతుంది.

ఉదా : నర్సింగ్‌రావు ఏక్ ఖత్ లిఖ్ రహాఁ హైఁ
नर्सिंगराव एक खत लिख रहा है ।
నర్సింగ్‌రావు ఒక ఉత్తరం వ్రాస్తూ ఉన్నాడు.

మైఁ మహాభారత్ పఢ్ రహాఁ హూఁ
मैं महाभारत पढ रहा हूँ ।
నేను మహాభారతం చదువుతూ ఉన్నాను.

2. కర్మార్థకము (కర్మ్ వాచ్య్ कर्म वाच्य **Passive Voice)** : దీనిలో కర్మ **(object)** అనగా, కర్త చేసిన పని యొక్క ఫలితాన్ని పొందేవాడి గురించి ప్రధానముగా చెప్పబడుతుంది. దీనిలో గమనించవలసినది 'చేత' 'వలన' మరియు 'బడు' అనే పదములు ఖచ్చితంగా వచ్చును. అనగా సే (से వలన, చేత) మరియు గయా (गया బడెను) గయీ (गयी బడింది) వచ్చును. క్రియా పదం ఎప్పుడూ భూతకాలం లోనే ఉండును.

ఉదా : రామ్ కే హాథ్ సే రావణ్ మారా గయా	గౌరిసే కామ్ కియా గయీ
राम के हाथ से रावण मारा गया ।	गौरी से काम किया गया ।
రాముడి చేత రావణుడు చంపబడెను.	గౌరి చేత పని చేయబడింది.

3. భావార్థకము (భావ్ వాచ్య్ भाव वाच्य **Impersonal Voice)** : దీనిలో కర్తకు, కర్మకు కాకుండా భావానికి మాత్రమే ప్రాధాన్యత ఉండును. అకర్మక క్రియలు (अकर्मक क्रियाये **Intransitive Verbs)** భావార్థకముగా మారతాయి.

ఉదా : కుత్తా దౌడ్ నహీ సక్‌తా

कुत्ता दौड नही सकता

కుక్క పరుగెత్త లేదు.

(కుక్క, పరుగెత్తడం, అనే పనిని చేయలేదు అని చెప్పడం ఇక్కడ ముఖ్య ఉద్దేశ్యం).

తుమ్ సే యహ్ కామ్ కియా నహీ జాతా

तुम से यह काम किया नहीं जाता ।

నీ చేత ఈపని చేయబడదు.

(ఈ వాక్యంలో 'పని' ప్రధానమైనది).

దీనిలో గమనించవలసిన ముఖ్య విషయం 'గయా' (गया) అనే సహాయక క్రియ యొక్క మరోరూపం జాతా (जाता) వస్తుంది. క్రియా ధాతువు మాత్రం భూతకాలంలోనే ఉంటుంది.

8

उपसर्ग ఉపసర్గ్ (Prefix)

ఒక మాటకు ముందు వచ్చి మాట యొక్క అర్థములో మార్పును కలుగ జేసే వాక్యాంశమును ఉపసర్గ్ उपसर्ग **(Prefix)** అంటారు. ఇవి ఒకటి, లేదా రెండు, లేదా మూడు అక్షరములు కల్గి ఉంటాయి. ఇవి తత్సమ, తద్భవములతోపాటు హిందీ, ఉర్దూ భాషల నుండి కూడా తీసుకోబడ్డాయి. తెలుగులో మనకు 'అను'చరుడు, 'అప'కారము, అనే పదములు ఎట్లా ఉన్నాయో అట్లానే హిందీలో కూడా ఉన్నాయి.

ఉదా :	ఉపనామ్	उप + नाम	మరొకపేరు	उपनाम
	ఉపవన్	उप + वन	ఉద్యానవనం	उपवन

ఇప్పుడు ఇక్కడ మనం కొన్ని ఉదాహరణలను చూద్దాం. దానివల్ల మనకు మరింతగా ఈ విషయం గురించి తెలుస్తుంది.

(సు)	सु	సుయేగా	सुयेगा,	సుదిన్	सुदिन,	సుపుత్ర్	सुपुत्र
(కు)	कु	కుమార్గ్	कुमार्ग,	కుసంగీత్	कुसंगीत	కుపుత్ర్	कुपुत्र
(అతి)	अति	అతిడర్	अतिढर,	అతిశయ్	अतिशय		
(ఆ)	आ	ఆజీవన్	आजीवन,	ఆజన్మ్	आजन्म		
(ఉప్)	उप	ఉపమాన్	उपमान,	ఉపకార్	उपकार		
(అప్)	अप	అపవాద్	अपवाद,	అప్మాన్	अपमान		
(ప్రతి)	प्रति	ప్రతిరోధ్	प्रतिरोध,	ప్రతిగ్రహ్	प्रतिग्रह		
అను	अनु	అనుమతి	अनुमति,	అనుజ్	अनुज		

9

ప్రత్యయము प्रत्यय (Suffix)

హిందీ భాషలో గమనించవలసినది ప్రత్యయము **(Suffix)** మాటలకు చివర వచ్చి మాటల యొక్క అర్థములో మార్పును కలిగించే వాటిని ప్రత్యయము (प्रत्यय) అంటారు. ప్రత్యయములు రెండు రకములు.

1. కృత్ ప్రత్యయ్ कृत प्रत्यय **(Verbal Suffix)**

2. (తద్ధిత్ ప్రత్యయం) तद्धित प्रत्यय **(Noun Suffix)**

1. కృత్ ప్రత్యయ్ कृत प्रत्यय : క్రియకు లేదా ధాతువునకు చివర చేర్చబడే ప్రత్యయము **(Suffix)** ను కృతప్రత్యయము అంటారు. పనికి చివర వచ్చే పదం అని అర్థం. ఉదాహరణకి తెలుగులో "వాడు", అని అంటాం కదా అదే అన్నమాట.

ఉదా :	జానేవాలా	जानेवाला	వెళ్ళేవాడు
	మిల్‌నేవాలా	मिलनेवाला	కలిసేవాడు
	దేఖ్‌నేవాలా	देखनेवाला	చూచేవాడు
	కర్‌నేవాలా	करनेवाला	చేసేవాడు

2. తద్ధిత్ ప్రత్యయ్ तद्धित प्रत्यय : నామవాచక శబ్దమునకు చివర వచ్చే దానిని తద్ధిత్ ప్రత్యయం అంటారు.

ఉదా :	దూధ్‌వాలా	दूधवाला	పాలవాడు
	గాయ్‌వాలా	गायवाला	ఆవులవాడు
	ధన్‌వాన్	धनवान	ధనికుడు

ఉదాహరణకి 'వాడు' :- మంచివాడు, 'ది' – మంచిది, పడు – గాయపడు, 'డు' – దానవుడు, 'తనము' మంచితనము ఇట్లాంటి పదములు ఎట్లా ఉన్నయో అట్లానే హిందీ భాషలో కూడా ఉన్నాయి. వాటిని ఇప్పుడు మనం తెలుసుకుందాం.

ఈ క్రింద మరికొన్ని ప్రత్యయములు తెలుసుకుందాం :

ఉదా :	(నీ)	...	नी	...	चटनी	...	చట్నీ
	(యా)	...	या	...	सौंदर्य	...	సౌందర్య
	(వట్)	...	वट	...	रूकावट	...	రూకావట్

(ఆయీ)	...	आई	...	सुनाई	...	సునాయీ
(తా)	...	ता	...	सज्जनता	...	సజ్జన్‌తా
(ఇక్)	...	इक	...	सांस्कृतिक	...	సాంస్కృతిక్
(ఆల్)	...	आल	...	ससुराल	...	సుసురాల్
(అక్కడ్)	...	अक्कड	...	पियक्कड	...	పియక్కడ్

ने (నే)

మనం ఇప్పటివరకు హిందీ వ్యాకరణంలోని చాలా విషయాలను తెలుసుకున్నాము. ఇప్పుడు ఇక్కడ చెప్పబోయే నే (ने) అనే ప్రత్యయం **(suffix)** కర్త తర్వాత వస్తుంది. ఇది హిందీ భాషలో చాలా ముఖ్యమైనది.

నియమం 1 : ఇది భూత కాలంలో సకర్మక క్రియలో మాత్రమే వస్తుంది. సకర్మక క్రియ అంటే ఏమిటో ఈ పుస్తకంలోనే కాలవిభజనలో చెప్పబడింది. గమనించండి.

నియమం 2 : నే 'ने' ప్రత్యయం వచ్చినప్పుడు క్రియ అనేది కర్మ **(object)** యొక్క లింగ వచనములను బట్టి మారుతుంది. కర్త యొక్క లింగ, వచనములనుబట్టి ఉంటుంది.

ఉదా : గౌరీనే దో రోటియాఁ ఖాయీ — राजीने आम खाया के पक्ष में: రాజీనే ఆమ్ ఖాయా

गौरी ने दो रोटियाँ खायी । — राजीने आम खाया ।

గౌరీ రెండు రొట్టెలు తిన్నది. — రాజీ మామిడిపండు తిన్నది.

నియమం 3 : వర్తమానకాలం, భవిష్యత్ కాలంలలో (నే) ने ప్రత్యయం రాదు.

నియమం 4 : కర్మ లోపిస్తే కర్మ తర్వాత को (కో) విభక్తి వచ్చినప్పుడు క్రియ పుంలింగ ఏక వచనములో మాత్రమే ఉంటుంది.

ఉదా :	హమ్‌నే దేఖా	हम ने देखा	మేం చూశాం.
	ఉస్‌నే సునా	उसने सुना	అతను విన్నాడు.

సోమ్‌నాథ్‌నే కుత్తాకో దేఖా

सोमनाथ ने कुत्ते को देखा

సోమనాథ్ కుక్కను చూశాడు

నియమం (5) : లా ला, బోల్ बोल, భూల్ भूल, సక్ सक, చుక్ चुक, లగ్ लग అనే పదములు సకర్మక క్రియలు అయినప్పటికీ, ఇవి వచ్చినప్పుడు నే (ने) ప్రత్యయం రాదు. జాగ్రత్తగా గమనించండి.

ఉదా : (హమ్ ఏక్ కితాబ్ లాయే)

हम एक किताब लाये

మేం ఒక పుస్తకం తెచ్చాం.

మైం అంగ్రేజీ సీక్ చుకా

मैं अंग्रेजी सीख चुका

నేను ఆంగ్లం నేర్చుకున్నాను.

తుమ్ ఇస్‌కా నామ్ భూల్ గయే

तुम इसका नाम भूल गये

నీవు ఇతని పేరు మర్చిపోయావు.

బచ్చా తెలుగు మేం బోలా

बच्चा तेलुगु में बोला

పిల్లవాడు తెలుగులో మాట్లాడాడు.

ఆప్ పానీ పీ సకే

आप पानी पी सके

తమరు (మీరు) నీళ్ళు తాగగలిగారు.

10

విధి వాచక్ विधि वाचक విధివాచకము (Imperative Mood)

ఆదేశము, ఆజ్ఞ, ఉపదేశం, విన్నపములను తెలియజేయు క్రియారూపమును 'విధి వాచకము' विधि वाचक అంటారు. ఈ కింది నియమాలను జాగ్రత్తగా గుర్తు పెట్టుకోవలెను.

1. ఈ విధి వాచక క్రియలో కర్తగా నీవు, నువ్వు (తూ तू, తుమ్ तुम); మీరు, తమరు (ఆప్ आप) అనే సర్వ నామములు వస్తాయి.

2. తూ (तू) అనే మాట చిన్నపిల్లలు, నౌకర్లకు ఉపయోగిస్తారు.

3. తుమ్ (तुम) సహోద్యోగులు, సహవిద్యార్థులు, మిత్రులు వగైరా సమానుల పట్ల ఉపయోగిస్తారు.

4. తూ (तू) కర్తగా ఉన్నప్పుడు క్రియ యొక్క మూల పదమే ఉపయోగిస్తారు. ఉదా : తూ కర్ तू कर నువ్వు చెయ్యి. తూ దేఖ్ तू देख నువ్వు చూడు.

5. తుమ్ (तुम) కర్తగా ఉన్నప్పుడు క్రియా ధాతువు తర్వాత ఓ (ओ) జోడించబడుతుంది.

   ఉదా : తుమ్ కరో तुम करो నువ్వు చదువు (మర్యాద)

   తుమ్ దేఖో तुम देखो నువ్వు చదువు (మర్యాద)

6. ఆప్ (आप) కర్తగా ఉన్నప్పుడు ఇయే (इये), జియే (जिये) వస్తాయి.

   ఉదా : ఆప్ పఢియే आप पढ़िये తమరు / మీరు చదవండి.
   ఆప్ కీజియే आप कीजिए తమరు / మీరు చేయండి.

దీనిలో వ్యతిరేక వాక్యములు వ్రాసేటప్పుడు క్రియా పదానికి ముందు మత్ मत, మనా मना వస్తాయి.

ఉదా : .... తుమ్ మత్ ఆవో
तुम मत आओ
నువ్వు రాకు

ఉదా : .... ఆప్ మత్ కీజియే
आप मत कीजीए ।
తమరు / మీరు చేయవద్దు.

మత్ मत వద్దు (Do not)

హిందీలో ఈ పదాన్ని వ్యతిరేక వాక్యాలలో ఉపయోగిస్తారు. ఈ పదాన్ని ఉపయోగించేటపుడు తుమ్ (तुम) వచ్చినప్పుడు 'ो' లేదా కో (को) తప్పనిసరిగా రావలెను. అట్లానే आप (ఆప్) వచ్చినప్పుడు 'ि' 'ए' లేదా 'ఇయే' (इए) అనేవి క్రియలలో రావలెను.

ఉదా : ఝూఠ్ మత్ బోలో	మేరీ బాత్ మత్ భూలో	ఆప్ వహా మత్ జాయియే
झूठ मत बोलो	मेरी बात मत भूलो ।	आप वहाँ मत जाइएँ
అబద్ధం చెప్పవద్దు.	నా మాట మర్చిపోవద్దు.	తమరు అక్కడికి వెళ్ళవద్దు.

11

ఒక పదములో వ్రాసే మాటలు – एक शब्द में लिखने वाली बातें

తెలుగులోను, హిందీలోను కొన్ని పదాలు ఉన్నాయి. పాఠశాల पाठशाला **(school)** అనే పదమునకు అర్థం చదువుకునే ప్రదేశం లేదా చదువు చెప్పే ప్రదేశం. ఇలాగే ఇంకా చాలా పదాలు వున్నాయి. వాటిని ఈకింద గమనించండి :

1. కపడే సీనే వాలా — कपडे सीने वाला । — దర్జీ, दर्जी టైలరు.

2. ఖేతీ కా కామ్ కర్‌నే వాలా — खेती का काम करने वाला । — కీసాన్ किसान రైతు.

3. జిస్‌కా పైర్ నహీ హై వహ్ — जिसका पैर नही है वह । — లంగడా लंगडा కుంటివాడు.

4. జో అనేక్ శాస్త్రోం కా జ్ఞాన్ రఖ్‌తా హైం — जो अनेक शास्त्रों का ज्ञान रखता है ।
   పండిట్ విద్వాన్ पंडित, विद्वान

5. మందిర్ మే పూజా కర్‌నే వాలా — मंदिर में पूजा करनेवाला ।
   పూజారి पूजारी

6. విరహ్ సే వ్యాకుల్ స్త్రీ — विरह से व्याकुल स्त्री ।
   విరహిణి विरहिणी

7. జో ఘమండ్ రఖ్‌తా హైం — जो घमंड रखता है ।
   ఘమండీ घमंडी గర్విష్ఠి

8. సహయోగ్ న దేనా — सहयोग न देना ।
   అసహ్‌యోగి असहयोग

9. జో కోయీ కామ్ నహీ కర్‌తా — जो कोई काम नही करता ।
   బేకార్ बेकार సోమరి

10. ప్రేమ కరనేవాలీ స్త్రీ — प्रेम करनेवाली स्त्री ।
    ప్రేమిక प्रेमिका ప్రేయసి

11. జిస్‌మే అచ్ఛే గుణ్ హెూతే హైం — जिसमे अच्छे गुण होते है ।
    గుణీ गुणी గుణవంతురాలు

12. సమాజ్ సే సంబంధిత్ समाज से संबन्धित ।

సామాజిక్ सामाजिक

13. జో బోల్ నహీ సక్‌తా जो बोल नही सकता ।

గూంగా गूंगा మూగవాడు

14. జో సున్ నహీ సక్‌తా जो सुन नही सकता ।

బహ్‌రా बहरा చెవిటివాడు

15. కప్‌డే బున్‌నేవాలా कपडे बुनने वाला ।

జులాహా जुलाहा సాలెవాడు

16. సోనే కే ఆభూషణ్ బనానేవాలా सोने के आभूषण बनाने वाला ।

సునార్ सुनार బంగారు పనివాడు

17. అప్‌నీ ఇచ్ఛా కే అనుసార్ కర్‌నేవాలా अपनी इच्छा के अनुसार करनेवाला ।

స్వేచ్ఛాచారి स्वेछाचारी

18. గీత్ గానే వాలా गीत गानेवाला ।

గాయక్ / గవైయా गायक, गवैया గాయకుడు / గాయని

19. తేల్ బేచ్‌నేవాలా तेल बेचने वाला ।

తేలీ तेली తెలికలవాడు

20. విద్యా సీఖ్‌నేవాలా विद्या सीखने वाला ।

విద్యార్థి विद्यार्थी

21. జో మహనత్ కర్‌తా హైం जो मेहनत करता है ।

మజ్‌దూర్ / మహ్‌నతీ मजदूर, मेहनती కార్మికుడు / కార్మికురాలు

22. ఖేల్‌నేవాలా खेलनेवाला ।

ఖిలాడి खिलाडी ఆటగాడు

12 సమానార్థక్ శబ్ద్ समानार्थक शब्द సమానార్థక శబ్దములు (Synonyms)

పుత్ర	पुत्र	...	బేటా / సుత్, / కుమార్	बेटा, सुत, कुमार
పుత్రీ	पुत्री	...	బేటీ / సుతా / కుమారీ	बेटी, सुता, कुमारी
పతి	पति	...	నాథ్	नाथ
పత్ని	पत्नी	...	సతి, స్త్రీ	सती, स्त्री
రుకావట్	रुकावट	...	రోడా	रोडा
సమ్రాట్	सम्राट	...	మహారాజ్	महाराज
సుందర్	सुन्दर	...	ఖూబ్‌సూరత్	खूबसूरत
సాహస్	साहस	...	ధైర్య్	धैर्य
మౌన్	मौन	...	చుప్‌చాప్	चुपचाप
ఖుషీ	खुशी	...	సంతోష్, ఆనంద్	संतोष, आनंद
అసత్య	असत्य	...	ఝూఠ్	झूठ
పాగల్	पागल	...	దీవానా	दीवाना
బహుత్	बहुत	...	కయీ, అనేక్	कई / अनेक
దు:ఖ్	दु:ख	...	దర్ద్, వ్యాకులత, ఉదాసీ	दर्द, व्याकुलता, उदासी
బీమార్	बीमार	...	అస్వస్థ్	अस्वस्थ
సత్య	सत्य	...	సచ్, వాస్తవ్	सच, वास्तव
తందురుస్త్	तन्दुरुस्त	...	స్వస్థ్	स्वस्थ

సమానార్థక ద్వంద్వ శబ్ద్ समानार्थक द्वन्द्व शब्दों సమానార్థక ద్వంద్వ శబ్దములు

తెలుగుభాషలో ఉన్నట్లుగానే హిందీభాషలో కూడా సమానార్థక ద్వంద్వ శబ్దములు ఉన్నాయి.

ఉదా : రోనా పీట్‌నా रोना पीटना – ఏడ్చి మొత్తుకొనుట, లడ్‌నా ఝగడ్‌నా लडना झगडना కొట్లాడుట/పోట్లాడుట, బాల్ బచ్చే बाल बच्चे – పిల్లలు జెల్లలు ఘర్ ద్వార్ घर द्वार – ఇల్లు వాకిలి, ఆనా జానా आना जाना – రాకపోకలు, గానా బజానా गाना बजाना – పాడుట వాయిద్యములు వాయించుట, గలీ కుచే गली कुचे – సందులు గొందులు, జాన్ బుఝ్ కర్ जान बुझ कर – అంతా తెలిసి, సమఝ్ సమఝ్ కర్ समझ समझ कर అర్థం చేసుకున్న.

13

విలోమ్ శబ్ద్ विलोम शब्द వ్యతిరేక పదములు (Antonyms)

ఏదైనా ఒక పదమునకు వ్యతిరేకముగా వచ్చు పదమును వ్యతిరేకపదములు అంటారు. ఈ కింది వాటిని బాగా చదవండి.

	మోటా	-	मोटा	లావు	×	పత్‌లా	-	पतला	సన్నని
	ఊపర్	-	ऊपर	పైన	×	నీచే	-	नीचे	క్రింద
1.	పుణ్య్	-	पुण्य	పుణ్యము	×	పాప్	-	पाप	పాపము
2.	పాస్	-	पास	దగ్గర	×	దూర్	-	दूर	దూరము
3.	రాత్	-	रात	రాత్రి	×	దిన్	-	दिन	పగలు
4.	సుఖ్	-	सुख	సుఖము	×	దు:ఖ్	-	दु:ख	దు:ఖము
5.	ధర్మ్	-	धर्म	ధర్మము	×	అధర్మ్	-	अधर्म	అధర్మము
6.	నయా	-	नया	కొత్తది	×	పురానా	-	पुराना	పాతది
7.	ఆరంభ్	-	आरंभ	ఆరంభము	×	అంత్	-	अंत	అంతము
8.	కమ్	-	कम	తక్కువ	×	అధిక్	-	अधिक	ఎక్కువ
9.	భూల్నా	-	भूलना	మరచిపోవుట	×	యాద్ కర్నా	-	याद करना	గుర్తుంచుకొనుట
10.	డర్	-	डर	భయము	×	నిడర్	-	निडर	నిర్భయము
11.	ఆనా	-	आना	వచ్చుట	×	జానా	-	जाना	వెళ్ళుట
12.	సచ్	-	सच	నిజము	×	ఝూఠ్	-	झूठा	అబద్ధము
13.	మాలిక్	-	मालिक	యజమాని	×	నౌకర్	-	नौकर	సేవకుడు
14.	సత్య్	-	सत्य	సత్యము	×	అసత్య్	-	असत्य	అసత్య్
15.	ప్రకాశ్	-	प्रकाश	వెలుగు	×	అంధేరా	-	अंधेरा	చీకటి
16.	బేచ్‌నా	-	बेचना	అమ్ముట	×	ఖరీద్‌నా	-	खरीदना	కొనుట
17.	ఖట్టా	-	खट्टा	పులుపు	×	మీఠా	-	मीठा	తీపి
18.	భలాఈ	-	भलाई	మంచి	×	బురాఈ	-	बुराई	చెడు
19.	అమీర్	-	अमीर	ధనవంతుడు	×	గరీబ్	-	गरीब	బీదవారు
20.	సఫేద్	-	सफेद	తెలుపు	×	కాలా	-	काला	నలుపు
21.	బడా	-	बडा	పెద్ద	×	ఛోటా	-	छोटा	చిన్న
22.	ప్రశ్న్	-	प्रश्न	ప్రశ్న	×	ఉత్తర్	-	उत्तर	జవాబు
23.	హస్‌నా	-	हँसना	నవ్వుట	×	రోనా	-	रोना	ఏడ్చుట
24.	బల్‌వాన్	-	बलवान	బలవంతుడు	×	బల్‌హీన్	-	बलहीन	బలహీనుడు
25.	న్యాయ్	-	न्याय	న్యాయము	×	అన్యాయ్	-	अन्याय	అన్యాయము

14

రెండు అర్థములనిచ్చే పదములు

హిందీ భాషలో ఉచ్చారణ ఒకే విధంగా ఉన్నప్పటికీ చాలా పదాలు రెండు అర్థాలను కలిగి ఉంటాయి. అవి వాక్యం పరంగా భావం పరంగా వేరు వేరుగా ఉంటాయి. ఇటువంటి పదాలు చాలా ఉన్నాయి. వాటిల్లో మచ్చుకి కొన్ని ఇక్కడ చూద్దాం :

(అ) సంఖ్యా వాచక్ శబ్ద్ **संख्यावाचक शब्द** సంఖ్యా వాచక పదం

దో (दो) :

మేరే పాస్ దో రూపయే హై
मेरे पास दो रुपये हैं ।
నావద్ద రెండు రూపాయలు ఉన్నాయి.

తుమ్ ఉస్‌కో అప్‌నా కితాబ్ దో (క్రియారూపం)
तुम उसको अपना किताब दो
నీవు అతడికి నీ యొక్క పుస్తకాన్ని ఇవ్వు.

కి (कि) :

రాజానే కహా కి సముద్ర్ మే మోతీ మిల్‌తే హైం (సముచ్ఛయపదం)
राजा ने कहा कि समुद्र में मोती मिलते है ।
సముద్రంలో ముత్యాలు దొరుకుతాయి అని రాజా అన్నాడు.

యహ్ సమాచార్ ఉస్‌కో మాలూమ్ హై కి నహీ (లేదా)
यह समाचार उसको मालुम है कि नही ! (या)
ఈ విషయం అతనికి తెలుసా లేదా !

మాన్ मान :

కవి కా సమ్మాన్ సభీ దేశ్ మే హోతా హైం (గౌరవం)
कवि का सम्मान सभी देश में होता है ! (आदर)
కవికి అన్ని దేశాలలోనూ సన్మానం అవుతుంది.

ముఝె తేల్‌కా నాప్ నహీ ఆతా (పరిమాణం)
मुझे तेल का नाप नही आता
నాకు నూనె యొక్క కొలత రాదు.

భూల్ (भूल) : మై తుమ్హారా కామ్ కర్‌నా భూల్ గయా (మతిమరపు)
मैं तुम्हारा काम करना भूल गया (भूल जाना)
నేను నీ పని చేయటం మర్చిపోయాను.
మేరా యహ్ భూల్ మాఫ్ కీజియే (తప్పు)
मेरा यह भूल माफ कीजिये ! (गलती)
నా యొక్క ఈ తప్పు క్షమించండి.

భాగ్ (भाग) : కాగజ్ కో తీన్ భాగ్ కరో (ముక్కలు)
कागज के तीन भाग करो ! (टूकडे)
కాగితమును మూడు ముక్కలు చెయ్యి.
బడా దాదా అప్‌నా భాగ్ లేకర్ వ్యాపార్ కర్‌నే లగా (గణాంకం)
बडा दादा अपना भाग लेकर व्यापार करने लगा (हिस्सा)
పెద్ద తాతయ్య తన వాటా తీసుకుని వ్యాపారం ప్రారంభించాడు.

లాల్ (लाल) : పద్మ హమేషా లాల్ కప్‌డే పహన్‌తీ హైం (రంగు)
पद्मा हमेशा लाल कपडे पहनती है ।
పద్మ ఎల్లప్పుడూ ఎరుపు బట్టలనే ధరిస్తుంది.
హమ్ సబ్ భారత్ మాతా కే లాల్ హైం (బిడ్డ)
हम सब भारत माता के लाल है ।
మనమంతా భారతమాత బిడ్డలం.

సోనా (सोना) : సోనా బహుత్ మహంగా హైం (ధర)
सोना बहुत महंगा है ।
బంగారం చాలా ప్రియమైనది. (ఎక్కువ ధర)
అధిక్ సోనా అచ్ఛా నహీం హై (నిద్ర)
अधिक सोना अच्छा नही है ।
ఎక్కువ నిద్ర మంచిది కాదు.

కల్ (कल) : కల్ మేరా భాయీ చెన్నయ్ సే ఆయా గడచిపోయిన రోజు (నిన్న)

कल मेरा भाई चेन्नई से आया ! (बीता हुआ दिन)

నిన్న నా సోదరుడు చెన్నయ్ నుంచి వచ్చాడు.

కల్ మై రాజమండ్రి జావూంగా (రాబోయే రోజు రేపు)

कल मैं राजमन्ड्री जाऊँगा । (आनेवाला दिन)

రేపు నేను రాజమండ్రి వెళతాను.

ఉత్తర్ (उत्तर) : భారత్ కే ఉత్తర్ మే హిమాలయ్ పహాడ్ హైం (దిశ)

भारत के उत्तर मे हिमालय पहाड हैं । (उत्तर दिशा)

భారత్‌కి ఉత్తరాన హిమాలయ పర్వతం ఉన్నది.

మేరే ప్రశ్న్‌కో ఉత్తర్ దో (సమాధానం)

मेरे प्रश्न का उत्तर दो ! (जवाब)

నా ప్రశ్నకు జవాబు చెప్పు.

జల్ (जल) : కల్ మేరే గాంవ్ మే తీస్ ఘర్ జల్ గయా (దగ్ధం)

कल मेरे गाँव में तीस घर जल गये (जल जाना)

నిన్న మా గ్రామంలో ముప్పయి ఇళ్ళు కాలిపోయాయి.

గంగా కా జల్ సాఫ్ హెూతా హైం (నీళ్ళు)

गंगा का जल साफ होता है । (पानी)

గంగా జలం శుభ్రంగా ఉంటాయి.

కీ (की) : దశరథ్ కా పుత్ర్ రామ్ హైం (షష్ఠి విభక్తి)

दशरथ का पुत्र राम है ।

దశరథుడి యొక్క కుమారుడు రాముడు.

తుమ్‌నే ఐసీ హాని క్యోం కీ (కర్ యొక్క భూతకాలం)

तुमने ऐसी हानि क्यों की । (कर धातु का भूतकाल)

నువ్వు ఇట్లాంటి హాని ఎందుకు చేశావు.

15 ద్విరుక్త్ శబ్ద్ द्विरूक्त शब्द ద్విరుక్త శబ్దములు (Double stressed words)

తెలుగు భాషలో ఎట్లా అయితే ఉన్నాయో అట్లానే హిందీ భాషలో కూడా ద్విరుక్త శబ్దములు ఉపయోగంలో ఉన్నాయి. ఇవి నామవాచకములలోనూ, సర్వనామములలోనూ, విశేషణములలోనూ, క్రియలలోనూ, క్రియా విశేషణములలోనూ కూడా ఉంటాయి.

1. द्विरुक्त संज्ञायें ద్విరుక్త నామవాచకములు

ఉదా : (ఫూల్ హీ ఫూల్ फूल ही फूल పువ్వులే పువ్వులు), (ఘర్ హీ ఘర్ घर ही घर ఇళ్ళే ఇళ్ళు) (ఘర్ ఘర్ మే घर घर मे ఇంటింట), టుక్డే టుక్డే टुकडे टुकडे ముక్కలు ముక్కలు), భీడ్ కే భీడ్ भीड के भीड గుంపులే గుంపులు), పానీ హీ పానీ पानी ही पानी (నీళ్ళే నీళ్ళు) బాత్ బాత్ మే बात बात मे మాట మాటలో).

2. द्विरुक्त सर्वनाम ద్విరుక్త సర్వనామములు

ఏక్ ఏక్ एक एक ఒక్కొక్కరు, కోయి న కోయి कोई न कोई ఎవరో ఒకరు, కుఛ్ న కుఛ్ कुछ न कुछ - ఎంతో కొంత, హర్ కోయి / హర్ ఏక్ हर कोई/हर एक ప్రతి ఒక్కరు, కిసీ కిసీ కో किसी किसी को - కొందరికి మాత్రమే, కిస్ కిస్ కో किस किस को - ఎవరెవరికో, (ఖుద్ బ ఖుద్) खुद ब खुद - స్వయంగా, తనంతటతానుగా, (అపనే ఆప్ - ఆప్ హి ఆప్) अपने आप / आप ही आप - తనకు తానుగా, స్వయముగా.

3. द्विरुक्त विशेषण (ద్విరుక్త విశేషణములు)

मोटे मोटे మోటే మోటే, లావు లావుగా, (బడే బడే) बडे बडे - పెద్ద పెద్దగా, థోడా థోడా/జరా జర थोडा थोडा जरा जरा - కొంచెం కొంచెం, (ఛోటే ఛోటే) छोटे छोटे - చిన్న చిన్న, (బహుత్ కుచ్) बहुत कुछ - చాలా, (మీటీ మీటీ) मीठी मीठी / మధుర్ మధుర్ मधुर मधुर - తీయ తీయని, కుఛ్ కుఛ్ कुछ कुछ కొంత కొంత / కొంచెం కొంచెం.

4. द्विरुक्त क्रियायें ద్విరుక్త్ క్రియాయేఁ

ఆతే ఆతే आते आते - వస్తూ వస్తూ, డర్తే డర్తే डरते डरते - భయం భయంగా, पढते पढते - చదువుతూ చదువుతూ, రోతే రోతే रोते रोते - ఏడుస్తూ ఏడుస్తూ, హస్తే హస్తే हँसते हँसते - నవ్వుతూ నవ్వుతూ, (జాతే జాతే) जाते जाते - పోతూ పోతూ/వెళ్తూ వెళ్తూ, కర్తే కర్తే करते करते - చేస్తూ చూస్తూ, తైర్తే తైర్తే तैरते तैरते - ఈదుతూ ఈదుతూ.

గమనిక :- ద్విరుక్త క్రియలు ఒక పని కొనసాగింపును లేదా నిరంతరం జరగటాన్ని తెలుపుతాయి.

5. द्विरुक्त क्रिया विशेषण (ద్విరుక్త క్రియావిశేషణములు)

కభీ కభీ कभी कभी అప్పుడప్పుడు, కహీన కహీ कहीं न कहीं - అక్కడ ఎక్కడో కహా కహా कहाँ कहाँ - ఎక్కడెక్కడ, కభీ న కభీ कभी न कभी - ఎప్పుడో ఒకప్పుడు, జబ్ జబ్ - తబ్ తబ్ जब जब - तब तब - ఎప్పుడెప్పుడు/ అప్పుడప్పుడు, జహాఁ జహాఁ - వహాఁ వహాఁ जहाँ जहाँ - वहाँ वहाँ - ఎక్కడెక్కడ అక్కడక్కడ, జ్యోం జ్యోం - త్యోం త్యోం ज्यों ज्यों - त्यों त्यों - ఏ యే విధంగా / ఆయా విధంగా.

16

సంధి संधि సంధి (Compromise)

ఈ సృష్టిలోని అన్ని భాషలకు తల్లి అయినటువంటి సంస్కృత భాషతో సహా ప్రపంచంలోని ఏ భాషలోనయినా సరే 'సంధి' అనేది లేకుండా ఉండదు. 'సంధి' అనగా రాజీ పడుట **(compromise)** లేదా సమాధానపడుట **(Adjustment)** లేదా ఒకదానితో ఒకటి అరమరికలు లేకుండా కలిసిపోవటం **(Joining together)** అన్నమాట. అట్లా ఉంటేనే జీవితమైనా, భాష అయినా సజీవంగా ఉంటుంది. నిత్యనూతనంగా అనంతంగా సాగిపోతుంది. కాబట్టి మనం ఇప్పుడు ఆ 'సంధి' (संधि) గురించి తెలుసుకుందాం.

దీనిలో రెండు పదములకు మధ్య '+' గుర్తు ఉంటుంది. అనగా మొదటి పదము యొక్క చివరి అక్షరము, రెండవ పదము యొక్క మొదటి అక్షరము కలిసినట్లయితే దానిని 'సంధి' అంటారు.

ఉదా : దశ + అవతారము – దశావతారము

అక్షర + అభ్యాసము – అక్షరాభ్యాసము

సంధులు మూడు రకములు. అవి 1. అచ్చు సంధి (స్వర్ సంది स्वर संधि) 2. హల్లు సంధి (వ్యంజన సంధి व्यंजन संधि) 3. విసర్గసంధి (విసర్గ్ సంధి विसर्ग संधि)

1. **అచ్చుసంధి (స్వర్ సంది स्वर संधि Vowel Compromise) :** రెండు అచ్చుల కలయిక వల్ల ఏర్పడే మార్పును 'అచ్చు సంధి' అంటారు. వీటిలో చాలా రకాలు ఉన్నాయి. గుణసంధి, యణ సంధి, వృద్ధిసంధి వగైరా అనేక సంధులు ఉన్నాయి.

గుణసంధి : गुण संधि : అ లేదా ఆ తరువాత ఇ లేదా ఈ వచ్చినట్లయితే అవి రెండూ కూడా ఏ గానూ, ఉ ఊలు వచ్చినట్లయితే అని రెండు కలిపి ఓ గానూ మారిపోతాయి.

ఉదా : మహా + ఇంద్ర = మహేంద్ర

రాజ + ఈశ్ = రాజేశ్

యణ సంధి : यण संधि : ఇ, ఈ, ఉ, ఊ లేదా ఋల తర్వాత అదే జాతికి సంబంధించిన అక్షరాలు కాక వేరే అక్షరాలు గనక చేరినట్లయితే ఇ, ఈ స్థానంలో 'య' గానూ, ఉ, ఊ లస్థానంలో 'వ' గానూ, ఋ స్థానంలో 'ర' గానూ మారిపోతాయి.

ఉదా : ఇతి + ఆది = ఇత్యాది

అను + ఏషణ్ = అన్వేషణ

యది + అపి = యద్యాపి

వృద్ధి సంధి : అ లేదా 'ఆ' కు తర్వాత, ఎ లేదా ఐ చేరినట్లయితే రెండూ కలిపి 'ఐ' గానూ, ఓ లేదా 'ఐ' చేరినట్లయితే రెండూ కలిపి 'ఔ' గానూ మారి పోతాయి.

ఉదా : ఏక + ఏక = ఏకైక

లింగ + ఐక్య = లింగైక్య

2. హల్లు సంధి (వ్యంజన్ సంధి **व्यंजन संधि consonant compromise)** : రెండు హల్లుల కలయిక వల్ల ఏర్పడే మార్పును. హల్లు సంధి అంటారు. అట్లానే దీనిలో హల్లుకు తరవాత అచ్చుగాని లేదా హల్లు గానీ వచ్చినట్లయితే హల్లులో మార్పు వస్తుంది.

ఉదా : వాక్ + దాన్ = వాగ్దాన్

వాక్ + ఈశ = వాగీశ

3. **విసర్గ సంధి :** విసర్గ తరవాత అచ్చుగానీ, హల్లుగానీ వస్తే విసర్గలో జరిగిన మార్పునే 'విసర్గసంధి' అంటారు.

ఉదా : ని: + చల్ = నిశ్చల్

ధను: + టంకార్ = ధనుష్టంకార్

గమనిక : సంధులు చాలా రకములు ఉన్నాయి. అవన్నీ ఇక్కడ అప్రస్తుతం. కాబట్టి ఎక్కువగా ఇవ్వలేదు.

17

కహావతే 'कहावतें' సామెతలు (Proverbs)

(అప్‌నా హాథ్ జగన్నాథ్)
अपना हाथ जगन्नाथ ।
అరచేతిలో వైకుంఠము.

(ఆకాశ్ బాంధే పాతాల్ బాంధే)
आकाश बाँधे पाताल बाँधे ।
తూట్లు మూసి తూములు తెరిచినట్లు

(ఆఓ చలే ఘర్ తుమ్హారా, ఖానా మాంగే దుష్మన్ హమారా)
आओ चलें घर तुम्हारा, खाना माँगे दुश्मन हमारा ।
ఎక్కడయినా బావ అను గాని, వంగతోట వద్ద బావా అనకు.

(ఏక్ కాన్ సునీ, దుస్‌రే కాన్ ఉఢా దీ)
एक कान सुनी, दूसरे कान उडा दी ।
ఈ చెవితో వినడము, ఆ చెవితో వదలడము.

(అప్‌నా పూద్, పరాయా టటిగర్)
अपना पूत, पराया टटीगर
కాకి పిల్ల కాకికి ముద్దు.

(ఆధా జల్ గగరీ ఛల్‌కత్ జాయ్)
आधा जल गगरी छलकत जाय ।
కుంచు మ్రోగినట్లు కనకంబు మ్రోగునా ?

(అప్‌నే బచ్చే కో ఐసా మారూ పడోసన్ కీ ఛాతీ ఫట్ జాయే)
अपने बच्चे को ऐसा मारूँ पडोसन की छाती फट जाए ।
అత్తపేరు పెట్టి కూతురిని కుంపట్లో వేసిందట.

(ఆయీ మాయీ కో కాజర్ నహి బిలాయి కీ బర్ మాంగా)
आई माई को काजर नही बिलाइ की भर माँगा
కడుపు కూటికి ఏడిస్తే, కొప్పు పూలకు ఏడ్చిందట.

(ఆగే కువాం పీఛే ఖాఈ)
आगे कुआँ, पीछे खाई ।
ముందుకు పోతే గొయ్యి, వెనక్కు పోతే నుయ్యి.

(ఆనే కే ధన్ పర్ సోర్ రాజా)

आने के धन पर सोर राजा ।

అంగట్లో బెల్లము గుళ్ళో లింగానికి నైవేద్యము.

(ఆందా సిపాహి, కానీ ఘోడీ విధానా నే ఆప్ మలాయీ జోడి)

ओधा सिपाहि, कानी घोडी विधाना ने आप मलाई जोडी ।

గతి లేనమ్మకు మతి లేని మొగుడు.

(ఆప్‌హి మియా మాంగ్‌తే, బాహర్ ఖడే ధఖేష్)

आपही मियाँ माँगते, बाहर खडे धखेश

ఏకాదశి ఇంటికి శివరాత్రి పోయినట్లు

(ఉల్టా చోర్ కోత్‌వాల్ కో డాంటే)

उल्टा चोर कोतवाल को डाँटे

మొగుణ్ణి కొట్టి మొగసాలికెక్కి ఏడ్చిందట.

18

ముహావరే मुहावरे జాతీయములు (Idioms)

అంగూఠా చూమ్‌నా	अंगूठा चूमना	ముఖస్తుతి చేయుట
జీ లగ్‌నా	जी लगना	మనస్సు లగ్నమగుట
జీ లుభానా	जी लुभाना	మనస్సు నాకర్షించుట
జీతేజీ	जीते जी	బ్రతికి యుండగా
టర్ ఫిస్ కర్‌నా	टर फिस करना	అల్లరి చేయుట
టాట్ ఉలట్‌నా	टाट उलटना	దివాలా తీయుట
టాల్ మటూర్ కర్‌నా	टाल मटूर करना	నాకు చెప్పుట
టీకా టిప్పణీ కర్‌నా	टीका टिप्पणी करना	సమీక్షించుట
టీకా లగానా	टीका लगाना	టీకాలు వేయుట
అంగూఠా దిఖానా	अंगूठा दिखाना	నమ్మించి మోసగించుట
అంచల్ పసార్‌నా	अंचल पसारना	దీనముగా ప్రార్థించుట
అండ్ బడ్ బక్‌నా	अंड बड बकना	అసంబద్ధపు ప్రలాపము చేయుట
అంత్ కర్‌నా	अंत करना	మితిమీరుట, నాశనం చేయుట
అంధాధుంద్ మచానా	अंधाधूंध मचाना	అన్యాయము, అత్యాచారము చేయుట
అంధా బన్‌నా	अंधा बनना	లెక్కచేయకపోవుట
అంధే కో లాఠీ యా లక్‌డీ	अंधे को लाठी या लकडी	ఏకైక ఆధారము
అంధేరే ముహ్ యా ముహ్ అంధేరా	अंधेरे मुह या मुह अंधेरा	కను చీకటి ఉండగానే
అకడ్ జానా	अकड जाना	మిడిసిపడుట
అక్ల్ కా దుశ్మన్	अक्ल का दुश्मन	మూర్ఖుడు
అక్‌్మజారీ జానా	अक्मजारी जाना	వివేకశూన్యుడగుట
అఖర్‌నే లగ్‌నా	अखरने लगना	గుచ్చుకొనుట
అపనీ బాత్ కా ఏక్	अपनी बात का एक	మాట నిలకడ గలవాడు

అపనే ఢంగ్ కా	अपने ढंग का	అద్భుతమైన
అపనే ముహ్ మియా మిట్ఠూ బన్‌నా	अपने मुह मिया मिट्ठू बनना	తన్నుతాను పొగడుకొనుట
అఫర్ జానా	आफर जाना	పొట్ట ఉబ్బిపోవుట
అఫ్‌వాహ్ ఉడానా	अफवाह उडाना	పుకారు పుట్టించుట
అబ్ తబ్ కర్‌నా	अब तब करना	నాకు చెప్పుట, ఇదిగో అదిగో అని మోసము చేయుట
అబ్ తబ్ హెూనా	अब तब होना	మృత్యువు సమీపించుట
అలఖ్ జగానా	अलख जगाना	ఎలుగెత్తి భగవంతుని స్మరించుట
ఆంఖ్ అటఖ్‌నా	आंख अटखना	ప్రేమ కలుగుట
ఆంఖ్ ఆనా, ఉఠానా	आंख आना, उठाना	కన్నులు కలుగుట
ఆంఖ్ కా కాటా	आंख का काटा	కంటిలో నలుసు
ఆంఖ్ గడ్‌నా	आंख गडना	రెప్పవాల్చక చూచుట
ఆంఖ్ ఘుల్‌నా	आंखे घुलना	చూపులు కలియుట
అంఖ్ వార్ భార్‌నా	अंकवार भारना	సంతానము కలుగుట
అంకుశ్ దేనా	अंकुश देना	ఒత్తిడి చేయుట
అంగ్ ఛూనా	अंग छूना	ఒట్టు పెట్టుకొనుట
అంగ్ కర్‌నా	अंग करना	ఒప్పుకొనుట
అంగార్ ఉగల్‌నా	अंगार उगलना	మండిపడుట
అంగార్ బరస్‌నా	अंगार बरसना	నిప్పు చెరిగినట్లు ఎండకాయుట
అంగులీ కాట్‌నా	अंगुली काटना	పశ్చాత్తాప పడుట
ఆంఖ్ చఢ్‌నా	आंख चढना	కోపగించుకొనుట
ఆంఖ్ చార్ హెూనా	आंख चार होना	చూపులు కలియుట
ఆంఖ్ నికాల్‌నా	आंख निकालना	గుడ్లురుమిచూచుట

ఆంఖ్ పథ్రానా	आंख पथराना	రెప్ప వాల్చ కుండుట
ఆంఖ్ పటానా	आंख पटाना	ఆశ్చర్యపడుట
ఆంఖ్ చఢానా	आंख चढाना	కోపగించుట
ఆంఖ్ మే ధూల్ ఝోంక్‌నా	आँख में धूल झोंकना	కంటిలో దుమ్ముకొట్టుట
ఆచల్ పసార్‌నా	आंचल पसारना	దీనురాలై ప్రార్థించుట
ఆంసూ పోంఛ్‌నా	आंसू पोंछना	కన్నీరు తుడుచుట, ఓదార్చుట
ఆజిజ్ కర్‌నా	अजिज करना	విసుగుచెందుట
ఆఠ్ ఆఠ్ ఆఁసూ రోనా	आठ आठ आँसू रोना	వెక్కి వెక్కి ఏడ్చుట
ఆడే ఆనా	आडे आना	విఘ్నము కలిగించుట
ఆపే సే బాహర్ హెూనా	आप से बाहर होना	కోపముతో తనను తాను మరచుట
అబ్‌రూ కారక్ మేఁ మిలానా	आबरु कारक में मिलाना	మర్యాద మంటకలియుట
ఆవారా హెూనా	आवारा होना	పనిపాటు లేక దేశదిమ్మరియగుట
ఆశిక్ హెూనా	आशिक होना	వలపులో చిక్కుట
ఆస్‌మాన్ పర్ చఢ్‌నా	आसमान पर चढना	బడాయి కొట్టుట
అస్‌మాన్ సిర్ పర్ ఉఠానా	आसमान सिर पर उठाना	అల్లకల్లోలము చేయుట
ఆస్తీన్ కా సాంప్	आस्तीन का सांप	పక్కలో బల్లెము
ఛోటే కడ్‌నా	छोटे कडना	వ్యంగ్యోక్తులాడుట
జంగల్ మే పడ్‌నా, ఫస్‌నా	जंगल में पडना, फसना	చిక్కులోపడుట
జఖమ్‌ఖానా	जकमखाना	గాయపడుట
జఖ్‌మ్ దేనా	जखम देना	గాయపరచుట
జడ్ జమానా	जड जमाना	స్థిరముగా స్థాపించుట
జబాన్ కాట్ కర్ దేనా	जबान काट कर देना	ప్రతిజ్ఞ చేయుట
జబాన్ చలానా	जबान चलाना	చెడ్డమాటలాడుట

జర్ద్ పడ్‌నా	जर्द पडना	వెలవెలపోవుట, పాలిపోవుట
జల్ ఉఠ్‌నా	जल उठना	మండిపడుట
జవాబ్ దేనా	जवाब देना	తిరుగుబాటుచేయుట
జహర్ ఉగల్‌నా	जहर उगलना	విషముకక్కుట
జాన్ మార్‌నా	जान मारना	కష్టపడి పనిచేయుట
జాయా కర్‌నా	जाया करना	వ్యర్థము చేయుట
జాల్ ఫైలానా	जाल फैलाना	ఉచ్చుపన్నుట
జీ ఉక్‌తానా	जी उकताना	విసుగుచెందుట
జీ కర్‌నా	जी करना	కోరిక కలుగుట
జీ జాన్ సే చాహ్‌నా	जी जान से चाहना	మనస్ఫూర్తిగా కోరుట
జీ భర్ కర్	जी भर कर	మనసారా
టేటే కర్‌నా	टेटे करना	చిలుక పలుకులు పలుకుట
టేక్ నిభానా	टेक निभाना	ప్రతిజ్ఞను పూర్తిచేయుట
టేఢీ అంఖోం సే దేఖ్‌నా	ठेढी आँखों से देखना	వక్ర దృష్టితో చూచుట
గర్‌దన్ నాప్‌నా	गरदन नापना	మెడబెట్టి గెంటుట
గర్క్ హెూనా	गर्क होना	లీనమై ఉండు
గర్దన్ పర్ ఛురీ పేర్‌నా	गर्दन पर छुरी पेरना	అత్యాచారముచేయుట
గలా ఛూట్‌నా	गला छूटना	పీడ వదలుట, రక్షింపబడుట
గలా ఫాడ్‌నా	गला फाडना	గొంతు చించుకొనుట
గశ్‌ఖానా	गशखाना	మూర్ఛపోవుట
గాఠ్ బోల్‌నా	गाठ बोलना	మనస్సులోని మాట చెప్పుట
గాఢే దిన్	गाढे दिन	ఆపత్కాలము
గాల్ ఫులానా	गाल फुलाना	గర్వపడుట, అలుగుట
గాల్ బజానా	गाल बजाना	బడాయి కొట్టుట

106

గాలిబ్ హెూనా	गालिब होना	వ్యాపించుట
గాలీ ఖానా	गाली खाना	తిట్లు తినుట
గిరఫ్తారీ నికల్నా	गिरफ्तारी निकलना	వారంటు జారీయగుట
గీదడ్ భబ్కీ	गीदड भबकी	బెదిరింపు
గదర్ జానా	गडर जाना	చనిపోవుట
గుస్సా ఉతర్నా	गुस्सा उतरना	కోపము తగ్గుట
గుస్సా చఢ్నా	गुस्सा चढना	కోపపడుట
గోట్ పకడ్నా	गोट पकडना	కాళ్ళ మీద పడుట
గోతా ఖానా	गोता खाना	నీట మునుగుట, మోసపోవుట
గోద్ లేనా	गोद लेना	దత్తు తీసుకొనుట
గోబర్ గణేశ్ హోనా	गोबर गणेश होना	అంద విహీనుడగుట
గోల్బాత్	गोलबात	డొంక తిరుగుడుగా మాట్లాడుట
గోల్మాల్ కర్నా	गोल माल करना	కల్తీచేయుట
గోల్ధార్ బరస్నా	गोलधार बरसना	భోరున వర్షము కురియుట
ఘర్ చక్కర్ మే పడ్నా	घर चक्कर में पडना	ఆపదలో చిక్కుకొనుట
ఘర్ ఆబాద్ కర్నా	घर आबाद करना	పెళ్ళి చేసికొనుట
ఘాట్ మే ఆనా	घाट में आना	చిక్కుకొనుట
ఘాటా ఉఠానా	घाटा उठाना	నష్టపడుట
ఘాత్ చలానా	घात चलाना	మంత్ర తంత్రములు చేయుట
ఘావ్ పర్ నమక్ ఛిడ్నా	घाव पर नमक छिडना	పుండుపై కారము చల్లుట
ఘిన్ కర్నా	घिन करना	ఏవగించుకొనుట
ఘుట్నా టేక్నా	घुटना टेकना	మోకరిల్లుట
ఘున్ లగానా	घुन लगाना	చెదలు పట్టుట
ఘుల్ మిల్ కర్	घुल मिल कर	కలసి మెలసి
ఘులా ఘులా కే మార్నా	घुला घुला के मारना	పీడించి చంపుట

107

ఘూంసా లగానా	घूंसा लगाना	గుద్దుట
జంగ్ జడ్‌నా	जंग चडना	కీర్తి వచ్చుట
చక్‌మా ఖానా	चकमा खाना	మోసపోవుట
చక్కర్ మే ఆనా	चक्कर में आना	ఆశ్చర్య చకితుడగుట
చక్కీ పీస్‌నా	चक्की पीसना	ఎడతెగక పనిచేయుట
చపత్ జమానా	चपत जमाना	చెంప దెబ్బ కొట్టుట
చిక్‌నీ చుప్‌డీ బాతేం కర్‌నా	चिकनी चुपडी बातें करना	తియ్యని మాటలు మాట్లాడుట
చిత్ కర్‌నా	चित्त करना	కోరిక కలుగుట
చిత్త్ చురానా	चित्त चुराना	మనస్సునాకర్షించుట
చుగ్‌లీ కర్‌నా, లగానా	चुगली करना, लगाना	చాడీలు చెప్పుట
చుట్‌కీ దేనా	चुटकी देना	చిటికె వేయుట
చుప్ లాధ్‌నా	चुप लाधना	మౌనము వహించుట
చెహర్ ఉతర్‌నా	चेहरा उतरना	నాశనము చేయుట
చంటా హుఆ	छंटा हुआ	ప్రసిద్ధుడగుట
ఛాతీ ఖోల్‌నా	छाती खोलना	ఔదార్యము చూపుట
ఛాతీ థామ్ కర్ రహ్‌జానా	छाती थाम कर रह जाना	కుమిలి కుమిలి ఏడ్చుట
ఛాతీ ధడక్‌నా	छाती धडकना	గుండె దడ దడ కొట్టుకొనుట
ఛాతీ పర్ పత్థర్ రఖ్‌నా	छाती पर पत्थर रखना	గుండెను రాయి చేసికొనుట
ఛాతీ ఫాడ్ కర్ కమానా	छाती फाड कर कमाना	ఒళ్ళు వంచి పని చేయుట
ఛాపా మార్‌నా	छापा मारना	సూక్ష్మముగా పరిశీలించుట

భాగం - 2

भाग - २

PART - 2

1. శరీర భాగములు शरीर के अंग (Parts of the body)

1.	సిర్	....	सिर	....	తల/శిరస్సు
2.	బాల్	....	बाल	....	వెంట్రుకలు/రోమములు
3.	మాథా	....	माथा	....	నుదురు
4.	భౌంహ్	....	भौंह	....	కనుబొమ్మ
5.	పలక్	....	पलक	....	కనురెప్ప
6.	ఆంఖ్	....	आँख	....	కన్ను
7.	నాక్	....	नाक	....	ముక్కు
8.	గాల్	....	गाल	....	బుగ్గ
9.	ముహ్	....	मुँह	....	నోరు
10.	ఓంఠ్	....	ओंठ	....	పెదవి
11.	దాంత్	....	दांत	....	దంతము/పన్ను
12.	జీభ్	....	जीभ	....	నాలుక
13.	గలా	....	गला	....	కంఠము
14.	కాన్	....	कान	....	చెవి
15.	ఛాతీ	....	छाती	....	ఛాతీ / రొమ్ము
16.	కంధా	....	कन्धा	....	భుజము
17.	పేట్	....	पेट	....	పొట్ట/కడుపు
18.	హాథ్	....	हाथ	....	చెయ్యి
19.	హథేలీ	....	हथेली	....	అరచెయ్యి
20.	కుహనీ	....	कुहनी	....	మోచెయ్యి
21.	కలాఈ	....	कलाई	....	మణికట్టు

22.	ఉంగ్‌లీ	....	उंगली	....	వ్రేలు
23.	కమర్	....	कमर	....	నడుము
24.	పీఠ్	....	पीठ	....	వీపు
25.	రీఢ్	....	रीढ़	....	వెన్ను పూస/వెన్నె ముక
26.	స్తన్	....	स्तन	....	స్తనము/కుచము
27.	హృదయ్	....	हृदय	....	హృదయము/గుండె
28.	జాంఘ్	....	जांघ	....	తొడ
29.	ఘుట్‌నా	....	घुटना	....	మోకాలు
30.	టాంగ్	....	टांग	....	కాలు
31.	ఎడి	....	एडी	....	మడమ
32.	నాఖూన్	....	नाखून	....	గోరు
33.	దిమాగ్	....	दिमाग	....	మెదడు
34.	బదన్	....	बदन	....	శరీరం
35.	దాఢీ	....	दाढ़ी	....	దాఢీ
36.	పాంవ్	....	पांव	....	పాంవ్
37.	బాంహ్	....	बांह	....	బాంహ్
38.	నితంబ్	....	नितंब	....	పృష్టం

2. బంధువులు – रिश्तेदार (Relatives)

1.	బాప్–పితా	....	बाप, पिता	....	తండ్రి
2.	మాతా, మాఁ	....	माता, माँ	....	తల్లి
3.	నానా	....	नाना	....	తల్లి కి తండ్రి తాతయ్య
4.	నాని	....	नानी	....	అమ్మమ్మ

5.	దాదా	....	दादा	....	తండ్రి కి తండి తాతయ్య
6.	దాది	....	दादी	....	నాయనమ్మ
7.	మామీ	....	मामी	....	అత్త
8.	మామా	....	मामा	....	మేనమామ
9.	మౌసీ	....	मौसी	....	పినతల్లి
10.	చాచా	....	चाचा	....	పినతండ్రి
11.	బేటీ	....	बेटी	....	కూతురు
12.	పతి	....	पति	....	భర్త
13.	పత్ని	....	पत्नि	....	భార్య
14.	దామాద్	....	दामाद	....	అల్లుడు
15.	భాయి	....	भाई	....	సోదరుడు
16.	బడా భాయి	....	बडा भाई	....	అన్న
17.	ఛోటా భాయి	....	छोटा भाई	....	తమ్ముడు
18.	బహన్	....	बहन	....	సోదరి
19.	బడీ బహన్	....	बडी बहन	....	అక్క
20.	ఛోటీ బహన్	....	छोटी बहन	....	చెల్లెలు
21.	సాలా	....	साला	....	బావమరిది
22.	ననద్	....	ननद	....	ఆడపడుచు
23.	పోతా	....	पोता	....	మనుమడు
24.	పోతి	....	पोती	....	మనుమరాలు
25.	సాస్	....	सास	....	భర్త కు తల్లి అత్త
26.	ససుర్	....	ससुर	....	భర్త కు తండ్రి మామ
27.	బహూ	....	बहू	....	కోడలు
28.	భాభీ	....	भाभी	....	వదిన
29.	జీజా	....	जीजा	....	బావ
30.	బుఆ	....	बुआ	....	మేనత్త

31.	తావూ	....	ताऊ	....	పెదనాన్న
32.	తాయీ	....	ताई	....	పెద్దమ్మ
33.	భాన్‌జీ	....	भानजी	....	మేనకోడలు
34.	భాన్‌జా	....	भानजा	....	మేనల్లుడు

3. ఖానే కీ ఛీజేం **खाने की चीजें** తినుబండారములు (Edibles)

1.	ఖీర్	-	खीर	–	పాయసము
2.	శర్‌బత్	-	शरबत	–	పానకము
3.	హలువా	-	हलुवा	–	హల్వా
4.	ఖోవా	-	खोवा	–	కోవా
5.	జలేబి	-	जलेबी	–	జిలేబి
6.	సేవఈ	-	सेवई	–	సేవఈ
7.	గులాబ్ జామూన్	-	गुलाब जामून	–	గులాబ్ జామ్
8.	గుఝియా	-	गुझिया	–	కజ్జికాయ
9.	తిల్‌వా	-	तिलवा	–	నువ్వుండ
10.	మోతీచూర్	-	मोतीचूर	–	బూందీలడ్డు
11.	మీఠి ఖిచ్‌డీ	-	मीठी खिचडी	–	పొంగలి
12.	బర్ఫీ	-	बर्फी	–	బర్ఫీ
13.	సాబుదానే కీ ఖీర్	-	साबूदाने की खीर	–	సగ్గుబియ్యపు పాయసం
14.	మిస్‌రీ	-	मिसरी	–	కలకండ
15.	పకౌడీ	-	पकौडी	–	పకోడి
16.	సేవ్	-	सेव	–	కారపూస
17.	సమోసా	-	समोसा	–	సమోసా
18.	ఖీలా	-	खीला	–	పేలాలు
19.	పూడి	-	पूडी	–	పూరి

20.	రోట్టీ	-	रोटी	–	రొట్టె
21.	చపాతీ	-	चपाती	–	చపాతీ
22.	ఛోంకాబాత్	-	छोंका बात	–	ఛోంకాబాత్
23.	చావల్	-	चावल	–	అన్నము/బియ్యము
24.	ఖిచ్‌డీ	-	खिचडी	–	పులగము
25.	దాల్	-	दाल	–	పప్పు
26.	సాగ్	-	साग	–	కూర
27.	శోరబ్	-	शोरब	–	పులుసు
28.	చట్‌నీ	-	चटनी	–	పచ్చడి
29.	అచార్	-	अचार	–	ఊరగాయ పచ్చడి
30.	పాపడ్	-	पापड	–	అప్పడము
31.	దహీ	-	दही	–	పెరుగు
32.	పుఆ	-	पुआ	–	అపచ్చి
33.	చివుడా	-	चिउडा	–	అటుకులు
34.	సూఖి సబ్జీ	-	सूखी सब्जी	–	సూఖీ సబ్జీ వరుగు
35.	బరో	-	बरो	–	వడియము
36.	మాంస్	-	मांस	–	మాంసము

4. రోగ్ **रोग** వ్యాధులు (Diseases)

1.	బీమారీ	-	बीमारी	–	రోగము
2.	రక్త్‌చాప్	-	रक्तचाप	–	రక్తపోటు
3.	శ్లీపద్	-	श्लीपद	–	బోదకాలు
4.	కోఢీ	-	कोढी	–	కుష్ఠు
5.	చేచక్	-	चेचक	–	స్ఫోటకము

6.	ఖాజ్, ఖుజ్‌లీ	-	खाज, खुजली	-	గజ్జి, దురద
7.	కర్కట్ రోగ్	-	कर्कट रोग	-	క్యాన్సరు
8.	చక్కర ఆనా	-	चक्कर आना	-	మైకము
9.	లూ లగ్‌నా	-	लू लगना	-	వడదెబ్బ
10.	కబ్జ్	-	कब्ज	-	మలబద్ధకము
11.	గుమ్‌టా	-	गुमटा	-	కంతి
12.	మహామారీ	-	महामारी	-	ప్లేగు
13.	దమా	-	दमा	-	ఉబ్బసము
14.	సిర్‌దర్ద్	-	सिर दर्द	-	తలనొప్పి
15.	హైజా	-	हैजा	-	కలరా
16.	అనిద్రా	-	अनिद्रा	-	నిద్రలేమి
17.	ఖాఁసి	-	खांसी	-	దగ్గు
18.	డకార్	-	डकार	-	తేపు
19.	కమర్ దర్ద్	-	कमर दर्द	-	నడుము నొప్పి
20.	తామర	-	दाद	-	దాద్
21.	ఉల్టీ	-	उल्टी	-	కక్కు, వాంతి
22.	ఛాలా, ఫోడా	-	छाला, फोडा	-	బొబ్బ
23.	కాలీ ఖాంసి	-	काली खांसी	-	కోరింత దగ్గు
24.	బావాసిర్, అర్మ్	-	बवासिर, अर्म	-	మూలవ్యాధి
25.	జుకామ్	-	जुकाम	-	జలుబు
26.	దస్త్ ఆనా	-	दस्त आना	-	విరేచనాలు
27.	బుకార్/జ్వర్	-	बुकार, ज्वर	-	జ్వరము
28.	ఆంత్ర జ్వర్	-	आन्त्र ज्वर	-	టైఫాయిడ్
29.	పేట్ కా దర్ద్	-	पेट का दर्द	-	కడుపునొప్పి

30.	కామ్‌లా	-	कामला	-	కామెర్లు
31.	రాజయక్ష్మా	-	राजयक्ष्मा	-	క్షయ
32.	ఘావ్	-	घाव	-	దెబ్బ
33.	చోట్	-	चोट	-	గాయము
34.	గోహరీ	-	गोहरी	-	కంటి కురుపు
35.	మోతియా	-	मोतिया	-	ఆటలమ్మ
36.	రోహిణి	-	रोहिणी	-	డిఫ్తీరియా
37.	పక్షాఘాత్, లక్వా	-	पक्षाघात, लकवा	-	పక్షవాతము
38.	మస్సా	-	मस्सा	-	పులిపిరి కాయ
39.	పేచిశ్	-	पेचिश	-	బంక విరేచనము
40.	పాగల్‌పన్	-	पागलपन	-	పిచ్చి

5. ఖేతీ సంబంధ్ సామాగ్రి **खेती संबन्ध सामग्री** వ్యవసాయ సంబంధమైన వస్తువులు (Agriculture Things)

1.	జమీన్	-	जमीन	-	నేల
2.	ఖేతి	-	खेती	-	వ్యవసాయము
3.	బగీచా	-	बगीचा	-	తోట
4.	కిసాన్	-	किसान	-	రైతు
5.	ఢేర్	-	ढेर	-	కుప్ప
6.	హల్	-	हल	-	నాగలి
7.	కాట్‌నా	-	काटना	-	కోయుట
8.	జువా	-	जुवा	-	కాడి
9.	ఖాద్	-	खाद	-	ఎరువు
10.	ధురా	-	धुरा	-	ఇరుసు

11.	సుఖ్నా	-	सुखना	–	ఎండుట
12.	సుఖాఘాస్	-	सुखाघास	–	ఎండుగడ్డి
13.	రోషన్	-	रोशन	–	ఊదుపు
14.	మజ్దూర్	-	मजदूर	–	కూలివాడు

6. లోహే लोहे లోహములు (Ores)

1.	బంగారము	-	सोना	–	సోనా
2.	చాందీ	-	चांदी	–	వెండి
3.	లోహా	-	लोहा	–	ఇనుము
4.	పీతల్	-	पीतल	–	ఇత్తడి
5.	తంబా	-	तंबा	–	రాగి
6.	ఫౌలాద్	-	फौलाद	–	ఉక్కు
7.	శీశా	-	शीशा	–	సీసము
8.	జస్తా	-	जस्ता	–	తగరము

7. ఖనిజ్ खनिज ఖనిజములు (Minerals)

1.	రత్నము	-	रतन	–	రతన్
2.	పన్నా	-	पन्ना	–	పచ్చ
3.	మోతీ	-	मोती	–	ముత్యము
4.	గంధక్	-	गंधक	–	గంధకము
5.	అభ్రక్	-	अभ्रक	–	అభ్రకము
6.	కోయిలా	-	कोइला	–	బొగ్గు

8. శాసన్ शासन పరిపాలన (Administration)

1.	దరఖాస్తు	-	अर्जी	–	అర్జీ
2.	ఆరక్షణ్	-	आरक्षण	–	రిజర్వేషన్
3.	మంత్రీ	-	मंत्री	–	మంత్రి

118

4.	జిల్లాధీశ్	-	जिलाधीश	-	జిల్లా కలెక్టర్
5.	న్యాయాలయ్	-	न्यायालय	-	న్యాయస్థానము
6.	అదాలత్	-	अदालत	-	కోర్టు
7.	వకీల్	-	वकील	-	వకీలు
8.	అధివక్తా	-	अधिवक्ता	-	న్యాయవాది
9.	ఉచ్చ్ న్యాయాలయ్	-	उच्च न्यायालय	-	హై కోర్టు
10.	సర్కారి వకీల్	-	सरकारी वकील	-	ప్రభుత్వ ప్లీడరు
11.	ఉచ్చ్‌తమ్ న్యాయాలయ్	-	उच्चतम न्यायालय	-	సుప్రీంకోర్టు
12.	గుప్తచర్	-	गुप्तचर	-	గూఢచారి
13.	ప్రధాన్ సచివ్	-	प्रधान सचिव	-	ప్రధాన కార్యదర్శి
14.	సచివ్	-	सचिव	-	కార్యదర్శి
15.	ఫిరియాద్	-	फिरियाद	-	ఫిర్యాదు
16.	దరోగా	-	दरोगा	-	పోలీసు ఇన్‌స్పెక్టర్
17.	తోప్‌చీ	-	तोपची	-	సాయుధ రక్షకుడు
18.	ఇలాకా నిరీక్షక్	-	इलाकी निरीक्षक	-	సర్కిల్ ఇన్‌స్పెక్టర్
19.	అంగరక్షక్	-	अंगरक्षक	-	అంగరక్షకుడు
20.	టంకక్	-	टंकक	-	టైపిస్టు
21.	ప్రశిక్షక్	-	प्रशिक्षक	-	శిక్షణ ఇచ్చువాడు
22.	జన్ గణ్‌నా	-	जन गणना	-	జనాభా లెక్కల సేకరణ
23.	నిర్‌దేశక్	-	निर्देशक	-	నిర్దేశకుడు
24.	ప్రబంధక్	-	प्रबन्धक	-	నిర్వాహకుడు
25.	సదస్య	-	सदस्य	-	సభ్యుడు
26.	రాజ్యపాల్	-	राज्यपाल	-	గవర్నర్
27.	రాష్ట్రపతి	-	राष्ट्रपति	-	దేశాధ్యక్షుడు
28.	రాజ్‌దూత్	-	राजदूत	-	రాయబారి
29.	ప్రౌఢ్‌శిక్షా	-	प्रौढ शिक्षा	-	వయోజన విద్య

30.	వ్యక్తిగత కార్యదర్శి	-	निजी सचिव	–	నిజీ సచివ్
31.	విద్యా	-	विद्या	–	విద్య
32.	మంత్రిమండల్	-	मंत्रि मंडल	–	మంత్రిమండలి
33.	ప్రశాసక్	-	प्रशासक	–	పరిపాలకుడు

9. పక్షులు, క్రిమి కిటకములు మరియు జంతువులు पक्षी कीडे मकोडे और जानवर

1.	శేర్	-	शेर	–	పులి
2.	చివుడా	-	चिउडा	–	తూనీగ
3.	బరే, తతియా	-	बरे, ततिया	–	కందిరీగ
4.	మక్‌డీ	-	मकडी	–	సాలెపురుగు
5.	గోబ్‌రైలా	-	गोबरैला	–	పేడపురుగు
6.	గరుడ్	-	गरूड	–	గరుడపక్షి
7.	తితలీ	-	तितली	–	సీతాకోకచిలుక
8.	జువా	-	जुआँ	–	పేను
9.	మచ్ఛర్	-	मच्छर	–	దోమ
10.	చమ్‌గీదడ్	-	चमगीदड	–	గబ్బిలము
11.	నీల్‌కంఠ్	-	नीलकंठ	–	పాలపిట్ట
12.	దీమక్	-	दीमक	–	చెదపురుగు
13.	ముర్‌గీ	-	मुरगी	–	కోడిపెట్ట
14.	ముర్‌గా	-	मुरगा	–	కోడిపుంజు
15.	తీతర్	-	तीतर	–	తీతువుపిట్ట
16.	శుతుర్ ముర్గ్	-	शुतुर मुर्ग	–	నిప్పుకోడి
17.	హంస్	-	हंस	–	హంస
18.	భ్రమర్	-	भ्रमर	–	తుమ్మెద
19.	జుగ్‌నూ	-	जुगनू	–	మిణుగురు పురుగు
20.	బిచ్ఛూ	-	बिच्छू	–	తేలు

21.	టిడ్డీ	–	टिड्डी	–	మిడత
22.	ఝీంగుర్	–	झींगुर	–	కీచురాయి
23.	మక్ఖీ	–	मक्खी	–	ఈగ
24.	మధు మక్ఖీ	–	मधु मक्खी	–	తేనెటీగ
25.	రేశ్మీ కీడా	–	रेशमी कीडा	–	పట్టుపురుగు
26.	పతంగా	–	पतंगा	–	రెక్కల పురుగు
27.	ఘోంఘా	–	घोंघा	–	నత్త
28.	చీంటీ	–	चींटी	–	చీమ
29.	ఖట్మల్	–	खटमल	–	నల్లి
30.	చీల్	–	चील	–	గద్ద
31.	బాజ్	–	बाज	–	డేగ
32.	ఉల్లూ	–	उल्लू	–	గుడ్లగూబ
33.	బగులా	–	बगुला	–	కొంగ
34.	మైనా	–	मैना	–	గోరువంక
35.	రామ్చరైయా	–	रामचरैया	–	లకుముకిపిట్ట
36.	కఠ్ఫోడా	–	कठफोडा	–	వడ్రంగిపిట్ట
37.	బతఖ్	–	बतख	–	బాతు
38.	తోతా	–	तोता	–	చిలుక
39.	హీరామన్ తోతా	–	हीरामन	–	బంగారుచిలుక
40.	సుగ్గా	–	सुग्गा	–	రామచిలుక
41.	పపిహా	–	पपीहा	–	చాతక పక్షి
42.	గౌరైయా	–	गौरैया	–	పిచ్చుక
43.	కబూతర్	–	कबूतर	–	పావురము
44.	చక్వా	–	चक्वा	–	చక్రవాకము
45.	కౌవా	–	कौआ	–	కాకి
46.	కోయల్	–	कोयल	–	కోకిల

47.	బాఘ్	-	बाघ	-	పెద్దపులి
48.	చీతా / తేందువా	-	चीता / तेंदुवा	-	చిరుతపులి
49.	గాయ్	-	गाय	-	ఆవు
50.	భైంస్	-	भैंस	-	గేదె
51.	బైల్	-	बैल	-	ఎద్దు
52.	గొఱ్ఱె	-	भेड़	-	గొఱ్ఱె
53.	ఘోడా	-	घोडा	-	గుఱ్ఱము
54.	ఊంట్	-	ऊँठ	-	ఒంటె
55.	జైబ్రా	-	जैब्रा	-	చారల గుఱ్ఱము
56.	జిరాఫ్	-	जिराफ	-	జిరాఫీ
57.	భాలూ, రీఛ్	-	भालू, रीछ	-	ఎలుగుబంటి
58.	బందర్	-	बंदर	-	కోతి
59.	బక్రా	-	बकरा	-	మేక
60.	కుత్తా, కుకుర్	-	कुत्ता, कुकुर	-	కుక్క
61.	సుఅర్	-	सुअर	-	పంది
62.	బిల్లీ	-	बिल्ली	-	పిల్లి
63.	సర్ప్, సాఁప్	-	सर्प, साँप	-	పాము
74.	ఛిప్కలీ	-	छिपकली	-	బల్లి
65.	మగర్	-	मगर	-	మొసలి
66.	హాథీ	-	हाथी	-	ఏనుగు
67.	భేడా	-	भेडा	-	పొట్టేలు
68.	ఖర్గోష్	-	खरगोश	-	కుందేలు
69.	జాన్వర్	-	जानवर	-	జంతువు
70.	హిరన్	-	हिरन	-	జింక

71. గీదడ్	-	गीदड	-	నక్క
72. చూహా	-	चूहा	-	ఎలుక
73. సాహీ	-	साही	-	ముళ్ళపంది
74. నేవ్‌లా	-	नेवला	-	ముంగిస
75. గిల్‌హరీ	-	गिलहरी	-	ఉడుత
76. లంగూర్	-	लंगूर	-	కొండముచ్చు
78. గోహ్	-	गोह	-	ఉడుము
77. గిర్‌గిట్	-	गिरगिट	-	తొండ

10. ఫూల్ फूल పువ్వులు (Flowers)

1. కేవ్‌డా	-	केवडा	-	మొగలిపువ్వు
2. మల్లికా	-	मल्लिका	-	జాజి
3. మోతియా	-	मोतिया	-	చింతపువ్వు
4. జుహీ	-	जूही	-	సన్నజాజి
5. కనేర్	-	कनेर	-	గన్నేరు
6. చంపక్	-	चंपक	-	సంపెంగ
7. మందార్	-	मंदार	-	మందారము
8. గులాబ్	-	गुलाब	-	గులాబి
9. పారిజాత్	-	पारिजात	-	పారిజాతము
10. కుంద్	-	कुंद	-	మల్లె
11. గుల్‌చాంద్‌నీ	-	गुल चांदनी	-	నందివర్థనము
12. కమల్	-	कमल	-	కమలము / తామరపువ్వు

11. స్వాద్ स्वाद రుచులు (Tastes)

1.	తీఖా	-	तीखा	–	ఘాటైన
2.	నమ్‌కీన్	-	नमकीन	–	ఉప్పు
3.	తీఖా	-	तीखा	–	కారము
4.	మీఠా	-	मीठा	–	తీపి
5.	ఖట్టీ	-	खट्टी	–	పులుపు
6.	కసాబ్	-	कसाब	–	వగరు
7.	స్వాద్‌హీన్, ఫీకా	-	स्वादहीन, फीका	–	చప్పని
8.	కడువా	-	कड़ुआ	–	చేదు
9.	స్వాదిష్ట్	-	स्वादीष्ट	–	రుచికరము

12. ఫల్ फल పండ్లు (Fruits)

1.	అంగూర్	-	अंगूर	–	ద్రాక్ష
2.	ఖజూర్	-	खजूर	–	ఖర్జూరము
3.	పపీతా	-	पपीता	–	బొప్పాయి
4.	ఆవ్‌లా	-	आँवला	–	ఉసిరి
5.	అనార్	-	अनार	–	దానిమ్మ
6.	సంతరా	-	संतरा	–	కమలాపండు
7.	సేబ్	-	सेब	–	యాపిల్‌పండు
8.	శరీఫా	-	शरीफा	–	సీతాఫలము
9.	నారంగి	-	नारंगी	–	నారింజపండు
10.	నీంబూ	-	नीम्बू	–	నిమ్మ
11.	నాశ్‌పాతీ	-	नाशपाती	–	బేరిపండు
12.	జామూన్	-	जामून	–	నేరేడుపండు
13.	కటహల్	-	कटहल	–	పనసపండు
14.	అన్‌నాస్	-	अन्नानास	–	అన్నాస్ పండు
15.	ఆమ్	-	आम	–	మామిడిపండు
16.	కేలా	-	केला	–	అరటిపండు

13. ఖేల్‌కూద్ **खेलकूद** క్రీడలు (Games)

1.	గుడియా	-	गुडिया	-	ఆటబొమ్మ
2.	కుశ్తీ	-	कुश्ती	-	కుస్తీ
3.	దౌడ్	-	दौड	-	పరుగెత్తుట
4.	సత్‌రంజ్	-	सतरंज	-	చదరంగము
5.	జుఆ	-	जुआ	-	జూదము
6.	ఖేల్	-	खेल	-	ఆట
7.	తాశ్	-	ताश	-	చీట్ల పేక
8.	గిల్లీడండా	-	गिल्ली डंडा	-	బిళ్ళంగోడు
9.	కబడ్డీ	-	कबड्डी	-	చెడుగుడు ఆట
10.	కూద్‌నా	-	कूदना	-	దుముకుట
11.	గేంద్	-	गेंद	-	బంతి
12.	బల్లా	-	बल्ला	-	బ్యాటు
13.	ఘూఁసా	-	घूँसा	-	గుద్దు
14.	పతంగ్‌బాజి	-	पतंगबाजी	-	గాలిపటం ఎగురవేయుట
15.	ఆఁఖ్‌మిచౌనీ	-	आंख मिचौनी	-	దాగుడుమూతలు
16.	కసరత్	-	कसरत	-	వ్యాయామము
17.	ఖిలాడీ	-	खिलाडी	-	ఆటగాడు

14. మన్ కే భావ్ - **मन के भाव** మనోభావములు (Feelings)

1.	ఆశా	-	आशा	-	ఆశ
2.	నిరాశా	-	निराशा	-	నిరాశా
3.	హిమ్మత్	-	हिम्मत	-	ధైర్యము
4.	సంతోష్	-	संतोष	-	సంతోషము
5.	ఖుషి	-	खुशी	-	ఆనందము

6.	దుఃఖ్	-	दु:ख	–	దు:ఖము
7.	సుఖ్	-	सुख	–	సుఖము
8.	హఁసి	-	हँसी	–	నవ్వు
9.	దయా, కరుణా	-	दया, करुणा	–	దయా, కరుణా
10.	అసూయ	-	असूया	–	అసూయ
11.	గుస్సా	-	गुस्सा	–	కోపము
12.	రోనా	-	रोना	–	ఏడ్పు
13.	మిత్రతా	-	मित्रता	–	స్నేహము
14.	ఉదాస్	-	उदास	–	అలసట
15.	సాహస్	-	साहसा	–	సాహసము
16.	చుప్‌చాప్	-	चुपचाप	–	మౌనము
17.	ధోఖా	-	धोखा	–	మోసము
18.	कोमलता	-	కోమల్‌తా	–	మెత్తదనము
19.	डर	-	డర్	–	భయము
20.	सन्देह	-	సందేహ్	–	సందేహము

15. దిశాయే दिशाएँ దిక్కులు (Sides)

పూరబ్	पूरब	తూర్పు	...	పశ్చిమ్	पश्चिम	పడమర
ఉత్తర్	उत्तर	ఉత్తరము	...	దక్కన్	दक्खन	దక్షిణము
ఓర్	ओर	ప్రక్క	...	పీఛే	पीछे	వెనుక
భీతర్	भीतर	లోపల	...	మధ్య	मध्य	మధ్య
బాహర్	बाहर	వెలుపల	...	సామ్‌నే	सामने	ఎదుట
నీచే	नीचे	క్రింద	...	ఊపర్	ऊपर	పైన
దాయా	दायाँ	కుడి	...	బాయా	बायाँ	ఎడమ
తరఫ్	तरफ	వైపు				

16. సమయ్ **समय** కాలము (Time)

సెకండ్	...	सेकण्ड	–	సెకెండు
మినట్	...	मिनट	–	నిమిషము
ఘంటా	...	घंटा	–	గంట
సుబహ్	...	सुबह	–	వేకువజాము
సబేరే	...	सबेरे	–	ఉదయము
దోపహర్	...	दोपहर	–	మధ్యాహ్నము
శామ్	...	शाम	–	సాయంత్రము
దిన్	...	दिन	–	పగలు
రాత్	...	रात	–	రాత్రి

17. తర్కారియాఁ **तरकारियाँ** కూరగాయలు (Vegetables)

బైంగన్	...	बैंगन	–	వంకాయ
ఆలూ	...	आलू	–	బంగాళదుంప
అరవీ	...	अरवी	–	చామదుంప
ఖీరా/కకడీ	...	खीरा, ककडी	–	దోసకాయ
జమీకంద్	...	जमीकंद	–	తీయకంద
చచీందా	...	चचींदा	–	పొట్లకాయ
పత్తా గోభీ	...	पत्ता गोभी	–	క్యాబేజీ
టమాటర్	...	टमाटर	–	టమాట
ఫూల్‌గోభీ	...	फूल गोभी	–	కాలిఫ్లవర్
పేఠా	...	पेठा	–	బూడిద గుమ్మడికాయ
తురయీ	...	तुरई	–	బీరకాయ
లౌకీ	...	लौकी	–	సొరకాయ
కరేలా	...	करेला	–	కాకరకాయ
కుంహడా	...	कुम्हडा	–	గుమ్మడికాయ
శకర్‌కంద్	...	शकरकन्द	–	చిలకడ దుంప

18. పూర్ణార్థక్ సంఖ్యాఎ पूर्णार्थक संख्याए పూర్ణార్థక సంఖ్యలు

తెలుగుభాషలో ఎట్లా అయితే ఒకటవ, రెండవ అనే పదములు ఉన్నాయో అట్లానే హిందీ భాషలో కూడా ఉన్నాయి. అంకెలు సంఖ్యా పదమునకు చివర (లా) ला, (రా) रा, (వా) वा అనే పదములు వస్తాయి.

అవ్వల్	अव्वल	మొదటి	पहला	పహలా	ఒకటవ
దూస్రా	दूसरा	రెండవ	तीसरा	తీస్రా	మూడవ
చౌథా	चौथा	నాలుగవ	पाँचवाँ	పాంచ్వా	ఐదవ
ఛట్వా	छटवाँ	ఆరవ	सातवाँ	సాత్వా	ఏడవ
ఆఠ్వా	आठवाँ	ఎనిమిదవ	नौवाँ	నౌవా	తొమ్మిదవ
దస్వా	दसवाँ	పదవ	दोनों	దోనోం	ఇద్దరును
తీనోం	तीनों	ముగ్గురును	चारों	చారోం	నలుగురును
పాంచోం	पाँचों	అయిదుగురును	छओं	ఛవోం	ఆరుగురును
సాతోం	सातों	ఏడుగురును	आठों	ఆఠోం	ఎనమండుగురును
నౌవోం	नौवों	తొమ్మండుగురును	दसों	దసోం	పదుగురును

19. ద్రవ్య విభాగ్ द्रव्य विभाग ధన విభాగం (Money Division)

పచ్చీస్ పైసే	पच्चीस पैसे	0.25 ఇరవై ఐదు పైసలు.
పచాస్ పైసే	पचास पैसे	0.50 ఏబయి పైసలు.
పచహ్తర్ పైసే	पचहत्तर पैसे	0.75 డెబ్బయి ఐదు పైసలు.
ఏక్ రూపయా	एक रुपया	1.00 ఒక రూపాయి.
సవా రూపయా	सवा रुपया	1.25 రూపాయి ఇరవై ఐదు పైసలు.
దేఢ్ రూపయా	देढ़ रुपया	1.50 రూపాయి ఏభై పైసలు.
పౌనే దో రూపయా	पौने दो रुपया	1.75 రూపాయి డెబ్బయి ఐదు పైసలు.
దో రూపయే	दो रुपये	2.00 రెండు రూపాయలు.
ఢాయీ రూపయే	ढाई रुपये	2.50 రెండు రూపాయలు యాభై పైసలు.
పౌనే తీన్ రూపయే	पौने तीन रुपये	2.75 రెండు రూపాయల డెబ్బయి ఐదు పైసలు.
సౌ రూపయే	सौ रुपये	100.00 వంద రూపాయలు.

సవా సౌ రూపయే	सवा सौ रुपये	125.00 నూట ఇరవై ఐదు రూపాయలు.
దేఢ్ సౌ రూపయే	देढ सौ रुपये	150.00 నూట యాభై రూపాయలు.
పౌనే దో సౌ రూపయే	पौने दो सौ रुपये	175.00 నూట డెబ్బయి ఐదు రూపాయలు.
హజార్ రూపయే	हजार रुपये	1000.00 వెయ్యి రూపాయలు.
లాఖ్ రూపయే	लाख रुपये	1,00,000.00 లక్ష రూపాయలు.
దస్ లాఖ్ రూపయే	दस लाख रुपये	10,00,000.00 పది లక్షల రూపాయలు.
కరోడ్ రూపయే	करोड रुपये	1,00,00,000.00 కోటి రూపాయలు.
దస్ కరోడ్ రూపయే	दस करोड रुपये	10,00,00,000.00 పది కోట్ల రూపాయలు.

20. భిన్నాయె भिन्नाए భిన్నములు (Fractions)

పావ్	पाव	పావు 1/4 వంతు.
ఆధా	आधा	1/2 అర్థ / సగం.
పౌనే	पौने	3/4 ముప్పాతిక/మూడు వంతులు.
సవా	सवा	1 1/4 ఒకటింపావు/ఒకటింపాతిక.
దేఢ్	देढ	1 1/2 ఒకటిన్నర.
పౌనే దో	पौने दो	1 3/4 ఒకటిం ముప్పాతిక.
సవా దో	सवा दो	2 1/4 రెండుం పావు / రెండుంపాతిక.
ఢాయి	ढाई	2 1/2 రెండున్నర.
పౌనే తీన్	पौने तीन	2 3/4 రెండు ముప్పాతిక.
సవా తీన్	सवा तीन	3 1/4 మూడుంపావు.
సాఢే తీన్	साढे तीन	3 1/2 మూడున్నర.
పౌనే చార్	पौने चार	3 3/4 మూడుం ముప్పాతిక.
సవా చార్	सवा चार	4 1/4 నాలుగుం పావు / నాలుగుం పాతిక.
సాఢే చార్	साढे चार	4 1/2 నాలుగున్నర.
పౌనే పాంచ్	पौने पाँच	4 3/4 నాలుగు ముప్పాతిక.
సవా పాంచ్	सवा पाँच	5 1/4 ఐదుంపావు / ఐదుంపాతిక.
సాఢే పాంచ్	साढे पाँच	5 1/2 ఐదున్నర.
పౌనే ఛ:	पौने छः	5 3/4 ఐదు ముప్పాతిక.

21. గిన్‌తీయాఁ गिनतीयाँ అంకెలు (Numbers)

ఏక్	एक	ఒకటి	1
దో	दो	రెండు	2
తీన్	तीन	మూడు	3
చార్	चार	నాలుగు	4
పాంచ్	पाँच	ఐదు	5
ఛ:	छः	ఆరు	6
సాత్	सात	ఏడు	7
ఆఠ్	आठ	ఎనిమిది	8
నౌ	नौ	తొమ్మిది	9
దస్	दस	పది	10
గ్యారహ్	ग्यारह	పదకొండు	11
బారహ్	बारह	పన్నెండు	12
తేరహ్	तेरह	పదమూడు	13
చౌదహ్	चौदह	పద్నాలుగు	14
పంద్రహ్	पंद्रह	పదిహేను	15
సోలహ్	सोलह	పదహారు	16
సత్రహ్	सत्रह	పదిహేడు	17
అఠారహ్	अठारह	పద్దెనిమిది	18
ఉన్నీస్	उन्नीस	పందొమ్మిది	19
బీస్	बीस	ఇరవై	20
ఇక్కీస్	इक्कीस	ఇరవై ఒకటి	21

బాయీస్	बाईस	ఇరవై రెండు	22
తేయీస్	तेईस	ఇరవై మూడు	23
చౌబీస్	चौबीस	ఇరవై నాలుగు	24
పచ్చీస్	पच्चीस	ఇరవై ఐదు	25
ఛబ్బీస్	छब्बीस	ఇరవై ఆరు	26
సత్తాయీస్	सत्ताईस	ఇరవై ఏడు	27
అఠ్ఠాయీస్	अठ्ठाईस	ఇరవై ఎనిమిది	28
ఉన్‌తీస్	उनतीस	ఇరవై తొమ్మిది	29
తీస్	तीस	ముప్పై	30
ఇక్తీస్	इकतीस	ముప్పయి ఒకటి	31
బత్తీస్	बत्तीस	ముప్పయి రెండు	32
తైన్తీస్	तैन्तीस	ముప్పయి మూడు	33
చౌన్తీస్	चौन्तीस	ముప్పయి నాలుగు	34
పైన్తీస్	पैन्तीस	ముప్పయి ఐదు	35
ఛత్తీస్	छत्तीस	ముప్పయి ఆరు	36
సైన్తీస్	सैन्तीस	ముప్పయి ఏడు	37
అడ్‌తీస్	अडतीस	ముప్పయి ఎనిమిది	38
ఉన్‌చాలీస్	उनचालीस	ముప్పయి తొమ్మిది	39
చాలీస్	चालीस	నలభై	40
ఇక్‌తాలీస్	इकतालीस	నలభై ఒకటి	41
బయాలీస్	बयालीस	నలభై రెండు	42
తైన్తాలీస్	तैन्तालीस	నలభై మూడు	43

చౌన్తాలీస్	चौन्तालीस	నలభై నాలుగు	44
పైన్తాలీస్	पैन्तालीस	నలభై ఐదు	45
ఛియాలీస్	छियालीस	నలభై ఆరు	46
సైన్తాలీస్	सैन्तालीस	నలభై ఏడు	47
అడ్‌తాలీస్	अडतालीस	నలభై ఎనిమిది	48
ఉన్‌చాస్	उनचास	నలభై తొమ్మిది	49
పచాస్	पचास	ఏభై	50
ఇక్యావన్	इक्कावन	ఏభై ఒకటి	51
బావన్	बावन	ఏభై రెండు	52
తీర్‌పన్	तीरपन	ఏభై మూడు	53
చౌపన్	चौपन	ఏభై నలుగు	54
పచ్‌పన్	पचपन	ఏభై ఐదు	55
ఛప్పన్	छप्पन	ఏభై ఆరు	56
సత్తావన్	सत्तावन	ఏభై ఏడు	57
అఠ్ఠావన్	अट्ठावन	ఏభై ఎనిమిది	58
ఉన్‌సఠ్	उनसठ	ఏభై తొమ్మిది	59
సాఠ్	साठ	అరవై	60
ఇక్‌సఠ్	इकसठ	అరవై ఒకటి	61
బాసఠ్	बासठ	అరవై రెండు	62
తీర్‌సఠ్	तीरसठ	అరవై మూడు	63
చౌసఠ్	चौसठ	అరవై నాలుగు	64
పైసఠ్	पैसठ	అరవై ఐదు	65
ఛేసఠ్	छेसठ	అరవై ఆరు	66

సడ్సఠ్	सडसठ	అరవై ఏడు	67
అడ్సఠ్	अडसठ	అరవై ఎనిమిది	68
ఉనహ్‌త్తర్	उनहत्तर	అరవై తొమ్మిది	69
సత్తర్	सत्तर	డెబ్బయి	70
ఇక్‌తర్	इकहत्तर	డెబ్బయి ఒకటి	71
బహ్‌తర్	बहतर	డెబ్బయి రెండు	72
తిహ్‌తర్	तिहतर	డెబ్బయి మూడు	73
చౌహ్‌తర్	चौहतर	డెబ్బయి నాలుగు	74
పచ్‌హ్‌తర్	पचहतर	డెబ్బయి ఐదు	75
ఛిహ్‌తర్	छिहतर	డెబ్బయి ఆరు	76
సత్‌హత్తర్	सतहत्तर	డెబ్బయి ఏడు	77
అఠహ్‌త్తర్	अठहत्तर	డెబ్బయి ఎనిమిది	78
ఉన్యాసి	उन्यासी	డెబ్బయి తొమ్మిది	79
అస్సీ	अस्सी	ఎనభై	80
ఇక్యాసి	इक्कासी	ఎనభై ఒకటి	81
బయాసి	बयासी	ఎనభై రెండు	82
తిరాసి	तिरासी	ఎనభై మూడు	83
చౌరాసి	चौरासी	ఎనభై నాలుగు	84
పచాసి	पचासी	ఎనభై ఐదు	85
ఛియాసి	छियासी	ఎనభై ఆరు	86
సత్తాసి	सत्तासी	ఎనభై ఏడు	87
అఠ్ఠాసి	अट्ठासी	ఎనభై ఎనిమిదీ	88

ఉన్యానబి	उन्यानबे	ఎనభై తొమ్మిది	89
నబ్బే	नब्बे	తొంభై	90
ఇక్కానబే	इक्कानबे	తొంభై ఒకటి	91
బయానబే	बयानबे	తొంభై రెండు	92
తీరానబే	तिरानबे	తొంభై ముడు	93
చౌరానబే	चौरानबे	తొంభై నాలుగు	94
పంచానబే	पंचानबे	తొంభై ఐదు	95
ఛియానబే	छियानबे	తొంభై ఆరు	96
సత్తానబే	सत्तानबे	తొంభై ఏడు	97
అర్థానబే	अट्ठानबे	తొంభై ఎనిమిది	98
నిన్యానబే	निन्यानबे	తొంభై తొమ్మిది	99
సౌ	सौ	వంద	100
హజార్	हजार	వెయ్యి	1000
దస్ హజార్	दस हजार	పది వేలు	10,000
లాఖ్	लाख	లక్ష	1,00,000
దస్ లాఖ్	दस लाख	పది లక్షలు	10,00,000
కరోడ్	करोड़	కోటి	1,00,00,000

భాగం - 3

भाग - ३

PART - 3

ప్రశ్నవాచక సంభాషణలు **प्रश्नवाचक संभाषण** (Question Tag Conversations)

హిందీ భాష బాగా నేర్చుకోవాలంటే ముఖ్యంగా, ప్రథమంగా నేర్చుకోవలసినదేమిటంటే ప్రశ్నించటం. ప్రశ్నించటం బాగా నేర్చుకోవాలి. ప్రశ్నించకుండా మనం ఏ పనీ చేయలేము. పొద్దున్న లేవడంతోనే మనమంతా మన దైనందిన జీవితాన్ని ప్రారంభించేది ప్రశ్నలతోనే కదా! అప్పుడే తెల్లవారిపోయిందా? టైమెంతయింది? వంటి ప్రశ్నలతో మొదలు పెడతాం కదా! అందుకే ఇక్కడ కొన్ని ముఖ్యమైన ప్రశ్నార్థకములు **(question tags).** ఇస్తున్నాము గమనించండి. వీటిని గనక బాగా నేర్చుకొంటే సంభాషణా మార్గంలో తొలి మెట్టు ఎక్కినట్లేనని చెప్పవచ్చు.

క్యా	...	क्या	...	ఏమిటి ?
కైసా	...	कैसा	...	ఎట్లా ?
కహాc	...	कहाँ	...	ఎక్కడ ?
కిత్‌నా	...	कितना	...	ఎంత ? ఎన్ని ?
క్యోం	...	क्यों	...	ఎందుకు ?
కబ్	...	कब	...	ఎప్పుడు ?
కౌన్	...	कौन	...	ఎవరు ?
కౌన్‌సా	...	कौनसा	...	ఏ ?
జబ్‌హీ / జభీ	...	जबही	...	అప్పుడే
కహాcపే	...	कहाँ पे	...	ఎక్కడ ?
కిస్‌కో	...	किसको	...	ఎవడికి ?
కిన్‌కే	...	किनके	...	ఎవరికి ?

ఇప్పుడు చిన్న చిన్న మాటలు, చిన్న చిన్న ఆదేశాలు నేర్చుకుందాం !

ఛోటీ ఛోటీ భాతేఁ छोटी छोटी बातें చిన్న చిన్న మాటలు (Small Small Words)

1.	నిశ్శబ్దం	खामोश	ఖామోష్
2.	మాట్లాడవద్దు	चुप रहिए	చూప్ రహియె
3.	విను	सुनो	సునో
4.	అర్థంచేసుకో	समझ लो	సమఝ్ లో
5.	ఇక్కడే వేచి ఉండు	यही इन्तजार करो	యహీఁ ఇంత్‌జార్ కరో
6.	మర్చిపోవద్దు	भूलना मत	భూల్నా మత్
7.	ఇక్కడకు రండి	इधर आईये	ఇదర్ ఆయియే
8.	బయటకు వెళ్ళండి	बाहर जायिए	బాహర్ జాయియే
9.	ముందుకు చూడు	आगे देखो	ఆగే దేఖో
10.	వెనక్కి చూడకు	पीछे मत देखो	పీఛే మత్ దేఖో
11.	పక్కన ఏమి ఉంది ?	बाजू में क्या हैं ?	బాజూఁ మేఁ క్యా హైఁ ?
12.	జల్దీ ఆయియే	जलदी आयियें	త్వరగా రండి
13.	నీచే ఉతరియే	नीचे उतरिये	కిందకి దిగండి
14.	ఊపర్ ఛడియే	ऊपर चढ़िये	పైకి ఎక్కండి
15.	ముఝే దేఖ్‌నే దో	मुझे देखने दो	నన్ను చూడనివ్వు
16.	బైఠియే	बैठिये	కూర్చోండి
17.	ఖడే రహియే	खडे रहिए	నిలబడండి
18.	యహ్ క్యా హైఁ ?	यह क्या है ?	ఇది ఏమిటి ?
19.	చాయ్ పీవో	चाय पीओ	టీ తాగు
20.	ముహ్ ధోయీఎ	मुह धोयीये	మొహం కడుక్కోండి
21.	ఉస్‌కో బులావ్	उसको बुलाव	అతడిని పిలువు

22.	యహ్ హటావ్	यह हटाओ	ఇది జరుపు
23.	ఇస్‌కో హటావ్	इसको हटाओ	దీన్ని జరుపు
24.	ముఝే ఛోడ్ దో	मुझे छोड दो	నన్ను వదలు
25.	బోల్నా మత్	बोलना मत	చెప్పవద్దు
26.	ముఝే బతావో	मुझे बताओ	నాకు చెప్పు
27.	ముఝే నహీం చాహియే	मुझे नहीं चाहिए	నాకు వద్దు
28.	తుమ్‌కో పానీ హెూనా	तुमको पानी होना	నీకు నీళ్ళు కావాలి
29.	ఉన్‌కో దూద్ హెూనా	उनको दूध होना	ఆయనకు పాలు కావాలి

క్యా **क्या** ఏమిటి (What)

1.	క్యా బాత్ హైం ?	क्या बात है ?	ఏమిటి సంగతి ?
2.	యహ్ క్యా హైం	यह क्या है ?	ఇది ఏమిటి ?
3.	ఉస్‌కా నామ్ క్యా హైం ?	उसका नाम क्या है ?	అతని పేరు ఏమిటి ?
4.	ఇస్‌కా మతలబ్ క్యా హైం ?	इसका मतलब क्या है ?	దీని అర్థం ఏమిటి ?
5.	ఆప్‌కో క్యా హెూనా ?	आपको क्या होना ?	తమరికి ఏమి కావాలి ?
6.	అబ్ సమయ్ క్యా హైం ?	अब समय क्या है ?	ఇప్పుడు సమయం ఎంత ?
7.	తుమ్ ఇస్ సమయ్ మేం క్యా	तुम इस समय में क्या ?	నీవు ఈ సమయంలో ఏమి
8.	కర్‌తే హెూ ?	करते हो ?	చేస్తావు?
9.	వహ్ క్యా హైం ?	वह क्या है ?	అది ఏమిటి ?
10.	ఆప్ ఉన్‌కో క్యా బోలే ?	आप उनको क्या बोले ?	తమరు ఆయనకు ఏమి చెప్పారు ?
11.	తుమ్ క్యా ఖరీద్ కర్నా చాహ్‌తే హెూ ?	तुम क्या खरीद करना चाहते हो ?	నీవు ఏమి కొనాలను కొంటున్నావు?

12. మైం క్యా కర్‌నా ? मै क्या करना ? నేను ఏమి చెయ్యాలి ?

13. తుమ్ క్యా కర్‌తే హెూ ? तुम क्या करते हो ? నీవు ఏమి చేస్తావు ?

14. ఆప్ ముఝే క్యా దేతే హైం ? आप मुझे क्या देते है ? మీరు నాకు ఏమి ఇస్తారు ?

కౌన్ कौन ఎవరు ? (Who)

1. మీరు ఎవరు ? ఆప్ కౌన్ హైం ?
आप कौन है ?

2. నీవు ఎవరు ? తుమ్ కౌన్ హెూ ?
तुम कौन हो ?

3. నేను ఎవరు ? మైం కౌన్ హూం ?
मै कौन हूँ ?

4. మీకు ఎవరు కావాలి ? ఆప్‌కో కౌన్ చాహియే ?
आपको कौन चाहिए ?

5. ఆయనకు ఎవరు కావాలి ? ఉన్‌కో కౌన్ చాహియే ?
उनको कौन चाहिए ?

6. అతను/ఆమె/అది ఎవరు ? వహ్ కౌన్ హైం ?
वह कौन है ?

7. ఈ ఇంట్లో ఎవరెవరుంటారు ? ఇస్ ఘర్ మే కౌన్ కౌన్ రహ్‌తే హైం ?
इस घर में कौन कौन रहते है ?

8. ఆ లావాటి పిల్లవాడు ఎవరు ? వహ్ మోటా లడ్‌కా కౌన్ హైం ?
वह मोटा लडका कौन है ?

9.	ఈ భూమి యజమాని ఎవరు	ఇస్ జమీన్ కా మాలిక్ కౌన్ హైం ? इस जमीन का मालिक कौन है ?
10.	మీ కుటుంబంలో పెద్దవారు ఎవరు ?	ఆప్‌కే పరివార్ మేం బడే కౌన్ హైం ? आपके परिवार में बडे कौन है ?
11.	ఈ ప్రశ్న అడగటానికి తమరు ఎవరు ?	యహ్ ప్రశ్న్ పూఛ్‌నేకో ఆప్ కౌన్ హైం ? यह प्रश्न पूछने को आप कौन है ?
12.	ఈ వీధిలో నీ స్నేహితుడు ఎవరు ?	ఇస్ గల్లీ మే తుమ్‌హారా దోస్త్ కౌన్ హైం ? इस गली में तुम्हारा दोस्त कौन है ?
13.	అక్కడ నీతో ఎవరు మాట్లాడతారు ?	వహ్/ఉధర్ తుమ్‌సే కౌన్ బాత్ కర్‌తే హైం वह/उधर तुमसे कौन बात करते है ?
14.	ఈరోజు సమావేశంలో ఎవరెవరు మాట్లాడతారు ?	ఆజ్ కీ సభా మేం కౌన్ కౌన్ బాత్ కర్‌తే హైం ? आज की सभा में कौन-कौन बात करते है ?
15.	నీ సోదరి ఎవరు ?	తుమ్హారి బహిన్ కౌన్ హైం ? तुम्हारी बहिन कौन है ?
16.	నాతో మాట్లాడటానికి నువ్వు ఎవరు ?	ముఝ్‌సే బాత్ కర్‌నే వాలే తుమ్ కౌన్ హెూ ? मुझ से बात करने वाले तुम कौन हो ?
17.	వీళ్ళు ఎవరి పిల్లలు ?	యే కిన్‌కే బచ్చే హైం ? ये किनके बच्चे है ?
18.	అవి ఎవరి బొమ్మలు ?	యే గుడియా కిన్‌కీ హైం ? ये गुडियाँ किनकी है ?
19.	ఈ పుస్తకం ఎవరిది	యహ్ కితాబ్ కిన్‌కే హైం ? यह किताब किनके है ?
	అతను నీకు ఏమవుతాడు ?	వహ్ తుమ్‌కో కౌన్ హెూతా హైం ? वह तुमको कौन होता है ?

క్యోం **क्यों** ఎందుకు ? (Why)

నువ్వు మా ఇంటికి ఎందుకు వచ్చావు ? — తుమ్ మేరే ఘర్ కో క్యోం ఆయే హెూ ?
तुम मेरे घर को क्यों आये हो ?

ఎందుకు రావద్దో చెప్పు ? — క్యోం నహీ ఆనా బోలో ?
क्यों नही आना बोलो ?

నువ్వు ఎందుకు కోప్పడతావు ? — తుమ్ క్యోం నారాజ్ హెూతే హెూ ?
तुम क्यों नाराज होते हो ?

నువ్వు హిందీ ఎందుకు నేర్చుకున్నావు ? — తుమ్‌నే హిందీ క్యోం సీఖ్ లియా
तुमने हिन्दी क्यों सीख लिया ?

నువ్వు ఎందుకు నేర్చుకో లేదో చెప్పు ? — తుమ్‌నే క్యోం నహీం సీఖ్‌లియా బోలో ?
तुमने क्यों नही सीख लिया बोलो ?

మీరు అక్కడికి ఎందుకు వెళ్ళారు — ఆప్ వహాఁ క్యోం గయే ?
आप वहाँ क्यो गये ?

ఈ రోజు మీరు ఎందుకు రాలేదు ? — ఆజ్ ఆప్ క్యోం నహీం ఆయే ?
आज आप क्यों नही आये ?

నువ్వు ప్రతిరోజు కార్యాలయానికి ఎందుకు వెళతావు ? — తుమ్ దఫ్తర్ కో హర్ దిన్ క్యోం జాతే హెూ ?
तुम दफ्तर को हर दिन क्यों जाते हो ?

ఆ స్త్రీ ఎందుకు గట్టిగా మాట్లాడుతూ ఉంది ? — వహ్ ఔరత్ క్యోం జోర్‌సే బాత్ కర్ రహీ హైం ?
वह औरत क्यों जोर से बात कर रही है ?

నువ్వు ఎందుకు ఆడలేదు ? — తుమ్ క్యోం నహీ ఖేలే ?
तुम क्यों नहीं खेले ?

142

మీరు ఎందుకు ఇంత ఆలస్యం చేశారు ? ఆప్‌నే ఇత్‌నీ దేర్ క్యోం కి (కియా) ?

आपने इतनी देर क्यों कि (किया) ?

మీరు ఆయనకు ఎందుకు చెప్పలేదు ? ఆప్‌నే ఉన్‌కో క్యోం నహీం బోలే

आपने उनको क्यों नहीं बोले ?

నువ్వు వారిని ఎందుకు కలిశావు ? తుమ్ ఉన్‌కో క్యోం మిలే ?

तुम उनको क्यों मिले ?

నేను తమరికి ఎందుకు జవాబు ఇవ్వాలి ? మైం ఆప్‌కో క్యోం జవాబ్ దూం (దేనా) ?

मैं आपको क्यों जवाब दूँ (देना) ?

అది ఎందుకు నవ్వింది ? వహ్ క్యోం హంసా ?

वह क्यों हँसा ?

అది మనకు ఎందుకు ? వహ్ హమ్‌కో క్యోం ?

वह हमको क्यों ?

అతను ఆ ఉద్యోగం ఎందుకు వదిలేశాడు ? ఉస్‌నే వహ్ నౌకరీ క్యోం ఛోడ్ ది (దియా) ?

उसने वह नौकरी क्यों छोड़ दी (दिया) ?

నువ్వు ఎందుకు పరుగెడతావు ? తుమ్ క్యోం భాగ్‌తే హెూ ?

तुम क्यों भागते हो ?

నేను పరుగెడితే నీకు ఏమవుతాది ? మైం భాగే తో తుమ్‌కో క్యా హెూతా హైం ?

मैं भागे तो तुमको क्या होता है ?

నువ్వు ఎందుకు నేరుగా (తిన్నగా) జవాబు ఇవ్వవు ? తుమ్ క్యోం సీధా జవాబ్ నహీం దేతే హెూ ?

तुम क्यों सीधा जवाब नहीं देते हो ?

కహాం / కిధర్ कहाँ / किधर ఎక్కడ ? (Where)

మీరు ఎక్కడ ఉంటారు ?	ఆప్ కహాం రహ్‌తే హైం ? आप कहाँ रहते है ?
మనం ఎక్కడ ఉంటాం ?	హమ్ కహాం రహ్‌తే హైం ? हम कहाँ रहते है ?
వాళ్ళు ఎక్కడ ఉంటారు ?	వే / ఉన్ లోగ్ కహాం రహ్‌తే హైం ? वे / उन लोग कहाँ रहते है ?
నీ పాఠశాల ఎక్కడ ?	తుమ్హారీ పాఠశాల కహాం హైం ? तुम्हारी पाठशाला कहाँ है ?
నేను ఎక్కడికి వెళ్ళాలి ?	మైం కహాం జానా హై ? मैं कहाँ जाना है ?
నీవు ఎక్కడికి వెళ్ళాలి ?	తుమ్ కహాం జానా హై ? तुम कहाँ जाना है ?
మీరు ఎక్కడికి వెళ్ళాలి ?	ఆప్ కహాం జా రహే హైం ? आप कहाँ जा रहे हैं ?
మీ వాహనాన్ని ఎక్కడ నిలపాలి ?	ఆప్‌కే గాడీ కో కహాం ఠహ్‌రానా హైం ? आपके गाडी को कहाँ ठहराना है ?
నీవు ఎక్కడ పని చేస్తావు ?	తుమ్ కహాం కామ్ కర్‌తే హెూ ? तुम कहाँ काम करते हो ?
నీవు ఎక్కడ పని చేస్తూ ఉన్నావు ?	తుమ్ కహాం కామ్ కర్ రహే హెూ ? तुम कहाँ काम रहे हो ?
నీవు ఎక్కడి నుండి చూస్తావు ?	తుమ్ కహాం సే దేఖ్‌తే హెూ ? तुम कहाँ से देखते हो ?

మనం ఎక్కడ కలుసుకుందాం ?	హమ్ కిధర్ మిలేంగే ? हम किधर मिलेंगे ?
వారిని ఎక్కడ కలుస్తావు ?	ఉన్‌కో కహాఁ మిల్‌తే హెూ ? उनको कहाँ मिलते हो ?
నీకు ఇంత డబ్బు (ఇన్ని రూపాయలు) ఎక్కడి నుండి వచ్చింది ?	తుమ్‌కో ఇత్‌నే రూపయే కహాఁ సే ఆయే ? तुमको इतने रूपये कहाँ से आये ?
మీ ఇల్లు ఎక్కడ ?	ఆప్‌కా ఘర్ కహాఁ హైఁ ? आपका घर कहाँ है ?

కైసా कैसा ఎట్లా ? (How)

మీరు ఎట్లా వెళతారు ?	ఆప్ కైసా జాతే హైఁ ? आप कैसा जाते है ?
నీవు ఎట్లా వెళతావు ?	తుమ్ కైసే జాతే హెూ ? तुम कैसे जाते हो ?
నేను ఎట్లా వెళ్ళాలి.	మైం కైసే జావూఁ ? मैं कैसे जाऊँ ?
వాళ్ళు ఎట్లా వెళ్ళాలి ?	వే / ఉన్ లోగ్ కైసే జానా ? वे / उन लोग कैसे जाना ?
వీళ్ళు ఎట్లా బతకాలి ?	యే / ఇన్ లోగ్ కైసే జీనా ? ये / इन लोग कैसे जीना ?
నాకు ఎట్లా తెలుస్తుంది ?	ముఝే కైసా మాలూం హెూతా ? मुझे कैसा मालूम होता ?
నీకు ఎట్లా తెలిసింది ?	తుమ్‌కో కైసా మాలూం హువా ? तुमको कैसे मालूम हुआ ?

నేను నీకు ఎట్లా ఇవ్వాలి ?

మైం తుమ్‌కో కైసే దేనా ?

मैं तुमको कैसे देना ?

నేను నీకు ఎట్లా ఇచ్చాను ?

మైనేం తుమ్‌కో కైసే దియా ?

मैंने तुमको कैसे दिया ?

వాళ్ళు నాకు ఎట్లా ఇస్తారు ?

వే / ఉన్ లోగ్ కైసా దేంగే ?

वे / उन लोग कैसा देंगे ?

వీడి/ఇతని చదువు ఎట్లా సాగుతోంది ?

ఇస్‌కా పఢాయీ కైసే చల్ రహీ హైం ?

इसकी पढाई कैसे चल रही है ?

వారి గ్రామానికి ఎట్లా వెళ్ళాలి ?

ఉన్‌కే గాంవ్ కో కైసా జానా ?

उनके गाँव को कैसा जाना ?

పెండ్లి ఏ విధంగా జరిగింది ?

షాదీ కిస్ తరహ్ హుయీ ?

शादी किस तरह हुई ?

నీవు ఎట్లా ఉన్నావు ?

తుమ్ కైసే హో ?

तुम कैसे हो ?

వ్యాపారం ఎట్లా నడిపిస్తున్నావు ?

వ్యాపార్ / దంధా కైసే చలారహే హో ?

व्यापार / धंधा कैसे चला रहे हो ?

ఆవులను ఎట్లా మేపుతున్నారు ?

గాయోం కో కైసా చరా రహే హై ?

गायों को कैसा चरा रहे है ?

బఱ్ఱెలు/గేదెలు ఎట్లా మేస్తున్నాయి ?

భైంస్ కైసే చర్ రహీం హైం ?

भैस कैसे चर रही है ?

మీరు ఎట్లా మింగుతారు ?

ఆప్ కైసా నిగల్‌తే హైం ?

आप कैसा निगलते है ?

టీ ఎట్లా (తయారు) చెయ్యాలి ? — చాయ్ కైసా బనానా ?
चाय कैसा बनाना ?

కూరగాయలు ఎట్లా కొనాలి ? — తర్కారియాఁ కైసా ఖరీద్ కర్నా ?
तरकारियाँ कैसा खरीद करना ?

వంటవాడు ఎట్లా ఉంటాడు ? — రసోయియా కైసా రహ్తా హైం ?
रसोइया कैसा रहता है ?

కబ్ कब ఎప్పుడు ? (When)

నీవు ఎప్పుడు నిద్ర లేస్తావు ? — తుమ్ కబ్ ఉఠ్తే హో ?
तुम कब उठते हो ?

నేను ఎప్పుడు మేల్కొనాలి ? — ముఝే కబ్ ఉఠ్నా చాహియే ?
मुझे कब उठना चाहिए ?

ఎప్పుడు నిద్ర లేస్తే మంచిది ? — కబ్ ఉఠే తో అచ్ఛా ?
कब उठे तो अच्छा ?

ఎప్పుడు వెళితే మంచిది ? — కబ్ గయే తో అచ్ఛా ?
कब गये तो अच्छा ?

నీవు ఎప్పుడు వస్తావు ? — తుమ్ కబ్ ఆవోగే ?
तुम कब आओगे ?

మీరు ఎప్పుడు వస్తారు ? — ఆప్ కబ్ ఆయేంగే ?
आप कब आयेंगे ?

నేను ఎప్పుడు వస్తాను ? — మైం కబ్ ఆవుంగా ?
मैं कब आऊँगा ?

మీ అమ్మాయి పెళ్ళి ఎప్పుడు ? — ఆప్‌కే బేటీ కీ షాదీ కబ్ హైం ?
आपके बेटी की शादी कब हैं ?

నేను నా యింటికి ఎప్పుడు వెళతాను ?

మైంc మేరే ఘర్‌కో కబ్ జావుంగా ?

मैं मेरे घर को कब जाऊँगा ?

నేను ఈ పని ఎప్పుడు ప్రారంభించగలను ?

మైంc యహ్ కామ్ కబ్ షురూ కర్ సక్‌తా హూంc ?

मैं यह काम कब शुरू कर सकता हूँ ?

మీరు ఆఫీసుకి ఎప్పుడు వెళతారు ?

ఆప్ కార్యాలయ్/దప్తర్ కో కబ్ జాయేంcగే ?

आप कार्यालय / दफ्तर को कब जायेंगे ?

మనం ఎప్పుడు వెళతాం ?

హమ్ కబ్ జాయేంcగే

हम कब जायेंगे ?

మనం ఎప్పుడు పెళ్ళి చేసుకుందాం ?

హమ్ కబ్ షాదీ కర్ లేంగే ?

हम कब शादी कर लेंगे ?

మనం ఎప్పుడు భోజనం చేద్దాం ?

హమ్ కబ్ ఖానా ఖాయేంగే ?

हम कब खाना खायेंगे ?

మనం అక్కడికి ఎప్పుడు చేరుకుంటాం ?

హమ్ వహాంc ఉధర్ కబ్ పహుంచేంగే ?

हम वहाँ/उधर कब पहुँचेंगे ?

అతడు ఎప్పుడు చేశాడు ?

ఉస్‌నే కబ్ కియా ?

उसने कब किया ?

అది ఎప్పుడు జరుగుతుంది ?

వహ్ంc కబ్ హెూగా ?

वह कब होगा ?

సెలవు రోజు ఎప్పుడు ?

ఛుట్టీ కా దిన్ కబ్ హైంc ?

छुट्टी का दिन कब है ?

మీ పెళ్ళి ఎప్పుడు ?

ఆప్‌కా షాదీ కబ్ హైంc ?

आपका शादी कब है ?

కిత్‌నా कितना - ఎన్ని/ఎంత? (How many ? / How much ?)

ఒక రూపాయికి ఎన్ని పైసలు ?	ఏక్ రూపయ్ మే కిత్‌నా పైసే హైం ? एक रूपया में कितना पैसे है ?
ఒక కోటిలో ఎన్ని సున్నాలుంటాయి ?	ఏక్ కరోడ్ మేం కిత్‌నే శూన్య రహ్‌తే హైం ? एक करोड में कितने शून्य रहते है ?
మీ వయస్సెంత ?	ఆప్‌కీ ఉమ్ర్ కిత్‌నీ హైం ? आपकी उम्र कितनी है ?
నీవు ఉదయం ఎన్ని ఇడ్లీలు తినగలవు ?	తుమ్ సబేరే కిత్‌నే ఇడ్లి ఖా సక్‌తే హెూ ? तुम सबेरे कितनी इडली खा सकते हो ?
ప్రతిరోజు ఎన్ని గంటలకు ఆఫీసుకు వెళతారు ?	ఆప్ హర్‌దిన్ కిత్‌నే బజే కార్యాలయ్/దఫ్తర్ కో జాతే హైం? आप हरदिन कितने बजे कार्यालय/दफ्तर को जाते है?
నువ్వు రోజూ ఎన్ని పనులు చేస్తావు ?	తుమ్ హర్‌దిన్ కిత్‌నా కామ్ కర్‌తే హో ? तुम हरदिन कितना काम करते हो ?
నీకు ఎన్ని కావాలి ?	తుమ్‌కో కిత్‌నా చాహియే ? तुमको कितना चाहिए ?
ఇంద్రధనుసులో ఎన్ని రంగులుంటాయి ?	ఇంద్ర చాప్ మేం కిత్‌నే రంగోం రహ్‌తే హైం ? इन्द्रचाप में कितने रंगों रहते है ?
నీవు రోజు ఎన్నిసార్లు భోజనం చేస్తావు ?	తుమ్ హర్‌దిన్ కిత్‌నే బార్ ఖానా ఖాతే హెూ ? तुम हरदिन कितने बार खाना खाते हो ?
ఈ కూరగాయలు ఎంత ధరకు ఇస్తావు ?	యే తర్కారియా కిత్‌నే దామ్ కో దేతే హెూ ? ये तरकारियाँ कितने दाम को देते हो ?

ఇంతకు ముందు మనం కబ్, కౌన్, కిత్‌నా, క్యోం వంటి ప్రశ్నాపదములను (**Question Words**) తెలుసుకుని, వాటితో ప్రశ్నలను ఎట్లా వేయాలో నేర్చుకున్నాము. ఇప్పుడు ఇందులోనే సాధారణ పద్ధతిలో కొన్ని ఆజ్ఞా వాక్యాలు చెప్పుకుందాం !!

నువ్వు ఏమనుకుంటున్నావు ?	తుమ్ క్యా సమఝ్తే హెూ ? तुम क्या समझते हो ?
దీన్ని అక్కడ పెట్టు.	ఉదర్ ఇస్‌కో వహాఁ రఖో. इसको उधर / वहाँ रखो
వెంటనే రా !	ఫౌరన్ ఆఁవో फौरन आओ ?
మీకు ఏమి తెలుసు ?	ఆప్‌కో క్యా మాలూం హైఁ ? आपको क्या मालूम है ?
నెమ్మదిగా వెళ్ళు	ధీరే జావో धीरे जाओ ?
వేగంగా వెళ్ళు	జల్దీ జావో जल्दी जाओ
దీన్ని జాగ్రత్త పెట్టండి	ఇసే/ఇస్‌కో సంభాలియే इसे / इसको सम्भालिये
నోర్మూసుకుని ఉండు	చుప్‌చాప్ రహెూ चुपचाप रहो
ఇటు రా	ఇధర్ / యహాఁ ఆఁవో यहाँ / इधर आओ
నిశ్శబ్దం	ఖామోష్ ! खामोश
ఇటు చూడు	యహాఁ/ఇధర్ దేఖో यहाँ / इधर देखो
చూడు / చూడండి	దేఖో / దేఖియే । देखो / देखिए

తప్పుకో / తప్పుకోండి	హటో/హటియే हठो / हठिए
తప్పించండి/తొలగించండి	हठाइए హటాయియే
ప్రయత్నించు	కోశిశ్ కరో कोशिश करो
సిద్ధంగా ఉండండి	తయార్ రహియే तैयार रहिए
ఇది తిను	యహ్ ఖావో यह खाओ
దాన్ని వదలు	ఉస్‌కో ఛోడో उसको छोडो
దీన్ని వదిలెయ్	ఇస్‌కో ఛోడ్ దో इसको छोड दो
నెమ్మది నెమ్మదిగా నడు	హల్లూ హల్లూ చలో हल्लू हल्लू चलो
నువ్వు ఇక్కడ ఆగు	తుమ్ యహాఁ రూకో तुम यहाँ रूको
ఆలోచించి మాట్లాడు	సోచ్ కే బోలో सोच के बोलो
చూసి నడు	దేఖ్ కే చలో देख के चलो

మర్చి పోవద్దు	భూల్‌నా మత్ / మత్ భూలో भूलना मत / मत भूलो
మాట్లాడవద్దు	బోల్‌నా మత్ / మత్ బోలో बोलना मत / मत बोलो
చెప్పవద్దు	మత్ బతానా मन बताना
ఆయనను విసిగించకు	ఉన్‌కో తంగ్ మత్ కరో उनको तंग मत करो
అసలు సంగతి చెప్పు	అస్లీ బాత్ బోలో असली बात बोलो
ఆలస్యంగా వెళ్ళవద్దు	దేర్ సే న జానా देर से न जाना
నన్ను ఇబ్బంది పెట్టవద్దు	ముఝే పరేశాన్ మత్ కరో मुझे परेशान मत करो
నన్ను వెళ్ళనివ్వు	ముఝే జానే దో मुझे जाने दो
వెనక్కి తిరిగి వెళ్ళిపోండి	వాపస్ జాయియే वापस जाइए
పఢో, లిఖో, ఆగే బఢో	చదువు, వ్రాయి, ముందుకు పో ! पडो, लिखो आगे बढो
తమరు కొంచెం అర్థం చేసుకోవాలి	ఆప్ కుఛ్ సమఝ్‌లేనా आप कुछ समझ लेना
నువ్వు నాకు అర్థమయ్యేటట్టు చెయ్యి	తుమ్ ముఝ్‌కో సమ్‌ఝావో तुम मुझ को समझाओ

ఇప్పుడు మనం కొన్ని కోపంతో మాట్లాడే మాటలను (నరాజ్ బాతేం / नाराज बातें / **Talk with Anger)** నేర్చుకుందాం. కోపంతో మాట్లాడే మాటలలో వాక్యం చివరన వచ్చే క్రియాపదములను తేలికగా వదిలేస్తాము. ఉదా : కరో (करो), రహో (रहो), బోలో (बोलो) అన్నట్టు మాట.

నీకు బుద్ధిలేదు	తుమ్‌కో అకల్ నహీం హైం तुमको अकल नहीं है
నువ్వు నా మాట విను	తుమ్ మేరా/మేరీ బాత్ సునో तुम मेरा/मेरी बात सुनो
మాటలు తిన్నగా రానివ్వు	బాతేం సీధా ఆనే దో बातें सीधा आने दो
అనవసర మాటలు మాట్లాడకు	ఫిజుల్ బాతేం మత్ కరో फिजुल बातें मत करो
కోపపడకు	నారాజ్ న హో नाराज न हो
ఆవేశపడకు	ఆవేశ్ మత్ కరో आवेश मत करो
నేను ఏం చెయ్యను ?	మైం క్యా కరూం मैं क्या करूँ
నా కంటి నుంచి దూరంగా ఫో !	మేరీ నజర్‌సే దూర్ హోజావో मेरी नजर से दूर हो जाओ ।
ఆయన పనికిమాలినవాడు	వహ్ బేకార్ హైం वह बेकार है
నేను నిన్ను ఎప్పటికీ క్షమించను.	మైం తుమ్‌కో కభీ భీ మాఫ్ నహీం కరూంగాం ? मैं तुमको कभी भी माफ नहीं करूँगा ।

కోపంగా చూడటం మంచిదికాదు	ఘూర్‌కర్ దేఖ్‌నా అచ్ఛా నహీం घूर कर देखना अच्छा नहीं
అది / ఆమె అవసరంలేని వాగుడు వాగుతుంది.	వహ్ (వో) బక్వాస్ బోల్‌తీ హైం वह (वो) बकवास बोलती है
నా మాటలు ఆగి పోయినై	మేరే బోల్ చాల్ బంద్ హైం मेरे बोल चाल बन्द है ।
అనవసర తగాదా వద్దు	ఫిజుల్ ఝగడా మత్ కరో फिजुल झगडा मत करो
నీ మీద నమ్మకం లేదు	తుమ్‌పే విశ్వాస్/యకిన్ నహీం హైం तुम पे विश्वास / यकीन नहीं है ।
తప్పు ఎవడిది ?	గల్‌తీ కిస్‌కా హై गलती किसका है ?
తప్పు ఎవరిదీ కాదు	గలతీ కిన్‌కే భీ నహీం హైం गलती किसके भी नहीं है
సరిగా మాట్లాడు	సహీం బాత్ కరో सही बात करो ।
తిన్నగా నుంచో / నిల్చో / నిలబడు	సీధా ఖడే రహెూ सीधा खडे रहो ।
మీరు నాతో మాట్లాడవద్దు	ఆప్ ముఝ్‌సే బాత్ మత్ కీజియే आप मुझसे बात मत कीजीए ।
అది మహా నీర్సంది.	వహ్ బహుత్ సుస్త్ హైం वह बहुत सुस्त है ।

నాకు మోజు లేదు.	ముఝే షౌక్ నహీం హైం मुझे शौक नहीं है
నువ్వు ఇచ్చిన మాట మర్చిపోయావా ?	తుమ్‌నే దియా సో వాదా భూల్ గయా క్యా ? तुमने दिया सो वादा भूल गया क्या ?
నువ్వేం మనిషివి ?	క్యా ఆద్మీ హెూ తుమ్ ? क्या आदमी हो तुम ?
నా నుంచి తప్పించుకుని పోలేవు.	ముఝ్‌సే బచ్‌కర్ నహీం జా సక్‌తే मुझ से बच कर नहीं जा सकते ।
వాళ్ళు హఠాత్తుగా ఉన్నట్టుండి పోట్లాటకు దిగారు.	వే లోగ్ అచానక్ ఝగ్‌డా కర్‌నే లగే वे लोग अचानक झगडा करने लगे
కంగారు పడకు.	పరేషాన్ మత్ కరో परेशान मत करो
గాబరా పడకు	ఘబ్‌రావో మత్ घबराओ मत
నువ్వు కావాలనే చేస్తున్నావు.	తుమ్ జాన్ బూఝ్‌కర్ కర్ రహే హెూ तुम जान बुझकर कर रहे हो ।
ఇదంతా నీ వల్లనే / నీ మూలంగానే	యే/యహ్ సబ్ తుమ్హారి వజహ్ సే హీ ये / यह सब तुम्हारी वजह से ही ।

ఇప్పటి వరకు మనం ప్రశ్నా పదములు, ఆజ్ఞా వాక్యములు, కోపంగా మాట్లాడే మాటల గురించి కొంతవరకు తెలుసుకున్నాం. ఇప్పుడు మనం కొన్ని సున్నితమైన, సరళమైన వాక్యములను నేర్చుకుందాం.

లోపలికి రండి	అందర్ ఆయియే अंदर आईए
కూర్చోండి	బైఠియే बैठिये
తమరు పేరేమిటి ?	ఆప్ కా నామ్ క్యా హైం आपका नाम क्या है ?
నా పేరు గౌరీనాథ్	మేరా నామ్ గౌరీనాథ్ मेरा नाम गौरीनाथ
మీ పేరు చాలా బాగుంది.	ఆప్‌కా నామ్ బహుత్ అచ్ఛా హై । आपका नाम बहुत अच्छा है ।
కృతజ్ఞతలు/థాంక్స్	షుక్రియా शुक्रिया
మీరు ఎక్కడ ఉంటారు ?	ఆప్ కహాం రహ్‌తే హైం आप कहाँ रहते है ?
మేం మౌలాలిలో ఉంటాం.	హమ్ మౌలాలీ మేం రహ్‌తే హైం हम मौलाली में रहते है ।
ఏం పని చేస్తారు మీరు ?	క్యా కామ్ కర్‌తే హైం ఆప్ ? क्या काम करते है आप ?
నేను కుమ్మరిని	మైం కుమ్‌హార్ హూం मै कुम्हार हूँ ।
మీ వయస్సు ఎంత ?	ఆప్‌కా ఉమ్ర్ క్యా హైం ? आपकी उम्र क्या है ?
మీరు ఏమి తింటారు ?	క్యా ఖాతే హైం ఆప్ ? क्या खाते है आप ?

నేను ఏమీ తినను.	మైఁ కుఛ్ భీ నహీఁ ఖాతా హూఁ मैं कुछ भी नहीं खाता हूँ।
నీళ్ళు తాగుతాను.	పానీ పీతా హూఁ पानी पीता हूँ।
భోజనం పట్టుకురా	ఖానా లావో खाना लावो।
నేను ఇప్పుడే టీ తాగాను.	మైఁ అభీ చాయ్ పియా హైఁ मैंने अभी चाय पी है
ఫర్వాలేదు.	ఫర్వానహీఁ फर्वा नहीं।
భయపడకు.	బేఫికర్ बेफिकर
తర్వాత చూసుకుందాం.	బాద్ మేఁ దేఖ్ లేఁగే बाद में देख लेंगे।
భోజనం చేద్దాం.	ఖానా ఖాయేఁగే खाना खायेंगे।
మీకు ఏం కావాలి ?	ఆప్‌కో క్యా చాహియే आपको क्या चाहिए।
రెండూను.	దోనోం दोनों
మీరు అక్కడకి రండి.	ఆప్ వహాఁ ఆయియే आप वहाँ आइए
మీరు ఏమన్నారు ?	ఆప్ క్యా బోలే ? आप क्या बोले ?

నేను ఏమీ అనలేదు.	మైం కుఛ్ భీ నహీం బోలా मैं कुछ भी नहीं बोला ।
మీరు ఏమి చేస్తారు ?	ఆప్ క్యా కర్తే హైం? आप क्या करते है ?
నేను ఏమీ చెయ్యను.	మైం కుఛ్ భీ నహీ (నై) కర్తా హూం मैं कुछ भी नहीं (नै) करता हूँ ।
మీ జీవితం బాగుంది.	ఆప్‌కా జిందగీ అచ్ఛా హైం आपका जिन्दगी अच्छा है ।
ఉండనివ్వు.	రహ్‌నే దో रहने दो
ఉండనివ్వను.	రహ్‌నే నహీం దేతా హూం रहने नही देता हूँ ।
నేను వదిలేస్తాను.	మైం ఛోడ్‌తా హూం मैं छोडता हूँ ।
నేను వదలనివ్వను.	మైం నహీం ఛోడ్ దేతా హూం मैं नहीं छोड देता हूँ ।
నాకు ఆకలిగా ఉంది.	ముఝె భూక్ లగ్ రహీం హైం मुझे भूख लग रही हैं ।
ఎంత ఆకలి ?	కిత్‌నీ భూఖ్ హైం कितनी भूख है ?
కొంత ఆకలి.	థోడీ భూఖ్ थोडी भूख ।

భాగం - 4
भाग - ४
PART - 4

సాధారణ సంభాషణలు
साधारण संभाषण

మనం ఒక భాషను నేర్చుకోవాలన్నా, నేర్చుకొంటున్నామన్నా దాని అంతరార్థం, మనం ఇతరులతో కలవాలనుకుంటున్నాం. మనం ఇతరులతో కలవాలంటే ముందు మన వ్యవహార శైలి, అంటే పద్ధతి బాగుండాలి. దానికి కావలసింది ముఖ్యంగా మర్యాద, యిచ్చి, పుచ్చుకోవాలి **(Give respect and take respect)**. కాబట్టి మనం ఇక్కడ ముందుగా వందన, అభివందన సంభాషణలతో ప్రారంభిద్దాం.

1. వందన్ **वंदन** వందనం

అభివందన్	अभिवंदन	అభినందనం
నమస్తే/నమస్కార్	नमस्ते / नमस्कार	నమస్తే/నమస్కార్
మంచిరోజు	शुभदिन	శుభ్‌దిన్
శుభోదయం	शुभोदय	శుభోదయ్
ఎలా ఉన్నారు ?	कैसे है ।	కైసే హైం ?
నేను కుశలమే.	मै कुशल हूँ ।	మైం కుశల్ హుం
నేను క్షేమంగా ఉన్నాను	मै खैरियत से हूँ ।	మై ఖైరియత్ సే హూం
మిమ్మల్ని కలుసుకున్నందుకు నాకు సంతోషంగా ఉంది.	आपसे मिल कर मैं खुश हूँ	ఆప్‌సే మిల్‌కర్ మైం ఖుష్ హూం
మనం కలిసి చాలా కాలమైంది.	हम मिलके काफी समय हो गया	హమ్ మిల్‌కే కాఫీ సమయ్ హోగయా
చాలా కాలం తర్వాత మనం కలుసుకున్నాం.	बहुत देर के बाद हम मिले ।	బహుత్ దేర్ కే బాద్ హమ్ మిలే
మిమ్మల్ని అకస్మాత్తుగా నిన్నుచూసి నేను సంతోష పడ్డాను.	तुमसे / आपसे अचानक मिलकर मैं प्रसन्न हुआ ।	తుమ్‌సే / ఆప్‌సే అచానక్ మిల్ కర్ మైం ప్రసన్న హువా

మనం మన సంభాషణా అభ్యాసమును 'వందనం-అభివందనం' తో ప్రారంభించాం కదా ! ఇప్పుడు సభ్యతా సంప్రదాయం పాటిస్తూ మరొక అడుగు ముందుకు వేద్దాం !!

2. శిష్టాచార్ शिष्टाचार - సభ్యత-సంప్రదాయం (Courtesy and Tradition)

1.	హాయ్ సార్ ! రండి, రండి లోపలికి రండి.	హాయ్ సాబ్ ఆయియే, ఆయియే అందర్ ఆయియే हाय साब आयिये, आयिये अन्दर आयिये ।
2.	కూర్చోండి సార్, కూర్చోండి, కొంచెం విశ్రాంతిగా కూర్చోండి.	బైఠియే సాబ్ బైఠియే థోడా ఆరామ్‌సే బైఠియే बैठिये साब, बैठिये थोडा आराम से बैठिये ।
3.	బాబూ ఇటు రా ! ఒక గ్లాసుతో మంచినీళ్ళు తీసుకు రా	బేటా ఇధర్ (యహాc) ఆవో ఏక్ గిలాస్ పానీ లావో बेटा इधर (यहाँ) आओ एक गिलास पानी लाओ
4.	దయచేసి ఇబ్బందిపడకండి.	కృపయా కష్ట్ న కరే कृपया कष्ट न करे ।
5.	ఇందులో కష్టమేమీ లేదు సార్.	ఇస్‌మే కోయీ కష్ట్ నహీ హైc సాబ్ इसमें कोई कष्ट नहीं है । साब ।
6.	చెప్పండి, మేం మీకు ఏ సహాయం చేయగలం ?	బోలియే హమ్ ఆప్‌కో క్యా మదద్ కర్ సక్తే హై ? हम आपको क्या मदद कर सकते है ?
7.	ఏమీ వద్దు నాకు.	కుఛ్ భీ నహీc (నై) చాహ్‌తా హూc మైc कुछ भी नही (नै) चाहता हूँ मैं ।
8.	సరే, దయచేసి ఇంకా కొంచెం సేపు ఉండండి.	ఠీక్ హైc ! కృపయా ఔర్ థోడీ దేర్ రహియే ठीक है । कृपया और थोडी देर रहिए ।
9.	క్షమించండి ఒకసారి మిమ్మల్ని చూడడం కోసం వచ్చానంతే.	ముఝే మాఫ్ కరియే సాబ్ ఏక్ బార్ ఆప్‌కో దేఖ్‌నే కేలియే ఆయా బస్. मुझे माफ करिये साब एक बार आपको देखने के लिए आया बस ।
10.	తమరు సెలవిస్తే మళ్ళీ కలుస్తా, సరేనా ?	ఆప్‌కా ఇజాజత్ హెూ తో ఫిర్ మిలుంగా, ఠీక్ హైc క్యా ? आपकी इजाज़त हो तो फिर मिलूँगा ठीक है ना ।
11.	సరే తప్పకుండా.	ఓ కే జరూర్. ओ के जरूर ।

3. మోచీ **मोची** చెప్పులు కుట్టేవాడు (Cobbler)

నా చెప్పు పట్టీ చీరిగి పోయింది.

మేరా చప్పల్ కీ పట్టీ టూట్ గయీ హైం

मेरी चप्पल की पट्टी टूट गयी है ।

ఇది తీసివేసి మరొకటి వెయ్యాలి. వేస్తావా ?

యహ్ నికాల్‌కే దూస్‌రా డాల్‌నా, డాల్‌తే క్యా ?

यह निकालके दूसरा डालना । डालते क्या ?

తప్పకుండా సార్ !

జరూర్ సాబ్ ?

जरूर साब ?

ఎంతవుతుంది ?

కిత్‌నా హోతా ?

कितना होता ?

పది రూపాయలు అవుతుంది.

దస్ రూపయే హోతా హై ?

दस रूपये होता है ।

ఈ చెప్పుకి మేకు ఉంది. అది తీసివేసి కుట్టాలి. చేస్తావా?

ఇస్ చప్పల్ కో కీల్ హైం వహ్ నికాల్ కర్ సీ తే క్యా?

इस चप्पल को कील है । वह निकालकर सी ते क्या ?

ఎట్లా కుట్టాలి సార్ ?

కైసా సీనా హై సాబ్ ?

कैसा सीना है साब ?

తోలు తో కుట్టాలా? లేక రెగ్జిన్‌తో కుట్టాలా?

చమ్‌డా సే సీనా యా రెగ్జిన్ సే సీనా ?

चमडे से सीना या रेग्जिन से सीना ?

తోలుపెట్టి కుట్టు, గట్టిగా ఉండాలి. అర్థమైందా ?

చమ్‌డా రఖ్ కర్ సీనా. యే పక్కా రహ్‌నా చాహియె।

సమఝ్ మేం ఆయా క్యా ?

चमडा रखकर सीना पक्का रहना चाहिए ।

समझ में आया क्या ?

ఈ చెప్పులు చక్కగా కనిపించటంలేదు. వీటికి పాలిష్ చెయ్యి.

యే చప్పల్ అచ్ఛా నహీం దిఖ్ రహాం హైం

ఇన్‌కో పాలిష్ కరో

ये चप्पल अच्छा नहीं दिख रहा है इनको पालिश करो ।

ఇప్పుడు నేను వీటికి చక్కగా పాలిష్ చేస్తాను. ఎట్లా మెరుస్తాయో మీరే చూస్తారు.	అబ్ మైఁ ఇన్‌కో బఢియా పాలిష్ కర్‌తా హూఁ కైసా చమక్‌తే ఆప్ హీ దేఖ్‌నా । अब मैं इनको बढिया पालिश करता हूँ कैसा चमकते आप ही देखना ।
నువ్వు పాత చెప్పులకి మరమ్మత్తు మాత్రమే చేస్తావా?	తుమ్ పురానే చప్పల్‌కో సిర్ఫ్ మరమ్మత్ హీ కర్‌తే హెూ క్యా ? तुम पुराने चप्पल को सिर्फ मरम्मत ही करते हो क्या ?
అట్లా ఏం లేదు సార్ ! కొత్త చెప్పులు కూడా తయారు చేస్తాను.	వైసా కుఛ్ భీ నహీఁ హైఁ సాబ్ నయా చప్పల్ భీ బనాతా హూఁ. वैसा कुछ भी नही है साब । नया चप्पल भी बनाता हूँ ।

4. బ్యాంక్ లో बैंक में (In the Bank)

క్షమించండి సార్ ।	క్షమా కరియే సాబ్ ! क्षमा करिए साब ।
నేను ఈ బ్యాంక్‌లో పొదుపు ఖాతా తెరవాలను కొంటున్నాను.	మైఁ ఇస్ బ్యాంక్ మేఁ బచత్ ఖాతా ఖోల్‌నా చాహ్‌తా హూఁ मैं इस बैंक में बचत खाता खोलना चाहता हूँ ।
సరేనండి !	ఠీక్ హైఁ జీ ! ठीक है जी !
నేను మీకు ఒక దరఖాస్తు పత్రాన్ని ఇస్తాను.	మైఁ ఆప్‌కో ఏక్ ఆవేదన్ పత్ర్ దేతా హూఁ मैं आपको एक आवेदन पत्र देता हूँ ।
దీనిని నేను ఎట్లా నింపాలి సార్ ।	మైఁ ఇస్‌కో కైసా భర్‌నా సాబ్ ! मैं इसको कैसा भरना साब ।
దీనిని మొదట బాగా చదివి తర్వాత సరిగా నింపండి	పహ్‌లే ఇస్‌కో అచ్ఛా పఢ్‌కే బాద్‌మే సహీ ఢంగ్‌సే భరియే । पहले इसको अच्छा पढ़ के बाद में सही ढंग से भरिए
ఈ పత్రంతోపాటు ఇంకా ఏమైనా ఇవ్వాలా ?	इस पत्र के साथ और कुछ देना है क्या ? ఇస్ పత్ర్‌కే సాథ్ ఔర్ కుఛ్ దేనా హైఁ క్యా ?

ఈ పత్రంతో పాటు ఒక వెయ్యి రూపాయలు జమ చెయ్యాలి.	ఇస్ పత్ర్‌కే సాథ్ ఏక్ హజార్ రూపయే జమా కర్‌నా । इस पत्र के साथ एक हजार रूपयें जमा करना ।
ఇంకా ఏమైనా సార్ !	ఔర్ కుఛ్ సాబ్ ! और कुछ साब !
మీకు తెలిసిన ఎవరైనా మా బ్యాంక్ కష్టమర్ హామీ ఇవ్వాలి.	ఆప్‌కే పహ్‌చాన్‌వాలే కోయీ హమారే బ్యాంక్ గ్రాహక్ జమానత్ దేనా ? आपके पहचानवाले कोई हमारे बैंक ग्राहक जमानत देना ।
అంటే !	మత్‌లబ్ ! मतलब !
ఏంలేదు ! దరఖాస్తు పత్రంలో సంతకంచేస్తే చాలు.	కుఛ్ నహీం ఆవేదన్ పత్ర్ మేం హస్తాక్షర్ కరే తో బస్ । कुछ नहीं । आवेदन पत्र में हस्ताक्षर करे तो बस ।
ఇవన్నీ అయిపోయిన వెంటనే పాస్‌బుక్ ఇచ్చేస్తారా ?	యే సబ్ హోనే కే బాద్ పాస్‌బుక్ దేతే హైం క్యా ? ये सब होने के बाद पास बुक देते हैं क्या ?
ఊం తప్పకుండా !	హాం ! జరూర్ ! हाँ ! जरूर !
మెయిల్ ట్రాన్స్‌ఫర్ వల్ల ఉపయోగం ఏమిటి ?	మెయిల్ ట్రాన్స్‌ఫర్ సే ఉపయోగ్ క్యా హైం ? मेइल ट्रान्सफर से उपयोग क्या है ?
ఇది డి.డి. కండే చాలా సులభమైనది.	యహ్ డి.డి. సే బహుత్ సులభ్ హైం यह डी.डी. से बहुत सुलभ है ।
ఇప్పుడు మీరు ఇక్కడ డబ్బు చెల్లించినట్లయితే, అది మీ వాళ్ళ అకౌంటులోనికి నేరుగా వెళ్ళిపోతుంది.	అబ్ ఆప్ యహాం నగద్ డిపాజిట్ కరేతో, వహ్ సీదా ఆప్ లోగోంకే ఖాతే మేం జాతా హైం अब आप यहाँ नगद डिपाजिट करे तो, वह सीधा आप लोगों के खाते में जाता है ।
నేను ఒక భూమి కొనాలనుకుంటున్నాను.	మైం ఏక్ జమీన్ ఖరీద్ కర్‌నా చాహ్‌తా హూం मैं एक जमीन खरीद करना चाहता हूँ ।

మీ బ్యాంక్‌లో రుణ సౌకర్యం ఉన్నదా ?

ఆప్‌కే బ్యాంక్ మే రుణ్ సువిధా హైం క్యా ?
आपके बैंक में ऋण सुविधा हैं क्या ?

మీరు ఈ పత్రాన్ని నింపండి. రుణం లభిస్తుంది.

ఆప్ యహ్ ఫార్మ్ భర్ దీజియే. రుణ్ మిల్ జాయేగా
आप यह फार्म भर दीजिए । ऋण मिल जायेगा ।

నగలు భద్రంగా పెట్టుకోవడం కోసం మీ
వద్ద లాకర్ సౌకర్యం ఉన్నదా ?

గహ్‌నోం కో సురక్షిత్ రఖ్‌నే కే లియే ఆప్‌కే పాస్
లాకర్ సువిధా హైం క్యా ?
गहनों को सुरक्षित रखने के लिए आपके
पास लॉकर सुविधा है क्या ?

5. దర్జీ కీ దుకాన్ दर्जी की दुकान – దర్జీ దుకాణం (Tailoring Shop)

చెప్పండి సార్ ! ఏం కుట్టాలి ?

బోలియే సాబ్ ! క్యా సీనా హైం ?
बोलिये साब ! क्या सीना है ?

సూట్ కుట్టటానికి ఎంత తీసుకుంటారు ?

సూట్ సిలాయీ కో కిత్‌నా లోగే ?
सूट सिलायी को कितना लोगे ?

రెండు వేలు తీసుకుంటాను.

దో హజార్ లేతా హూం
दो हजार लेता हूँ ।

వావ్ ! ఇంత మజూరీనా

వావ్ ! ఇత్‌నా మజూరీ హైం క్యా ?
वाव ! इतना मजूरी है क्या ?

అది చాలా పని తీసుకుంటుంది.

వహ్ బహుత్ కామ్ లేతీ హైం
वह बहुत काम लेती है ।

నా షర్టుకి రెండు గుండీలు ఊడిపోయినాయి
కొత్తవి కుట్టండి.

మేరే కమీజ్ కే దో బటన్ టూట్ గయే హైం
నయే బటన్ టాంక్ దీజియే
मेरे कमीज के दो बटन टूट गये है ।
नये वाले टांक दीजिए ।

నేను ఒక షర్టు కుట్టించుకోవాలనుకుంటున్నాను.

మైం ఏక్ కమీజ్ బన్‌వానా చాహ్‌తా హూం ।
मैं एक कमीज बनवाना चाहता हूँ ।

నా కొలతలు తీసుకోండి.	మేరా నాప్ లీజియే । मेरा नाप लीजिये ।
బిగువుగా కాకుండా వదులుగా కుట్టండి.	చుస్త్ కే బినా ఢీలీ సిలాయియే । चुस्त के बिना, ढीली सिलाइये ।
చొక్కాకి ఎంత బట్ట కావాలి ?	కమీజ్ కో కిత్‌నా కప్‌డా హెూనా ? कमीज को कितना कपडा होना ?
రెండున్నర మీటర్లు బట్ట కావాలి.	ఢాయి మీటర్ కప్‌డా చాహియే । ढाई मीटर कपडा चाहिए ।
మీ షర్టు ఇప్పుడే కుడుతూ ఉన్నాం సార్ ।	ఆప్‌కీ కమీజ్ అభీ సీ రహే హైం సాబ్ आपकी कमीज अभी सी रहे हैं साब ।
ప్యాంటు సంగతి ఏమిటి ?	పట్లూన్ కా హాల్ క్యా ? पटलून का हाल क्या ?
ప్యాంటు పొట్ట కిందికి ఉంది.	పట్లూన్ పేట్ కే నీచే హైం । पटलून पेट के नीचे है ।
ప్యాంటు పొట్ట మీద ఉండాలి ?	పట్లూన్ పేట్ పర్ రహ్‌నా । पटलून पेट पर रहना ।
ఈ రెండూ ఎప్పటికల్లా తయారవుతాయి ?	ఏ దోనోం కబ్ తక్ తైయార్ హెూంగే ? ये दोनों कब तक तैयार होंगे ?
పండుగకి ముందే ఇచ్చేస్తాను.	పొంగల్/త్యోహార్ కే పహ్‌లే దే దూంగా । पोंगल/त्योहार के पहले दे दूँगा ।
మీరు చిరిగి పోయినటువంటివి కూడా కుడతారా ?	ఆప్ ఫట్ గయే సో భీ సీతే క్యా ? आप फट गये सो भी सीते क्या ?
లేదు సార్ ! దానిలో పని ఎక్కువ, సంపాదన తక్కువ.	నహీం సాబ్ ఉస్‌మే కామ్ జ్యాదా, కమానా కమ్ హైం नही साब ! उसमें काम ज्यादा । कमाना कम है ।

రెడీమేడ్ వచ్చిన తర్వాత మాకు ఆదాయం తగ్గిపోయింది.	రెడీమేడ్ ఆనే కే బాద్ హమ్‌కో ఆమ్‌దానీ కమ్ హెూ గయీ । रेडीमेड आने के बाद हम को आमदनी कम हो गयी ।

6. నాయీ కీ దుకాన్ नाई की दुकान మంగలి దుకాణం (Barber Shop)

జుట్టు కత్తిరించటానికి ఎంత తీసుకుంటారు ?	బాల్ కాట్‌నే కో కిత్‌నా లేతే హైఁ ? बाल काटने को कितना लेते हैं ?
నలభై రూపాయలు.	చాలీస్ రూపయే । चालीस रूपये ।
హాఁ ! నలభై రూపాయలా ?	హాఁ ! చాలీస్ రూపయే క్యా ? हाँ ! चालीस रूपये क्या ?
దీని కంటె గుండు మంచిది.	ఇస్‌సే బినాబాల్ అచ్ఛా హైఁ । इससे बिना बाल अच्छा है ।
గడ్డానికి ఎంత ?	దాఢీ కో కిత్‌నా హైఁ । दाढ़ी को कितना है ?
పది రూపాయలు ?	దస్ రూపయే । दस रुपये ?
ఇదంతా చూస్తుంటే సంసారి కంటే సన్యాసి జీవితం మంచిదిగా అనిపిస్తోంది.	యహ్ సబ్ దేఖే తో సంసారి సే సన్యాసి కా జిందగీ అచ్ఛా హైఁ ఐసా లగ్ రహా హైఁ । यह सब देखे तो संसारी से संन्यासी की जिन्दगी अच्छी है वैसा लग रहा है ।
నా జుట్టు తగ్గించు.	మేరే బాల్ కమ్ కరో । मेरे बाल कम करो ।
నా జుట్టు కత్తిరించండి.	మేరే బాల్ కట్ కరియే । मेरे बाल कट करिए ।

దానితో పాటు గడ్డం కూడా చెయ్యి.	ఉస్‌కే సాథ్ దాఢీ భీ కరో । उसके साथ दाढी भी करो ।
గడ్డం చేసేటప్పుడు షేవర్, ట్రిమ్మర్ వంటి మిషన్లు ఉపయోగించవద్దు.	దాఢీ కర్‌నే కే సమయ్ షేవర్ ట్రిమ్మర్ జైసే యంత్రోం కో ఇస్తేమల్ నహీం కర్‌నా । दाढी करने के समय शेवर, ट्रिम्मर जैसे यन्त्रों को इस्तेमाल नहीं करना ।
నాజుట్టు కొద్ది కొద్దిగా పలచబడుతోంది.	మేరా బాల్ కుఛ్ కుఛ్ ఝడ్ రహేం హైం । मेरे बाल कुछ कुछ झड़ रहे है ।
ఇది బహుశా మీ వంశ పారంపర్యం ఏమో !	యహ్ ఆప్‌కా పారంపారిక్ హైం షాయద్ । यह आपका पारंपारिक है शायद ।
జుట్టు పెరగటానికి ఏమైనా చేశారా ?	బాల్ బఢ్‌నే కే లియే కుఛ్ కియే క్యాం ? बाल बढने के लिए कुछ किया क्या ?
అనేకం ఉపయోగించాను. కానీ కొంచెం కూడా లాభం లేకపోయింది.	కయీ ఇస్తేమాల్ కియే । మగర్ ఫాయిదా కుఛ్ భీ నహీం హైం । कई इस्तेमाल किये । मगर फायदा कुछ भी नहीं हैं ।
నీ కత్తి పదునుగా లేదు.	తుమ్‌హారా ఉస్త్‌రా తేజ్ నహీం హైం । तुम्हारा उस्तरा तेज नहीं है ।
గడ్డం చేసేటప్పుడు గాట్లు పడవద్దు.	దాఢీ బనాతే సమయ్ ఖరోచ్ నహీం హోనా । दाढ़ी बनाते समय खरोच नहीं होना ।
నా మీసం సరిచెయ్యి.	మేరీ మూంఛే భీ ఠీక్ కరో । मेरी मूँछे भी ठीक करो ।
నీ కత్తి గాటు పెట్టింది.	తుమ్‌హారే ఉస్త్‌రే నే కాట్ దియా హైం । तुम्हारे उस्तरे ने काट दिया है ।
అక్కడ కొంచెం పటిక పెడతాను	వహాం థోడి ఫిట్‌కరీ లగా దూంగా । वहाँ थोडी फिटकरी लगा दूँगा ।

169

తలమీద కొద్దిగా నూనె పెట్టు. సిర్ పర్ థోడా తేల్ లగా దో ।
सिर पर थोडा तेल लगा दो ।

నా గోళ్ళు కత్తిరించు. మేరే నాఖూన్ కాట్ దో ।
मेरे नाखून काट दो ।

ఉదయం ఎన్నిగంటలకు దుకాణం తెరుస్తారు ? సబేరే కిత్‌నే బజేకోదుకాన్ ఖోల్‌తే హో ?
सबरे कितने बजे को दुकान खोलते हो ?

ఆదివారం చాలా రద్దీ ఉంటుంది. రవివార్ బహూత్ భీడ్ రహ్‌తీ హై ।
रविवार बहुत भीड रहती है ।

మంగళవారం మేము దుకాణం తెరవము. మంగళ్‌వార్ హమ్ దుకాన్ నహీం ఖోల్‌తే ।
मंगलवार हम दुकान नहीं खोलते ।

7. చష్మే కీ దుకాన్ **चशमे की दुकान** కళ్ళజోళ్ళ దుకాణం (Opticals Shop)

నా కళ్ళజోడు ఫ్రేమ్ విరిగి పోయినది. మేరే ఐనక్ కీ ఫ్రేమ్ టూట్ గయీ హైం
मेरे ऐनक की फ्रेम टूट गई है ।

ఈ మందంగా ఉన్న ఫ్రేమ్ ఖరీదెంత ? ఇస్ మజ్‌బూత్ ఫ్రేమ్‌కా దామ్ క్యా హైం ?
इस मजबूत फ्रेम का दाम क्या है ?

కొన్ని ఫ్రేముల నమూనాను చూపించండి. కుఛ్ ఫ్రేమోం కే నమూనే దిఖాయియే
कुछ फ्रेमों के नमूने दिखाइए ।

ఇది పెట్టుకుని ధరించి చూడండి. యహ్ పహెన్ కే దేఖియే ।
यह पहन के देखिए ।

ఈ నమూనా ఫ్రేం ధరిస్తే మీరు చాలా బాగా కనిపిస్తారు. యహ్ నమూనా ఫ్రేమ్ పహ్‌నేతో ఆప్ బహూత్ అచ్ఛే దిఖ్‌తే హైం ।
यह नमूना फ्रेम पहने तो आप बहुत अच्छे दिखते है ।

ఈ మధ్య ఎండ వేడి ఎక్కువగా ఉంది. ఆజ్‌కల్ ధూప్ జ్యాదా హైం ।
आजकल धूप ज्यादा है ।

అందువల్ల కొన్ని రోజులుపాటు కూలింగ్ గ్లాసెస్ (చలువ అద్దాలు) ధరించండి.	ఉస్‌లియే కుఛ్ దినోం కే లియే ఠండే చష్మే పహనియే । उसलिए कुछ दिनों के लिए ठंडे चष्मे पहनिये ।
నాకు అప్పుడప్పుడూ కళ్ళ నుంచి నీరు వస్తోంది.	ముఝే కభీ కభీ/అక్సర్ ఆంఖోంసే పానీ/ఆంసు ఆతా హైం मुझे कभी कभी । अक्सर आँखों से पानी/आँसु आता है ।
బహుశా నాకు దృష్టి దోషం ఉన్నాదేమో !	ముఝే దృష్టి దోష్ హైం శాయద్ ! मुझे दृष्टि दोष है शायद ।
చదివేటప్పుడు నాకు కంటి నొప్పి అవుతుంది.	పఢ్‌తే సమయ్ ముఝే ఆంఖ్ దర్ద్ హెూతా హైం पढ़ते समय मुझे आँख दर्द होता है ।
ఇక్కడ కంప్యూటర్ ద్వారా కంటి పరీక్ష చేస్తారా ?	యహాం కంప్యూటర్ ద్వారా ఆంఖ్ కీ జాంచ్ కర్‌తే హై క్యాం? यहाँ कंम्यूटर द्वारा आँख की जांच करते है क्या ?
దానికోసం స్పెషలిస్ట్ వస్తారు.	ఉస్‌కేలియే స్పెషలిస్ట్ ఆయేంగే उसके लिए स्पेशालिस्ट आयेंगे ।
వారు సాయంత్రం వస్తారు.	వే లోగ్ శామ్ కో ఆయేంగే. वे लोग शाम को आयेंगे ।
డాక్టర్‌ని కలవటానికి నేను ఈరోజు సాయంత్రం వస్తాను	హకీం కో మిల్‌నే కో మైం ఆజ్ శామ్ కో ఆవూంగా । हकीम को मिलने को मैं आज शाम को आऊँगा ।
మీ సమస్య ఏమిటి ?	ఆప్‌కీ శికాయత్ క్యా హైం ? आपकी शिकायत क्या है ?
నాకు దూరంగా ఉన్న అక్షరాలు మరియు వస్తువులు స్పష్టంగా కనిపించవు.	ముఝే దూర్ కే అక్షర్ ఔర్ చీజేం స్పష్ట్ నహీ దిఖ్‌తీ హైం । मुझे दूर के अक्षर और चीजें स्पष्ट नहीं दिखती है ।

కంటి పరీక్ష మీరు ఉచితంగా చేస్తారా ?	ఆంఖ్‌కీ జాంచ్ ఆప్ ముఫ్త్ మే కర్‌తే హైం క్యా ? आँख की जाँच आप मुफ्त में करते हैं क्या ?
జాంచ్ తో ముఫ్త్ మే కర్‌తే హైం మగర్ ఐనక్ ముఫ్త్‌మే నహీం దేతే ।	जाँच तो मुफ्त में करते है । मगर ऐनक मुफ्त में नहीं देते । పరీక్ష అయితే ఉచితంగానే చేస్తాము. కానీ కళ్ళజోడు మాత్రం ఉచితంగా ఇవ్వము.
అదయితే నాకూ తెలుసు.	వహ్‌తో ముఝే భీ మాలూమ్ హైం । वह तो मुझे भी मालूम है ।
మరి సందేహం ఏమిటి ?	ఫిర్ సందేహ్ క్యా హైం ? फिर संदेह क्या है ?
అబ్బే ! ఏం లేదండి.	హాం! కుఛ్ నహీం ! हाँ ! कुछ नहीं !
ఏదైనా సరే అనుమానంతో చేస్తే అనుమానంగానే ఉంటుంది	కుఛ్ భీ సందేహ్ సే కరేతో సందేహ్ జైసాహీ రహ్‌తా । कुछ भी संदेह से करे तो संदेह जैसा ही रहता ?
కాబట్టి అనుమానం వదలిపెట్టి మామీద నమ్మకం పెట్టండి.	ఇస్‌లియే సందేహ్ ఛోడ్ కే హమ్‌పే విశ్వాస్ / యకీన్ రఖియే इसलिए संदेह छोड़ के हम पे विश्वास/यकीन रखिये ।
మీరు ఏమిచెప్పారో అది సరయినదే / ఖచ్చితంగా.	ఆప్ జో బోలే వహ్ బిల్‌కుల్ ఠీక్ హై । आप जो बोले वह बिलकुल ठीक है ।

8. సడక్ పర్ सडक पर రోడ్డు మీద (On the Road)

ఈ రోడ్డు ఎక్కడకు వెళుతుంది ?

యహ్ రాస్తా కహాం జాతా హైం ?
यह रास्ता कहाँ जाता है ?

ఇది ఎక్కడికీ పోదు. మనమే వెళతాం.

యహ్ కహీం భీ నహీం జాతా, హమ్ హీ జాతే హైం ?
यह कहीं भी नहीं जाता, हम ही जाते है ।

మీ మాటకి నాకు నవ్వు వస్తోంది.

ఆప్‌కే బాత్‌సే ముఝే హంసీ ఆ రహీం హై ।
आपके बात से मुझे हँसी आ रही है ।

దగ్గరలో ఏదైనా మంచి హొటల్ ఉన్నదా ?

పాస్ మే కోయీ అచ్ఛా హొటల్ హైం క్యా ?
पास में कोई अच्छा होटल है क्या ?

ఆం ఉంది. కానీ అక్కడ నీళ్ళు మంచిగా ఉండవు.

ఆం హైం । మగర్ వహా పానీ అచ్ఛా నహీం హై ।
ऑ है । मगर वहाँ पानी अच्छा नहीं है ।

ఈ రోడ్డులో స్పీడ్ బ్రేకర్లు చాలా ఉన్నాయి.

ఇస్ సడక్ మేం స్పీడ్ బ్రేకర్స్ కయీ హైం
इस सडक में स्पीड ब्रेकर्स कई है ।

ఈ రోడ్డు మీద ఒకళ్ళమే మోటార్ బైక్ మీద పోతే బాగుంటుంది.

ఇస్ సడక్ పర్ అకేలా మోటార్ బైక్ పే గయేతో అచ్ఛా లగ్‌తా హైం ।
इस सडक पर अकेले मोटार बैक पे गये तो अच्छा लगता है ।

ఎందుకట్లా ?

క్యోం వైసా ?
क्यों वैसा ?

ఎందుకంటే తెలుసా ? కొంచెం పైకి, కిందికి అవుతూ హుషారుగా పోవచ్చు గదా !

క్యోంకీ, మాలూమ్ ? థోడా ఊపర్, నీచే హొతే హువే జోష్ మేం జా సక్‌తే హైం ।
क्या मालूम ? थोडा ऊपर, नीचे होते हुए जोश में जा सकते है ।

ఈ రోడ్డుకి ఇటుపక్క, అటు ప్రక్క ఒక్క చెట్టు కూడా లేదు.

ఇస్ సడక్ కో ఇస్ తరఫ్, ఉస్ తరఫ్ ఏక్ ఝూడ్ భీ నహీం హైం
इस सडक को इस तरफ, उस तरफ एक झाड भी नहीं है

చెట్టు లేకపోతేనేం? అక్కడ ఒక కుళాయి ఉంది చూడు.

ఝూడ్ నహీం తో క్యా ? వహాం ఏక్ నల్ హైం దేఖో ।
झाड नहीं तो क्या ? वहाँ एक नल है देखो ।

కుళాయి ఉంటే సరిపోతుందా ? అందులో నీళ్ళు ఉండొద్దా ?

నల్ హైం తో బస్ హైం క్యా ? ఉస్ మే పానీ రహ్నా నహీ క్యా ?
नल है तो बस है क्या ? उसमें पानी रहना नहीं क्या ?

అన్నీ కావాలనుకుంటే అది అత్యాశ అవుతుంది.

సబ్ హోనా బోలేతో వహ్ అత్యాశ్ హోతా హైం
सब होना बोले तो वह अत्याशा होता है ।

తుమ్‌కో నమస్కార్ కర్‌తా హూం వహ్ సబ్ ఛోడ్ దో ।
तुमको नमस्कार करता हूँ । वह सब छोड़ दो ।
నీకు దణ్ణంపెడతాను. అవన్నీ వదిలెయ్ !

ఈ రోడ్డు ద్వారా నేను రైల్వే స్టేషన్‌కు పోగలుగుతానా ?

ఇస్ సడక్ ద్వారా మైం రైల్వే స్టేషన్ కో జా సక్‌తా హూం క్యా ?
इस सड़क द्वारा मैं रेल्वे स्टेशन को जा सकता हूँ क्या ?

హాం తిన్నగా వెళ్ళిపోండి.

హాం సీదా జాయియే ।
हाँ ! सीधा जाइए ।

ఈ రోడ్డు చాలా బాగుంది.

యహ్ సడక్ బహుత్ అచ్ఛీ హైం
यह सडक बहुत अच्छी है ।

అద్దం లెక్క ఉంది.

అయినా జైసీ హైం ।
आईना जैसी है ।

అది నిజమయితే నీ మొహం దానిలో చూసుకో.

వహ్ సహీం హైం తో తుమ్హారా ముహ్ ఉస్‌మే దేఖ్‌లో ।
वह सही है तो तुम्हारा मुँह उस में देख लो ।

ఏమైనా కావాలంటే ఈ దుకాణంలో వాకబు చేసుకోండి.

ఆప్‌కో కుఛ్ భీ హోనే తో ఇస్ దుకాన్ మేం పూఛ్‌కర్ లీజియే ।
आपको कुछ भी होने तो इस दुकान में पूछ कर लीजिए ।

9. ఫలోంకీ దుకాన్ **फलों की दुकान** పండ్ల దుకాణం (Fruit Shop)

ఇవి ఎట్లా ఇస్తున్నావు ?	యే కైసా దే రహే హై ? ये कैसा दे रहे है ?
మంచి ధరకి ఇస్తున్నాను.	అచ్ఛే దామ్ కో దే రహాఁ హూఁ अच्छे दाम को दे रहा हूँ ।
మంచి ధర అంటే అర్థం ఏమిటి ?	అచ్ఛా దామ్ మతలబ్ క్యా హైఁ ? अच्छा दाम मतलब क्या है ?
దాని అర్థం, నేను ఇచ్చేది, మీరు పుచ్చుకునేది.	ఉస్‌కా మతలబ్ మై దేనేకా, ఆప్ లేనేకా హైఁ । उसका मतलब मैं देने का, आप लेने का है ।
ఈ పళ్ళు పచ్చిగా కనిపిస్తున్నాయి ?	యే ఫల్ కచ్చే దిఖ్ రహే హైఁ । ये फल कच्चे दिख रहे है ?
బహుశా ఇవి ఇంకా పండలేదేమో !	యే అభీ భీ పకే నహీ శాయద్ । ये अभी भी पके नहीं शायद ।
అనుమానించవద్దమ్మా !	శక్ మత్ కరో । शक मत करो ।
అయితే ఏంచెయ్యాలి ? నేరుగా తీసేసుకోవాలా ?	తో క్యా కర్‌నా సీధా లే లేనా క్యా ? तो क्या करना । सीधा ले लेना क्या ?
అట్లా కాదమ్మా ! చిరాకుపడకండి !	వైసా నహీఁ ! నారాజ్ నహీఁ హోనా ? वैसा नहीं ! नाराज नहीं होना ।
చిరాకు కాదు, కొనుక్కొనేటప్పుడు కాస్త చూసుకోవాలా వద్దా ?	నారాజ్ నహీఁ ! ఖరీద్ సమయ్ థోడా దేఖ్‌లేనా యా నహీఁ ? नाराज नहीं ! खरीद समय थोडा देख लेना या नहीं !
నీ వద్ద మంచి కమలా పళ్ళు ఉన్నాయా ?	తుమ్హారే పాస్ అచ్ఛే సంతరే హైఁ క్యా ? तुम्हारे पास अच्छे संतरे है क्या ?

ఉన్నాయమ్మా ! ఈరోజే వచ్చాయి.	హై మాఁ ! ఆజ్ హీ తాజా వాలే ఆయే ? है माँ ! आज ही ताजावाले आये ।
ఇవి కొంచెం పచ్చగా ఉన్నాయి.	యే తో కుఛ్ హరే దిఖ్ రహే హైఁ ये तो कुछ हरे दिख रहे हैं ।
నేనయితే మీకు ఎంపిక చేసి పండినవి ఇస్తాను.	మైఁ తో ఆప్‌కో చున్‌కర్ పకే హుఏ దే దూఁగా मैं तो आपको चुनकर पके हुए दे दूँगा ।
కానీ ఇవి చాలా ఖరీదయినవి.	లేకిన్ యే మహఁగే । लेकिन ये महंगे ।
సరుకు నాణ్యత చూసి మాట్లాడండి.	మాల్‌కి ఖూబీ దేఖ్‌కే బాత్ కరియే । मालकी खूबी देख के बात करिए ।
నాణ్యత అయితే బాగానే ఉంది. కానీ ధరయే బాగా లేదు.	ఖూబీ తో అచ్ఛీ హైఁ మగర్ దామ్ హీ అచ్ఛా నహీఁ హైఁ । खूबी तो अच्छी है । मगर दाम ही अच्छा नहीं है ।
జామపళ్ళు చూస్తుంటే ఇప్పుడే తినేయాలనిపిం చేస్తుంది.	అమ్‌రూద్ దేఖే తో అభీ ఖానా దిల్ బోల్ రహా హై अमरूद देखे तो अभी खाना दिल बोल रहा है ।
కానీ వీటిపై నల్లటి మచ్చలు (డాగులు) ఉన్నాయి.	లేకిన్ ఇన్ పే కాలే ధబ్బే హైఁ । लेकिन इनपे काले धब्बे है ।
అమృతపాణి అరటి పళ్ళు చాలా బాగున్నాయి.	అమృతపాణి కేలే బహుత్ అచ్ఛే హైఁ अमृतपाणी केले बहुत अच्छे है ।

10. తర్కారియోంకీ దుకాన్ तर्कारियों की दुकान కూరగాయల దుకాణం (Vegetable Shop)

ధర ఎట్లా ఉంది ?

దామ్ కైసా హైఁ ?

दाम कैसा है ?

దేనిదమ్మా ?

కిస్‌కా హైఁ ?

किसका है ?

వంకాయ ఎట్లా ఇస్తున్నావ్ ?

బైంగన్ కైసా దే రహే హెూ ?

बैंगन कैसा दे रहे हो ?

ఇవి చాలా తాజాగా ఉన్నాయి ?

యే బహుత్ తాజా హైఁ ?

ये बहुत ताजा है ?

సరుకు తాజాదో కాదో తెలియదు గానీ, ధర మాత్రం తాజాదే !

మాల్ తాజా యా నహీఁ మాలూం మగర్ దామ్ తో తాజా హైఁ ?

माल ताजा या नहीं मालूम नहीं, मगर दाम तो ताजा है ।

అట్లా మాట్లాడితే ఎట్లా నండి ?

వైసా బాత్ కరే తో కైసా జీ ?

वैसा बात करें तो कैसा जी ?

లేకపోతే ఏంటి ? నిన్న నువ్వే కిలోన్నర చిలకడ దుంపలు పదిహేను రూపాయలకి ఇచ్చావు.

నహీఁ తో క్యా ? కల్ తుమ్‌హీ దేఢ్ కిలో శకర్‌కంద్ పంద్రహ్ రూపయే కో దియా ?

नहीं तो क्या ? कल तुमही देढ़ कीलो शकरकंद पंन्द्रह रुपये को दिया ?

ఒకసారి మార్కెట్ మొత్తం తిరిగి చూస్తే తెలుస్తుంది.

ఏక్ బార్ ఆప్ పూరా బజార్ ఘూమ్‌కే దేఖే తో మాలూం హెూతా ?

एक बार आप पूरा बाजार घूम के देखे तो मालूम होता ?

ఇవన్నీ తాజా కూరగాయలేనా ?	యే సబ్ తాజా తర్కారియా హైం క్యా ? ये सब ताजा तर्कारियाँ है क्या ?
అవునండి ! తాజావే.	జీ హాఁ తాజావాలే హైఁ। जी हाँ ! ताजा वाले है ।
నా వద్ద పాడయినవి ఉండవు.	మేరే పాస్ ఖరాబ్ నహీఁ రహ్తే హైఁ। मेरे पास खराब नहीं रहते है ।
బూడిద గుమ్మడికాయ ఎక్కడి నుంచి తెచ్చారు ?	పేఠా కహాఁ సే లాయా ? पेठा कहाँ से लाया ?

11. పసారీ కీ దుకాన్ **पसारी की दुकान** కిరాణా దుకాణం (Grocery Shop)

మీ వద్ద పచ్చడికి కావలసిన అన్ని సామాన్లు దొరుకుతాయా ?	ఆప్‌కే పాస్ అచార్ కో లగ్‌నేవాలీ సబ్ చీజేఁ మిల్‌తీ హైఁ క్యా ? आपके पास अचार को लगनेवाली सब चीजें मिलती है क्या ?
హాఁ తప్పకుండా !	హాఁ జరూర్। हाँ जरूर ।
అర్థ కిలో ఆవనూనె ఇవ్వండి.	ఆధా కిలో సరసోం కా తేల్ దీజియే। आधा किलो सरसों का तेल दीजिए ।
ఇంకా ఏమిటి ?	ఔర్ క్యా ? और क्या ?
మెంతులు, ధనియాలు, ఇంగువ. వెల్లుల్లి ఉన్నాయా?	మేథీ, ధనియా, హీంగ్, లహ్‌సూన్ హైఁ క్యా ? मेथी, धनियाँ, हींग, लहसून है क्या ?
బియ్యం అమ్ముతారా ?	చావల్ బేచ్‌తే హైఁ క్యా ? चावल बेचते है क्या ?

బాసుమతి బియ్యం ధర ఎట్లా ఉంది ?	బాస్‌మతి చావల్ కా దామ్ కైసా హైం ? बासमती चावल का दाम कैसा है ?
ఒకసారి ఇక్కడనే నేను ఇంటికి కావలసిన కొన్ని వస్తువులను కొన్నాను.	ఏక్ బార్ ఇధర్ హీ మైం ఘర్ గృహస్తీ కో లగ్‌నే వాలీ కుఛ్ చీజేం ఖరీద్ కర్ లియా ? एक बार इधर ही मैं घर गृहस्थी को लगने वाली कुछ चीजें खरीद कर लिया ?
పిండి చాలా మొరుంగా / నూకల్లాగ అనిపిస్తోంది.	ఆటా బహుత్ మోటా లగ్ రహాం హైం ? आटा बहुत मोटा लग रहा है ?
నాకు జీడిపప్పు, లవంగాలు, కిస్‌మిస్, యాలుకులు కావాలి.	ముఝే కాజు, లోంగ్, కిస్‌మిస్, ఇలాయచీ చాహియే । मुझे काजु, लोंग, किसमिस, इलायची चाहिए ।
శెనగపిండి, వేరుశెనగ, నువ్వులు, సగ్గుబియ్యం ఒక్కొక్కటి ఒక్కొక్క కిలో చొప్పున ఇవ్వు.	బేసన్, మూంగ్ ఫలీ, తిల్, సాబూదానా ఏక్ ఏక్ చీజ్ ఏక్ ఏక్ కిలో దేనా । बेसन, मूँगफली, तिल, साबूदाना, एक एक चीज एक एक किलो देना ।
చూస్తుంటే ఈ తక్కెడ సరిగా ఉన్నట్లుగా అనిపించడంలేదు.	దేఖే తో యహ్ తరాజు ఠీక్ నహీం లగ్ రహా హైం । देखे तो यह तराजू ठीक नहीं लग रहा है ।
లేదమ్మా ! సరిగానే ఉంది. మీకు మంచిగా తూచి ఇస్తాను.	నహీం జీ ఠీక్ హైం ఆప్‌కో అచ్ఛీ తరహ్ సే తోల్‌కే దేతా హూం नहीं जी । ठीक है । आपको अच्छी तरह से तोलके देता हूँ ।
మొన్న ఇచ్చినటువంటి మినపప్పు తక్కువ రకానిది.	పర్సోం దియా హుఆ (సో) ఉడద్ దాల్ ఘటియా కిస్మ్ కా థా । परसों दिया हुआ (सो) उडद दाल घटियाँ किस्म का था
మా సరుకులకి చెడ్డ పేరు పెట్టేవాళ్ళు ఇప్పటి వరకు లేరు.	హమారీ చీజోంకో ఖరాబ్ నామ్ రఖ్‌నేవాలా అభీ తక్ కోయి నహీం హైం हमारी चीजों को खराब नाम रखनेवाला अभी तक कोई नहीं है

మీ దగ్గర ఉన్నటువంటి సరకులలో కొంచెం కూడా కల్తీ లేదు.	ఆప్‌కే పాస్ కి చీజోం మేం కుఛ్ భీ మిలావట్ నహీం హైం आपके पास की चीजों में कुछ भी मीलावट नहीं है
ఈ మాట గట్టిగా (పక్కాగా) చెప్పగలుగుతారా?	యహ్ బాత్ ఆప్ పక్కా కహ్ సకతే హైం క్యా ? यह बात आप पक्का कह सकते है क्या ?
ఈ జున్ను పాకెట్‌కి ఏదైనా బహుమతి (ఆఫర్)ఉందా?	ఇస్ పనీర్ పాకెట్ కో కోయీ ఉపహార్ హైం క్యా ? इस पनीर पाकेट को कोई उपहार है क्या ?
కల్తీ లేని కిరసనాయిల్ దొరుకుతుందా ?	బినా మిలావట్ మిట్టీకా తేల్ మిల్‌తా హైం క్యా ? बिना मिलावट मिट्टी का तेल मिलता है क्या ?
కొంతమంది అవినీతి పరులు కిరోసిన్ ఆయిల్‌లో కూడా కల్తీ చేస్తున్నారని విన్నాను.	సునాహైంకి కుఛ్ భ్రష్టాచారి లోగ్ ఆజ్‌కల్ మిట్టీకే తేల్ మేం భీ మిలావట్ కర్ రహేం హైం सुना है कि कुछ भ्रष्टाचारी लोग आजकल मिट्टी के तेल में भी मिलावट कर रहे है ।

12. కపడే కీ దుకాన్ **कपडे की दुकान** బట్టల దుకాణం (Cloth Shop)

రండి, రండి, లోపలికి రండి, ఇక్కడ కూర్చోండి.	ఆయియే, ఆయియే, అందర్ ఆయియే, యహాం బైఠియే आयिये, आयिये, अंदर आयिये, यहाँ बैठिये ।
మీకు ఏం కావాలి ? ఏమి చూపించాలనో చెప్పండి.	ఆప్‌కో క్యా చాహియే ? క్యా దిఖానా బోలియే ? आपको क्या चाहिये ? क्या दिखाना बोलिये ।
మాకు చీరెలు కావాలి.	హమ్‌కో సాడియాం చాహియే । हमको साडियाँ चाहिए ।
ఏ ధరలో కావాలండి ?	కౌన్‌సా దామ్ మేం చాహియే జీ ? कौनसा दाम में चाहिए जी ?

ఏదైనా తక్కువలో చూపించండి. | కోయీ సస్తా మే దిఖాయియే।
कोई सस्ता में दिखायिये ।

మీ వద్ద పట్టు చీరెలు ఉంటాయా ? | ఆప్‌కే పాస్ రేశ్మీ సాఢియాం హైం క్యా ?
आपके पास रेश्मी साडियाँ है क्या ?

ఉన్నాయి, కానీ ప్రియంగా (ఎక్కువ ధరలో) ఉన్నాయి. | హైం లేకిన్ మహంగీ హైం
है । लेकिन महँगी है ।

మీరు ఈ చీరెలను ఎక్కడి నుంచి తెచ్చారు ? | ఆప్ యే సాడియా కహాం సే లాయే ?
आप ये साडियाँ कहाँ से लाये ?

అనేక ప్రాంతాల నుంచి తెస్తాం. | కయీ ప్రాంతోసే లాతే హైం
कई प्रांतों से लाते है ।

ఈ చీర ధర ఎంత ? | ఇస్ సాడీ కా దామ్/ఖరీద్ క్యా హైం ?
इस साडी का दाम/खरीद क्या है?

ఈ మోడల్ నాకు నచ్చలేదు ? | యహ్ నమూనా ముఝే పసంద్ నహీం హైం ?
यह नमूना मुझे पसंद नहीं है ।

ఇది నచ్చకపోతే వేరొక చీరె చూపిస్తాను. | యహ్ పసంద్ నహీం తో దూస్‌రీ సాడీ దిఖాతా హూం
यह पसंद नहीं तो दूसरी साडी दिखाता हूँ ।

ఇదీ అదీ, కాదు. రోజువారీ వాడడానికి నాకు కొన్ని చీరెలు చూపించండి. | యహ్ వహ్, (యే, వో) నహీం రోజ్‌మర్రా కేలియే ముఝే కుఛ్ సాడియా దిఖాయియే।
यह वह (ये, वो) नहीं रोजमर्रा के लिए मुझे कुछ साडियाँ दिखाइये ।

చీర ఎంత పొడవు ఉంటుంది. | సాడీ కిత్‌ని లంబీ హైం
साडी कितनी लम्बी है ।

మా చీరలన్ని ఆరు మీటర్లు ఉంటాయి.	హమారి సబ్ సాడియా ఛ: మీటర్ లంబీ హైం हमारी सब साडीयाँ छः मीटर लंबी है ।
నాకు ఒక బట్ట కావాలి.	ముఝే ఏక్ కప్‌డా చాహియే । मुझे एक कपडा चाहिए ।
కానీ, నేను ఎంత కావాలంటే అంత కొలిచియివ్వాలి.	లేకిన్ / (మగర్) మైం జిత్‌నా చాహ్‌తా హూం ఉత్నా నాప్ కర్ దేనా । लेकिन / (मगर) मैं जितना चाहता हूँ उतना नाप कर देना ।
ఇక్కడి బట్టలు చూస్తుంటే అన్నీ కొనేయాలని (మనసుకి) అనిపిస్తోంది.	యహాం కే కప్‌డేం దేఖే తో సభీ ఖరీద్‌నా మన్ కర్ రహాం హైం । यहाँ के कपडे देखे तो सभी खरीदना मन कर रहा है ।
ఆలస్యం దేనికండి ఇప్పుడే కొనేసేయండి.	దేర్ క్యోం జీ ! అభీ ఖరీద్ కర్ దీజియే देर क्यों जी ! अभी खरीद कर दीजिए ।
నావద్ద పైసలు (డబ్బు) తక్కువ ఉన్నాయి (పడ్డాయి). లేకపోతే ఈ పాటికల్లా అన్నీ కొనేసేవాణ్ణి.	మేరే పాస్ పైసే కమ్ పడే, నహీం తో మైం అభీ తక్ సబ్ ఖరీద్ కర్‌తా థా । मेरे पास पैसे कम पडे, नहीं तो मैं अभी तक सब खरीद करता था ।
ఇప్పుడు మీ దగ్గర పైసలు (డబ్బు) లేకపోయినా ఫర్వాలేదండీ. తర్వాత కూడా ఇవ్వవచ్చు.	అబ్ ఆప్‌కే పాస్ పైసే నహీం తో భీ ఫర్వానహీం జీ బాద్‌మేం భీ దే సక్‌తే హైం । अब आपके पास पैसे नहीं तो भी पर्वा नहीं जी । बाद में भी दे सकते है ।
అదెట్లా ?	వహ్ కైసే ? वह कैसे ।
అబ్బే! ఏం లేదండీ ! మేం క్రెడిట్ కార్డ్ అంగీకరిస్తాం	ఓ ! కుఛ్ నహీం సాబ్ ! హమ్ క్రెడిట్ కార్డ్ మాన్‌తే హైం । ओ ! कुछ नही साब ! हम क्रेडिट कार्ड मानते है ।

ఆహాఁ ! వద్దు లెండి ! పరుగెత్తుతూ పాలు తాగడమెందుకు ?

ఆఁహాఁ నహీఁ జీ ! భాగ్‌తే హువే దూధ్ పీనా క్యోం ?

आहाँ ! नहीं जी ! भागते हुए दूध पीना क्यों ?

మంచి మాట ! అందరూ మీలాగే ఉన్నట్లయితే ఈ ప్రపంచం ఎంత అందంగా ఉంటుంది.

అచ్ఛీ బాత్ హైఁ ! సబ్ లోగ్ ఆప్ జైసే రహ్‌తే తో యహ్ దునియా కిత్‌నీ సుందర్ హోతీ ?

अच्छी बात है ! सब लोग आप जैसे रहते तो यह दुनिया कितनी सुंदर होती ?

13. బాజార్ बाजार మార్కెట్ (Market)

ఈ నగరంలో మార్కెట్ ఎక్కడ ఉంటుంది ?

ఇస్ శహర్ మేఁ బాజార్ కహాఁ హైఁ ?

इस शहर में बाजार कहाँ है ?

ఏ మార్కెట్ కావాలి ?

కౌన్‌సా బాజార్ చాహియే ?

कौन सा बाजार चाहिए ?

ఏ మార్కెట్ అంటే ?

కౌన్‌సా బాజార్ మత్‌లబ్ ?

कौन सा बाजार मतलब ?

అంటే చేపల మార్కెట్ ? కూరగాయల మార్కెటా లేదా, బట్టల మార్కెటా అని.

మత్‌లబ్ ! మఛ్‌లీకా బాజార్, తర్కారియోఁ కా బాజార్ యా కప్‌డే కా బాజార్ ।

मतलब ! मछली का बाजार, तरकारियों का बाजार या कपडे का बाजार ।

ఇక్కడ ఇన్ని మార్కెట్లు ఉంటాయని నాకు తెలియదు.

యహాఁ (ఇధర్) ఇత్‌నే బాజార్ హోతే హైఁ ముఝే మాలూం నహీఁ హైఁ ?

यहाँ (इधर) इतने बाजार होते है मुझे मालूम नहीं है ।

నాకు సాధారణ (జనరల్) మార్కెట్ కావాలి.

ముఝే సాధారణ్ బాజార్ చాహియే ।

मुझे साधारण बाजार चाहिए ।

ఇటువైపు పోతే మోండా మార్కెట్ వస్తుంది.

ఇస్ తరఫ్ సే గయే తో మోండా మార్కెట్ ఆతా హైం।
इस तरफ से गये तो मोन्डा मार्केट आता है ।

అక్కడ మీకు కావలసిన అన్ని వస్తువులు దొరుకుతాయి.

వహాం (ఉధర్) ఆప్‌కో సభీ చీజేం మిల్‌తీ హైం
वहाँ (उधर) आपको सभी चीजें मिलती है ।

మీవద్ద అయిదు వందల రూపాయలకి చిల్లర ఉందా?

ఆప్ కే పాస్ పాంచ్ సౌ రూపయే కే ఛుట్టే హైం క్యా ?
आपके पास पाँच रूपये के छुट्टे पैसे हैं क्या ?

ఇక్కడ ఉన్నటువంటి వస్తువులన్నీ చాలా ప్రియంగా (ఎక్కువ ధరగా) అనిపిస్తున్నాయి.

ఇధర్ హై సో సభీ చీజేం బహుత్ మహంగీ
లగ్ రహీ హైం
इधर है सो सब चीजें बहुत महँगी लग रही है ।

అదంతా మీ భ్రమ.

వహ్ సబ్ ఆప్‌కా భ్రమ్ హైం।
वह सब आपका भ्रम है ।

అదేనా ?

వహీం హైం క్యా ?
वही है क्या ?

అది తప్పు ఏమీ కాదు ?

వహ్ బినా కుఛ్ భీ నహీం హైం ?
वह बिना कुछ भी नहीं है ?

ఇక్కడ ప్రత్యేకంగా దొరికే వస్తువు ఏమిటి ?

ఇధర్ క్యా ఖాస్ చీజ్ మిల్‌తీ హైం ?
इधर क्या खास चीज मिलती है ?

అనేకం ఉన్నాయి ?

కయీ హైం
कई है ।

అవి ఏమిటి ?

వే క్యా హైం ?
वे क्या है ।

ఇక్కడ కట్టెతో చేసినటువంటి బొమ్మలు కూడా దొరుకుతాయి.

యహాం లకడీ సే బనాయీ గయీ గుడియాం
భీ మిల్‌తీ హైం
यहाँ लकडी से बनायी गई गुडियाँ भी मिलती है ।

నాకు గంధపుచెక్కతో చేసిన ఒక బుట్ట కావాలి.	ముఝె చందన్ సే బనాయీ గయా ఏక్ టోక్‌రీ చాహియే । मुझे चंदन से बनायी गई एक टोकरी चाहिए ।
అదయితే దొరకదు. కానీ, ఏనుగు దంతపు వస్తువులయితే దొరకుతాయి.	వహ్‌తో నహీం మిల్‌తీ మగర్ హాథి దాంత్ కీ చీజేం తో మిల్‌తీ హైం वह तो नहीं मिलती मगर हाथी दांत की चीजें तो मिलती है ।
ఇప్పుడైతే చూసి పోదాం.	అబ్ తో దేఖ్ కే జాయేంగే । अब तो देख के जायेंगे ।

14. బస్ స్టాండ్ बस स्टान्ड (Bus Stand)

ఇక్కడ బస్ స్టాండ్ ఎక్కడుంది ?	యహాం బస్ స్టాండ్ కహాం హైం ? यहाँ बस स्टान्ड कहा है ?
అర్థ కిలోమీటర్ దూరంలో ఉంది.	ఆధా కిలో మీటర్ దూర్ మే హైం । आधा किलो मीटर दूर में है ।
రిక్వెస్ట్ స్టాప్ ఎక్కడ ఉంది ?	ప్రార్థనా పర్ బస్ రోక్‌నే కి జగహ్ కహాం హైం ? प्रार्थना पर बस रोकने की जगह कहाँ है ?
ఎటు చూస్తే అటే బస్సు.	జహాం దేఖే వహాం బస్ హైం । जहाँ देखे वहाँ बस है ।
కానీ ఒక్క బస్సు కూడా ఆగటం లేదు.	లేకిన్ ఏక్ బస్ భీ నహీం రూక్ రహీం హై । लेकिन एक बस भी नहीं रूक रही है ।
అది ఆటో కాదు, ఎక్కడ చెయ్యి ఎత్తితే అక్కడ ఆపటానికి.	వహ్ ఆటో నహీం హైం జహాం హాథ్ ఉఠేతో వహాం రోక్‌నే కో ! वह ऑटो नहीं है । जहाँ हाथ उठे तो वहाँ रोकने को !

185

ఎక్కడ జనం ఉంటారో అక్కడ బస్సు ఆపాలా వద్దా ?	జహాఁ లోగ్ ఖడే హైఁ వహాఁ బస్సు రోక్‌నా యా నహీఁ? जहाँ लोग खडे है वहाँ बस रोकना या नहीं ?
అట్లా ఆపుకొంటూ పోతే ఒక్క మీటర్ కూడా ముందుకు పోదు.	వైసా రోక్‌తే హువే గయేతో ఏక్ మీటర్ భీ ఆగే నహీఁ జాతీ హై। वैसा रोकते हुए गये तो एक मीटर भी आगे नहीं जाती है ।
ఆ బస్సులో చాలా ఎక్కువ మంది ప్రయాణీకులు ఉన్నారు.	ఉస్ బస్ మేఁ బహుత్ జ్యాదా యాత్రీ హైఁ। उस बस में बहुत ज्यादा यात्री है ।
వాళ్ళు ఎట్లా ఉన్నారో అది చూడు.	వే లోగ్ కైసే హైఁ వహ్ దేఖో। वे लोग कैसे है वह देखो ।
వారంతా నిలబడి ఉన్నారు.	వే సబ్ ఖడే హైఁ वे सब खडे है ।
అదే మరి సిటీ బస్ అంటే.	వహీఁ హైఁ సిటీ బస్ కా మతలబ్। वही है सिटी बस का मतलब !
టికెట్ ఎక్కడ తీసుకోవాలి ?	టికెట్ కహాఁ లేనా హైఁ ? टिकेट कहाँ लेना है ?
కౌంటర్‌లో తీసుకోండి.	కౌంటర్ మేఁ లీజియే। कौन्टर में लीजिये ।
బస్‌లో ఇవ్వరా ?	బస్ మేఁ నహీఁ దేతే హైఁ క్యా ? बस में नहीं देते है क्या ?
జిల్లాలకు పోయే బస్ స్టాండ్ ఎక్కడ ఉంది ?	జిల్లోంకో జానేవాలీ బస్ కా స్టాండ్ కహాఁ హైఁ ? जिल्लों को जानेवाली बस का स्टॅण्ड कहाँ है ?

ఇక్కడే ఉండు. నేను ఒకసారి టైం టేబుల్ చూసి వస్తాను.	ఇధర్ హీ రహెూ ! మైం ఏక్ బార్ సమయ్ సారిణీ కో దేఖ్ కే ఆతా హూం । इधर ही रहो । मैं एकबार समय सारिणी को देख के आता हूँ ।
ఇక్కడి నుంచి రాష్ట్రంలో నాలుగు వైపులకి వెళ్ళే బస్సులు దొరుకుతాయా ?	యహాం సే రాష్ట్ర మేం చారో ఓరోం జానేవాలి బసేం మిల్తీ హైం క్యా ? यहाँ से राष्ट्र में चारो ओरों जानेवाली बसें मिलती है क्या ?
దొరకవు.	నహీం మిల్తీ హైం नहीं मिलती है ।
కొద్ది దూరం వెళ్ళాక బస్సు మారవలసి ఉంటుంది.	థోడీ దూర్ జానే కే బాద్ బస్ బదల్నీ పడేగి । थोडी दूर जाने के बाद बस बदलनी पडेगी ।
హైదరాబాద్ నుంచి రాజమండ్రి వెళ్ళడానికి ఎంత టైం పడుతుంది ?	హైదరాబాద్ సే రాజమండ్రి జానేకో కిత్నా సమయ్ లగ్తా హైం ? हैदराबाद से राजमन्ड्री जाने को कितना समय लगता है ?
తొమ్మిది గంటలు వరకూ పడుతుంది.	నౌ ఘంటే తక్ లగ్తా హైం नौ घंटे तक लगता है ।
ఈమధ్యకాలంలో బస్ ప్రయాణము చాలా ఇబ్బందిగా అయిపోతోంది.	ఆజ్‌కల్ బస్ యాత్ర బహుత్ ముష్కిల్ హెూ రహీం హైం । आजकल बस यात्रा बहुत मुश्कील हो रहीं है ।
రద్దీ బస్సులు ఎక్కడం నాకు ఇష్టం ఉండదు.	ఖటారా బస్ చఢ్‌నా ముఝే పసంద్ నహీం హైం । खटारा बस चढना मुझे पसंद नहीं है ।

15. హమారా రాష్ట్ హमारा राष्ट्र మన రాష్ట్రం (Our State)

మన రాష్ట్రం పేరు ఆంధ్రప్రదేశ్।

హమారా రాష్ట్ కా నామ్ ఆంధ్రప్రదేశ్ హైం ?

हमारा राष्ट्र का नाम आन्ध्र प्रदेश है ।

ఇందులో 23 జిల్లాలు ఉన్నాయి.

ఇస్ మే తేయీస్ జిల్లే హైం।

इसमें तेईस जिले है ।

మన రాష్ట్రంలో మూడు ప్రాంతాలు ఉన్నాయి.

హమారే రాష్ట్ మేం తీన్ ప్రాంత్ హైం।

हमारे राष्ट्र में तीन प्रान्त है ।

వాటి పేర్లు కోస్తా రాయలసీమ మరియు తెలంగాణా.

ఉన్‌కే నామ్ కోస్తా, రాయల్‌సీమా ఔర్ తెలంగాణా

उनके नाम कोस्ता, रायलसीमा और तेलंगाणा ।

ఈ మూడింటిలోనూ ప్రజలు ఒకే భాష మాట్లాడుతారు.

ఇన్ తీనోం మే లోగ్ ఏక్‌హీ భాష బోల్‌తే హైం।

इन तीनों में लोग एक ही भाषा बोलते है ।

సముద్రము ఒడ్డున ఉన్నటువంటి ప్రాంతాన్ని 'కోస్తా' అంటారు.

సముందర్ కినారేవాలే ప్రాంత్ కోస్తా కహ్‌లాతే హైం

समुंदर किनारेवाले प्रान्त कोस्ता कहलाते है ।

అందుకే శ్రీకాకుళం నుండి నెల్లూరు వరకు ఉన్నటువంటి ప్రాంతాన్ని 'కోస్తా' జిల్లాలు అంటారు.

ఇస్‌లియే శ్రీకాకుళం సే నెల్లూరు తక్ కే ప్రాంత్ కో కోస్తా జిల్లే కహ్‌లాతే హైం

इसलिए श्रीकाकुलम से नेल्लूर तक के प्रांत कोस्ता जिल्ले कहलाते है ।

శ్రీకృష్ణ దేవరాయలు పాలించిన ప్రాంతాన్ని 'రాయలసీమ' అంటారు.

శ్రీకృష్ణ దేవరాయ్‌నే జిస్ ప్రాంత్ కా పాలన్ కియా వహ్ రాయల్‌సీమా కహ్‌లాతా హైం।

श्री कृष्ण देवराय ने जिस प्रांत का पालन किया वह रायलसीमा कहलाता है ।

అందుకే కడప, కర్నూలు, చిత్తూరు, అనంతపురం జిల్లాలను 'రాయలసీమ' అంటారు.

ఇస్‌లియే కడప, కర్నూలు, చిత్తూరు ఔర్ అనంతపూర్ జిల్లే కో రాయలసీమ కహ్‌లాతా హైం।
इसलिए कडपा, कर्नूल, चित्तूर और अनन्तपूर जिल्ले को रायलसीमा कहलाता हैं ।

ఇప్పుడు మహారాష్ట్ర, కర్నాటక, ఆంధ్రప్రదేశ్ రాష్ట్రాల్లో ఉన్నటువంటి కొన్ని ప్రాంతాలు. ముస్లిం పాలనలో ఉండేవి.

అబ్ మహారాష్ట్ర, కర్నాటక, ఔర్ ఆంధ్రప్రదేశ్ రాష్ట్రోం మేం సె కుఛ్ ప్రాంత్ ముస్లిం పాలన్ మే థే
अब महाराष्ट्र, कर्नाटक और आन्ध्र प्रदेश राष्ट्रों में से कुछ प्रांत मुस्लीम पालन में थे

అవి అన్నీ ఒక ప్రత్యేక రాజ్యం వలె ఉంటుండేవి.

వే సబ్ ఏక్ ఖాస్ రాజ్య జైసే రహ్‌తే థే.
वे सब एक खास राज्य जैसे रहते थे ।

ఆ రాజ్యంలో తెలుగు మాట్లాడే ప్రాంతాలను తెలంగాణా అంటుంటేవారు.

ఇస్ రాజ్య్ మేం తెలుగు భాత్ కర్‌నేవాలే ప్రాంత్ కో తెలంగాణా కహతే థే।
इस राज्य में तेलुगु बात करनेवाले प्रांत को तेलंगाणा कहते थे ।

అదే ఆ తర్వాత తెలంగాణాగా అయిపోయింది.

వహీ ఉస్‌కే బాద్ తెలంగాణా జైసా బన్‌గయా హైం।
वही उसके बाद तेलंगाणा जैसा बन गया है ।

మన రాష్ట్రానికి రాజధాని హైదరాబాద్.

హమారే రాష్ట్ర్ కీ రాజ్‌ధాని హైదరాబాద్ హైం।
हमारे राष्ट्र की राजधानी हैदराबाद है ।

మన రాష్ట్రంలో కృష్ణ, గోదావరి, మంజీరా, తుంగభద్ర వంటి పవిత్ర నదులు ప్రవహిస్తున్నాయి.

హమారే రాష్ట్ర్ మేం కృష్ణ, గోదావరి, మంజీరా, తుంగభద్ర జైసే పవిత్ర నదీయాం బహతే హైం।
हमारे राष्ट्र में कृष्णा, गोदावरी, मंजीरा, तुंगभद्रा जैसे पवित्र नदियाँ बहते है ।

ఈ రాష్ట్రంలో అనేక దర్గాలు, మసీదులు, చర్చిలు, మరియు అనేక దేవాలయాలు ఉన్నాయి.	ఇస్ రాష్ట్ర్ మేం కయీ దర్గాయే, మసీదేం, చర్చ్ ఔర్ కయీ దేవాలయ్ హైం । इस राष्ट्र में कई दर्गाये, मसीदे, चर्च और कई देवालय है ।
మన రాష్ట్రం శాంతి కాముక రాష్ట్రం.	హమారా రాష్ట్ర్ శాంతి చాహ్‌నేవాలా రాష్ట్ర్ హైం । हमारा राष्ट्र शांति चाहनेवाला राष्ट्र है ।
ఇక్కడ ఉండే ప్రజలు కూడా శాంతియే కోరుకుంటారు.	ఇధర్ రహ్‌నేవాలే లోగ్ భీ శాంతి హీ చాహతే హైం । इधर रहनेवाले लोग भी शांति ही चाहते है ।
భారతదేశంలో ఆంధ్రప్రదేశ్‌కి ఒక ప్రత్యేక స్థానం ఉంది.	భారత్ దేశ్ మేం ఆంధ్రప్రదేశ్ కో ఏక్ విశిష్ఠ స్థాన్ హైం भारत देश में आन्ध्र प्रदेश को एक विशिष्ट स्थान है ।

16. జల్‌పాన్ గృహ్ जलपान गृह ఫలహార శాల (Tiffin Centre)

సోదరా ! ఈ చుట్టుపక్కల ఏదైనా మంచి టిఫిన్ సెంటర్ ఉందా ?	భాయీ సాబ్ ! ఇస్‌కే ఆస్ పాస్ కోయీ అచ్ఛా జలపాన్‌గృహ్ హై క్యా ? भाई साब ! इसके आस पास कोई अच्छा जलपान गृह है क्या ?
ఉందండి ! తిన్నగా వెళ్ళి కుడివైపు మళ్ళండి.	హైం సాబ్ ! సీదా జాకే దాయీ తరఫ్ ముడియే ! है साब ! सीधा जा के दाई तरफ मुडियें ।
మనందరం కలసి ఒక మంచి హొటల్‌కి వెళదాం.	హమ్ సబ్ మిల్‌కే ఏక్ అచ్ఛా హొటల్ కో జాయేంగే । हम सब मिलके एक अच्छा होटल को जायेंगे ।
ఇప్పుడు వద్దు కొంచెంసేపయ్యాక చూద్దాం.	అబ్ నహీం థోడీ దేర్ కే బాద్ దేఖేంగే । अब नहीं थोडी देर के बाद देखेंगे ।
టిఫిన్ ఉదయం చేస్తారు. మధ్యాహ్నం కాదు.	నాస్తా సబేరేమే కర్‌తే ! దోపహర్ మే నహీం । नास्ता सबेरे में करते । दोपहर में नहीं ।

190

మీరు ఏం తీసుకుంటారు ?	ఆప్ క్యా లేతే హైం ? आप क्या लेते हैं ?
మాకు ఇడ్లీ, దోసె కావాలి.	హమారే కో ఇడ్లీ, దోసె హెూనా హైం । हमारे को इडली, दोसे होना है ।
సాంబార్ వేడిగా ఉందా ?	సాంబర్ గరమ్ హైం క్యా ? साम्बर गरम है क्या ?
మొదట నీళ్ళు తీసుకురా !	పహ్‌లే పానీ లావో । पहले पानी लावो ।
ఈ టేబుల్ శుభ్రం చెయ్యి.	యహ్ మేజ్ సాఫ్ కరో । यह मेज साफ करो ।
ఇక్కడ అంతా చెత్త, చెత్తగా ఉంది.	ఇధర్ పూరా కచ్‌రా, కచ్‌రా హైం । इधर पूरा कचरा कचरा है ।
అక్కడ మంచిగా ఉంది. అక్కడ కూర్చుందాం.	ఉధర్ అచ్ఛా హైం వహాం బైఠేంగే । उधर अच्छा है वहाँ बैठेंगे ।
ఇక్కడ ఫ్యాన్ ఉంది. కానీ తిరగదు. లైటు ఉంది కానీ వెలగదు.	యహాం పంఖా హైం లేకిన్ నహీం ఘూమతా, లైట్ హైం నహీం జల్‌తా హైం यहाँ पंखा है लेकिन नहीं घूमता, लाईट है, नही जलता हैं ।
నాకు కొంచెం పాలు కావాలి.	ముఝే థోడా దూధ్ చాహియేం । मुझे थोडा दूध चाहिए ।
పాలు ఇష్టమే, కానీ దానిలో పంచదార వేస్తే ఇష్టం కాదు.	దూద్ పసంద్ హైం మగర్ ఉస్‌మేం చీనీ దాలే తో పసంద్ నహీం హైం दूध पसंद है । मगर उसमें चीनी दाले तो पसंद नहीं ।
దోసెలో ఉల్లిపాయ వేయాలి.	దోస మేం ప్యాజ్ దాల్‌నా । दोसा में प्याज डालना ।।

అన్నింటి కంటె మసాలా దోసా మంచిది.	సబ్‌సే మసాలా దోస అచ్ఛా హై । सबसे मसाला दोसा अच्छा है ।
ఇక్కడ మంచి పదార్థాలే దొరుకుతాయా ?	యహాఁ అచ్ఛీ ఛీజేఁ మిల్‌తే హైఁ క్యా ? यहाँ अच्छी चीजें मिलती है क्या ?
ఇక్కడ ఒకసారి తింటే చాలు.	ఇధర్ ఏక్‌బార్ ఖాయే తో బస్ । इधर एक बार खाये तो बस ।
మళ్ళీ మళ్ళీ ఇక్కడే తినాలని మనసుకి అనిపిస్తుంది.	బార్ బార్ ఇధర్ హీ ఖానా మన్ కర్‌తా హైఁ । बार बार इधर ही खाना मन करता है ।

17. భోజన్‌శాల **भोजनशाला** (భోజనశాల) (Hotel)

నాకు ఆకలి వేస్తోంది (అనిపిస్తోంది).	ముఝె భూక్ లగ్ రహీఁ హైఁ । मुझे भूख लग रही है ।
ఇక్కడే ఒక భోజనశాల ఉంది.	ఇధర్ హీ ఏక్ భోజన్‌శాలా హైఁ । इधर ही एक भोजनशाला है ।
అక్కడ భోజనం మంచిగా ఉంటుందా ?	వహాఁ పే ఖానా అచ్ఛా రహ్‌తా హైఁ క్యా ? वहाँ पे खाना अच्छा रहता है क्या ?
రుచి బాగుంటుంది.	స్వాద్ అచ్ఛా రహ్‌తా హైఁ । स्वाद अच्छा रहता है ।
ఏం కావాలి సార్ ?	క్యా చాహియే సాబ్ ? क्या चाहिए साब ?
నాకు ఆహార పదార్థాల జాబితా కావాలి.	ముఝె మెనూ కి సూచి చాహియే । मुझे मेनू की सूची चाहिए ।

ఏం తీసుకుంటారు సార్ ?	క్యాలేతే హైఁ సాబ్ ? क्या लेते है साब ?
నాకు దక్షిణ భారతీయ భోజనం కావాలి.	ముఝే సావూత్ ఇండియన్ ఖానా చాహియే । मुझे साऊथ इंडियन खाना चाहिए ।
మీకు దక్షిణ భారతీయ భోజనం ఎక్కువ ఇష్టం అనిపిస్తుందా ?	ఆప్‌కో సావూత్ ఇండియన్ భోజన్ జ్యాదా అచ్ఛా లగ్‌తా హైఁ క్యా ? आपको साऊथ इंडियन भोजन ज्यादा अच्छा लगता है क्या ?
నాకు చాలా ఇష్టం.	ముఝే బహుత్ పసంద్ హైఁ मुझे बहुत पसंद है ।
ఎందుకని అంత ఇష్టం మీకు ?	కిస్‌లియే ఉత్‌నా పసంద్ హైఁ ఆప్‌కో ? किसलिए उतना पसंद है आपको ?
ఆ భోజనంలో మనకు ఆరు రుచులు దొరుకుతాయి.	ఉస్ ఖానే మేఁ హమ్‌కో ఛ: స్వాద్ మిల్‌తే హైఁ उस खाने में हमको छः स्वाद मिलते है ।
అంటే ?	మత్‌లబ్ ? मतलब ?
ఉదాహరణకి, అన్నం తీసుకోండి, అది చప్పగా ఉంటుంది.	జైసే చావల్ లీజియే వహ్ ఫీకా రహ్‌తా హైఁ। जैसे चावल लीजिए वह फीका रहता है ।
అందులో కందిపప్పు, నెయ్యి, పచ్చడి కలిపితే రుచి ఎట్లా ఉంటుందో తెలుసా ?	ఉస్ మే తూర్‌దాల్, ఘీ, అచార్, మిలాయేతో స్వాద్ కైసా రహ్‌తా హైఁ మాలూం ? उस में तूर दाल, घी, अचार मिलाये तो स्वाद कैसा रहता है मालूम ?

చెప్పలేను నేను	నహీం బోల్ సక్‌తా హూం మైం । नहीं बोल सकता हूँ मैं ।
నువ్వే తిని అర్థం చేసుకో !	తుమ్‌హీ ఖాకే సమఝ్ లో ! तुम ही खा के समझ लो ।
భోజనంలో కజ్జికాయ కూడా ఇచ్చారు.	భోజన్ మే గుఝియా భీ దియా హైం । भोजन में गुझिया भी दिया है ।
కజ్జికాయ మాత్రమే కాదు సార్ ! పూరీ, పులిహోర, వడియాలు, వరుగులు కూడా ఇస్తాం.	ఖాలీ గుఝియా నహీం సాబ్ పూడీ, ఛోంకా బాత్, బరోయేం సూఖీ సబ్జీ భీ దేంగే । खाली गुझिया नहीं साब पूडी, छोंका बात, बरोयें, सूखी सब्जी भी देंगे ।
కృతజ్ఞతలు సోదరా ! నాకు మంచి భోజనం తినిపించావు (పెట్టించావు).	ధన్యవాద్ భాయీ ! ముఝే అచ్ఛా ఖానా ఖిలాయా । धन्यवाद भाई, मुझे अच्छा खाना खिलाया ।
మైం కిత్‌నా బక్షీస్ దూం ?	నేను ఎంత టిప్పు ఇవ్వాలి ? मैं कितना बक्षीस दूँ ?
అది మీ దయ సార్ !	వహ్ ఆప్‌కా మర్జీ సాబ్ ! वह आपकी मर्जी साब !
ఇక్కడ సర్వీస్ కొంచెం నెమ్మది/ఆలస్యం.	ఇధర్ సేవా థోడీ సుస్త్ / ధీమీ హైం इधर सेवा थोडी सुस्त / धीमी है ।

18. డాక్ ఘర్ डाक घर తపాలా కార్యాలయం (Post Office)

పోస్టాఫీస్ ఎక్కడ ఉంది ?

డాక్ ఘర్ కహాఁ హైఁ ?

डाक घर कहाँ है ?

కొంచెం తిన్నగా వెళ్ళి ఎడమ వైపు తిరిగితే ఒక మిట్ట (ఎత్తు) వస్తుంది.

థోడా సీదా జాకే బాయీ తరఫ్ పలటే తో ఏక్ ఛడావ్ ఆతా హైఁ।

थोडा सीधा जा के बाई तरफ पलटे तो एक चढाव आता है ।

అది ఎక్కి కుడివైపు తిరిగితే ఎర్రటి బోర్డు మీద తెల్లటి అక్షరాలతో కనిపిస్తుంది.

వహ్ చఢ్కే దాయీ ఓర్ దేఖే తో లాల్ బోర్డ్‌పే సఫేద్ అక్షరోం మే దిఖ్‌తా హైఁ।

वह चढ़के दाई ओर देखे तो लाल बोर्ड पे सफेद अक्षरों में दिखता है ।

నేను ఈ ఉత్తరాన్ని త్వరగా పంపించాలనుకుంటున్నాను.

మైఁ ఇస్ చిట్టీకో జల్దీ సే భేజ్‌నా చాహ్‌తా హూఁ।

मैं इस चिट्ठी को जल्दी से भेजना चाहता हूँ ।

స్పీడ్ పోస్ట్‌లో పంపించండి.

స్పీడ్ పోస్ట్ మేఁ భేజియే।

स्पीड पोस्ट में भेजिए ।

కవర్ మీద ఎన్ని తపాలా బిళ్ళలు అంటించాలి సార్ ?

లిఫాఫా పే కిత్‌నే కా డాక్ టికెట్ చిప్‌కానా సాబ్ ?

लिफाफे पे कितने का डाक टिकेट चिपकाना साब ?

ఇంకా స్టాంపులు అంటించవలసిన అవసరం లేదు.

ఔర్ భీ టికెట్ చిప్‌కానే కీ జరూరత్ నహీఁ హైఁ।

और भी टिकेट चिपकाने की जरूरत नहीं है ।

దయచేసి మీరు ఈ కవరును తూస్తారా ?

కృపయా ఆప్ ఇస్ లిఫాఫే కో తోల్‌తే హైఁ క్యా ?

कृपया आप इस लिफाफे को तोलते है क्या ?

దీని బరువును బట్టి దీనికి ఎనభై రూపాయలు స్టాంపులు అంటించండి.

ఇస్‌కే భార్ కే (వజన్ కే) అనుసార్ ఆప్ ఇస్‌కో అస్సీ రూపయే కా టికట్ చిప్‌కాయియే।

इसके भार के (वजन के) अनुसार आप इसको अस्सी रूपये का टिकट चिपकाइये ।

ఉత్తరం త్వరగా చేరటంకోసం పిన్‌కోడ్ నంబరు సరిగా రాయడం తప్పని సరి.

పత్ర్ జల్దీ పహుంచనే కే లియే పిన్‌కోడ్ నంబర్ సహీం లిఖ్‌నా జరూరీ హైం

पत्र जल्दी पहुँचने के लिए पिनकोड नंबर सही लिखना जरूरी है ।

బుక్ పోస్ట్ కవరైతే మూసి వేయవద్దు.

బుక్ పోస్ట్ కవర్ హైంతో బంద్ నహీం కర్‌నా।

बुक पोस्ट लिफाफा है तो बन्द नहीं करना ।

మనీఆర్డర్లు ఎప్పటి వరకు తీసుకుంటారు ?

మనీఆర్డర్ కబ్ తక్ లేతే హైం ?

मनीआर्डर कब तक लेते है ?

మూడు గంటల వరకు తీసుకుంటాము.

తీన్ బజే తక్ స్వీకార్ కర్‌తే హైం।

तीन बजे तक स्वीकार करते है ।

వెయ్యి రూపాయలు పంపించడానికి ఎంత కమీషన్ అవుతుంది.

హజార్ రూపయే భేజ్‌నే కో కిత్‌నా శుల్క్ హోతా హైం

हजार रुपये भेजने को कितना शुल्क होता है ?

యాభై రూపాయలు అవుతుంది.

పచాస్ రూపయే హోతా హైం

पचास रुपये होता है ।

మనీఆర్డర్ ఫారం ఎట్లా నింపాలి సార్ ?

మనీఆర్డర్ పత్ర్ కైసా భర్‌నా సాబ్ ?

मनीआर्डर पत्र कैसा भरना साब ?

దాన్ని ఎట్లా నింపాలో అందులోనే మూడు భాషల్లో రాశారు.

ఉస్‌కో కైసా భర్‌నా హై ఉస్‌మేఁ హీ తీన్ భాషావోఁ మేఁ లిఖా హైఁ

उसको कैसा भरना है उसमें ही तीन भाषाओं में लिखा है

పోస్ట్ ఎప్పుడు తీస్తారు ?

పోస్ట్ కబ్ నికాల్‌తే హైఁ ?

पोस्ट कब निकालते है ?

ఇప్పటి పోస్ట్ అయితే తీసేశారు.

అబ్‌కా పోస్ట్ హైఁ తో నికాల్ దియా।

अबका पोस्ट है तो निकाल दिया ।

తర్వాత (రాబోయే) పోస్ట్ అయితే మధ్యాహ్నం నాలుగు గంటలకి తీస్తారు.

అగ్‌లా హైఁ తో దోపహర్ మేఁ చార్ బజే కో నికాల్‌తే హైఁ

अगला है तो दोपहर में चार बजे को निकालते है ।

ఈరోజు ఉత్తరాలు బట్వాడా చేస్తారా ?

ఆజ్ చిట్ఠియోం కో వితరణ్ కర్‌తే హైఁ క్యా ?

आज चिट्ठियों को वितरण करते है क्या ?

ఎందుకు చెయ్యరు ? తప్పకుండా చేస్తారు.

క్యోం నహీఁ కర్‌తే ? జరూర్ కర్‌తే హైఁ।

क्यों नहीं करते ? जरूर करते है ।

19. రేల్వే స్టేషన్ रेलवे स्टेशन రైల్వే స్టేషన్ (Railway Station)

ఈరోజు నేను రాజమండ్రి వెళ్ళాలనుకుంటున్నాను.

ఆజ్ మైఁ రాజమండ్రి జానా చాహ్‌తా హూఁ।

आज मैं राजमन्ड्री जाना चाहता हूँ ।

ఎట్లా వెళ్ళాలనుకుంటున్నారు ? రైలుద్వారానా, లేక బస్ ద్వారానా ?

కైసా జానా చాహ్‌తే హైఁ రేల్ సే యా బస్ సే ?

कैसा जाना चाहते है ? रेल से या बस से ?

రైలు ద్వారా అయితే తొమ్మిది గంటలలో హాయిగా (విశ్రాంతిగా) వెళ్ళగలరు.	రేల్ ద్వారా హైం తో నౌ ఘంటే మే ఆరామ్ సే జా సక్తే హైం । रेल द्वारा है तो नौ घंटे में आराम से जा सकते है ।
మీరు రిజర్వేషన్ చేయించుకున్నారా ?	ఆప్ ఆరక్షణ్ కరా లియే హైం క్యా ? आप आरक्षण करा लिये है क्या ?
హాం అయిపోయింది.	హాం ! హెూ గయా । हाँ ! हो गया ।
మా అదృష్టం వల్ల కిటికీ దగ్గర సీటు దొరికింది.	హమారే నసీబ్ సే ఖిడ్కి కే పాస్ సీట్ మిలీ హైం । हमारे नसीब से खिडकी के पास सीट मिली है ।
మీరు మీ సీట్లోనే కూర్చున్నారా ? లేక వేరే వాళ్ళ సీటులో కూర్చొన్నారా ? చూసుకోండి.	ఆప్ ఆప్కె సీట్ మే బైఠే యా దూస్రోం కే సీట్ మే బైఠే హైం దేఖ్ లీజియే । आप आपके सीट में बैठे या दूसरों के सीट में बैठे है देख लिजिए ।
నేను మొత్తం అన్నీ చూసుకునే కూర్చున్నాను.	మైం సబ్ దేఖ్ లేకే బైఠా హూం मैं सब देख लेके बैठा हूँ ।
ఆ కిటికీ మూసి వేసుకో లేకపోతే చెత్త లోపలికి వచ్చేస్తుంది.	వహ్ ఖిడికీ బంద్ కర్లో నహీం తో కచ్రా అందర్ ఆతా హైం । वह खिडकी बंद कर लो नहीं तो कचरा अंदर आता है ।
భోజనాలపెట్టె ఎటువైపు ఉంది ?	ఖానే కా డిబ్బా కిస్ తరఫ్ హై ? खाने का डिब्बा किस तरफ है ?
అది అటు వైపు ఉంది.	వహ్ ఉస్ తరఫ్ హైం । वह उस तरफ है ।

నేను రేపు రాత్రి బండికి ముంబై వెళతాను.	మై కల్ రాత్ కీ గాడీ సే ముంబయి జాఊంగా | मैं कल रात की गाडी से मुंबई जाऊँगा	
ముంబయికి ఒకే బండి పోతుందా ?	ముంబయి కో ఏక్ హీ గాడీ జాతీ హైం క్యా ? मुंबई को एक ही गाडी जाती है क्या ?
ఒకే బండి పోతుంది.	ఏక్ హీ గాడీ జాతీ హైం एक ही गाडी जाती है	
అయితే ఫర్వా లేదు.	హైం తో కోయి బాత్ నహీం | है तो कोई बात नहीं	
లేదంటే, మధ్యలో బండి మారాల్సివుంటుంది.	నహీం తో బీచ్ మే గాడీ బదల్నా పడేగా | नहीं तो बीच में गाडी बदलना पडेगा	
నేను మీతో పాటు స్టేషన్‌కు వస్తాను.	మైం ఆప్‌కే సాథ్ స్టేషన్ కో ఆవూంగా | मैं आपके साथ स्टेशन को आऊँगा	
అట్లాఅయితే నువ్వు త్వరగా తయారవ్వాలి.	వైసా హైం తో తుమ్ జల్దీ తైయార్ హోజానా वैसा है तो तुम जल्दी तैयार हो जाना	
వాళ్ళు బండిని పట్టుకోలేకపోయారు.	వే లోగ్ గాడీ కో నహీం పకడ్ సకే | वे लोग गाडी को नहीं पकड सके	
ఈరోజు బండి చాలా ఆలస్యంగా వస్తోంది.	ఆజ్ గాడీ బహుత్ దేర్‌సే ఆ రహీం హైం | आज गाडी बहुत देर से आ रही है	
ఆం అవునండి. ఈరోజు అసలు టైం కంటె వెనుకగా (ఆలస్యంగా) నడుస్తోంది.	హాం జీ ! ఆజ్ సహీం సమయ్ సే పీఛే చల్ రహీం హైం | हाँ ! जी ! आज सही समय से पीछे चल रही है

భోజనం చేయడం కోసం బండి దిగవలసిన అవసరం లేదు.	ఖానే కే లియే గాడీ సే ఉతర్‌నే కీ జరూరత్ నహీం హై। खाने के लिए गाडी से उतरने की जरूरत नहीं है ।
భోజనం బండిలోనే దొరుకుతుంది.	ఖానా గాడి మేం హీం మిల్‌తా హైం। खाना गाडी में ही मिलता है ।
మంచి భోజనం దొరికితే ఎంత దూరమైనా కూడా ఫర్వాలేదు. ప్రయాణం చేయగలుగుతాను.	అచ్ఛా ఖానా మిలే తో కిత్‌నా దూర్ హైం తో భీ కోయి బాత్ నహీం సఫర్ కర్ సక్‌తా హూం। खाना अच्छा मिले तो कितना दूर है तो भी कोई बात नहीं सफर कर सकता हूँ ।

20. ఖేల్ खेल ఆటలు (Sports)

మీరు ఏ ఆట ఆడతారు ?	ఆప్ కౌన్‌సా ఖేల్ ఖేల్‌తే హైం ? आप कौन सा खेल खेलते है ?
నేను చదరంగం ఆడతాను.	మైం శత్‌రంజ్ ఖేల్‌తా హూం। मैं शतरंज खेलता हूँ ।
మీకు ఏ ఆట ఇష్టం.	ఆప్‌కో కౌన్‌సా ఖేల్ పసంద్ హైం आपको कौन सा खेल पसंद है ।
నేను గాలిపటం ఎగురవేయగలను.	మైం పతంగ్ ఉడా సక్‌తా హూం। मैं पतंग उडा सकता हूँ ।
వారు ఏ ఆటలో ప్రావీణ్యంగలవారు.	వే లోగ్ కౌన్‌సే ఖేల్ మేం కుశ్‌ల్ ఖిలాడి హైం ? वे लोग कौनसे खेल में कुशल खिलाडी है ?

వారు కబడ్డీ మంచిగా ఆడతారు.	వే కబడ్డీ అచ్ఛా ఖేల్‌తే హైం । वे लोग कबड्डी अच्छा खेलते है ।
ఈ మధ్య (ఇవాళరేపు) క్రికెట్‌కి చాలా ప్రోత్సాహం లభిస్తోంది.	ఆజ్ కల్ క్రికెట్ కో అధిక్ ప్రోత్సాహన్ మిల్ రహా హైం । आजकल क्रिकेट को अधिक प्रोत्साहन मिल रहा है ।
ఇవాళా, రేపు కాదు సోదరా ! దానికి ఎప్పుడూ ప్రోత్సాహం లభిస్తూనే ఉంది తెలుసా ?	ఆజ్ యా కల్ నహీం హైం భాయీ ఉస్‌కో కభీభీ ప్రోత్సాహన్ మిల్‌తా జా రహా హైం మాలూం ? आज या कल नहीं है भाई उसको कभी भी प्रोत्साहन मिलता जा रहा है मालूम ?
మీరు ఏమంటున్నారో అది నిజమే !	ఆప్ జో బోల్ రహే హైం వహ్ సహీ హైం । आप जो बोल रहे है वह सही है ।
క్రికెట్ తప్ప మిగతావి ఆటలు కావా ?	క్రికెట్ కే అలావా దూస్‌రా ఖేల్ నహీం హైం క్యా ? क्रिकेट के अलावा दूसरा खेल नहीं है क्या ?
నాకు హై జంప్ ఇష్టం.	ముఝే ఊంచీ కూద్ పసంద్ హైం । मुझे ऊँची कूद पसंद है ।
నువ్వు అంత బాగా చేయగలుగుతావా ?	తుమ్ ఉత్‌నా అచ్ఛా కర్ సక్‌తే హెూ ? तुम उतना अच्छा कर सकते हो ?
లేదు, లేదు, బాగా చూడగలుగుతాను.	నహీం ! నహీం ! అచ్ఛా దేక్ సక్‌తా హూం । नहीं ! नहीं ! अच्छा देख सकता हूँ ।

ఆయన ఎవరో తెలుసా ?	వహ్ కౌన్ హై మాలూం ? वह कौन है मालूम ?
తెలుసు, వేగంగా పరుగెత్తేవాడు.	మాలూం హైం తేజ్ ధావక్ హైం मालूम है । तेज धावक है ।
మీ కాలేజిలో ప్రతిరోజు ఆటల పిరియడ్ ఉంటుందా ?	ఆప్‌కే కళాశాల మేం రోజానా ఖేల్‌నే కే లియే పిరియడ్ హైం క్యా ? आपके कलाशाला में रोजाना खेलने के लिए पिरीयड है क्या ?
అవునండి. ప్రతిరోజు మేము నాలుగు గంటలకి మైదానంకి వెళతాము.	జీ హాఁ హర్ రోజ్ హమ్ చార్ బజే మైదాన్ కో జాతే హైం । जी हाँ ! हर रोज हम चार बजे मैदान को जाते है ।
మీరంతా అక్కడ ఏ ఏ ఆటలు ఆడతారు ?	ఆప్ లోగ్ ఉదర్ కౌన్‌సా కౌన్‌సా ఖేల్ ఖేల్‌తే హైం ? आप लोग उधर कौन कौन सा खेल खेलते है ?
మీరు నవ్వకపోతే నేను చెపుతాను.	ఆప్ నహీం హంసే తో మైం బోల్‌తా హూం । आप नहीं हँसे तो मैं बोलता हूँ ।
నేను నవ్వను చెప్పు.	మైం నహీం హంస్‌తా హూం బోలో । मै नहीं हँसता हूँ बोलो ।
అక్కడ మేము గోళీలు కూడా ఆడతాము.	వహాఁ హమ్ కంచే భీ ఖేల్‌తే హైం । वहाँ हम कंचे भी खेलते है ।
వాడికి ఈదడమంటే ఇష్టం	ఉస్‌కో తైర్‌నా పసంద్ హైం । उसको तैरना पसंद है ।
కానీ నీళ్ళు లేవు.	లేకిన్ పానీ నహీం హైం । लेकिन पानी नही है ।

ఆటలలో ఎవరు ఓడతారు ? ఎవరు గెలుస్తారు ? ఎవరికీ తెలియదు ?

ఖేలోం మే కౌన్ హార్‌తే, కౌన్ జీతే కిసీకో భీ మాలూం నహీం హైం ।
खेलों में कौन हारते, कौन जीतने किसी को भी मालूम नहीं है ।

ఒక విషయమైతే ఖచ్చితం. ఆటగాళ్ళ ఆరోగ్యం మంచిగా ఉంటుంది.

ఏక్ చీజ్ తో పక్కీ హైం । ఖిలాడియోం కా స్వాస్థ్య అచ్ఛా రహ్‌తా హైం ।
एक चीज तो पक्की है खिलाडियों का स्वास्थ्य अच्छा रहता है ।

21. స్వాస్థ్య **स्वास्थ्य** ఆరోగ్యం (Health)

నువ్వు ఎలా ఉన్నావు ?

తుమ్ కైసే హెూ ?
आप कैसे हो ?

సరిగా లేను.

ఠీక్ నహీం హైం ।
ठीक नहीं हैं ।

ఏమయింది ?

క్యా హువా ?
क्या हुआ ?

తరచూ నాకు కడుపు నొప్పి వస్తూఉంది.

అఖిర్ ముఝే పేట్ మే దర్ద్ ఆ రహీం హైం ।
आखिर मुझे पेट में दर्द आ रही है ।

ఎందుకు ?

క్యోం కీ ?
क्यों की ?

అది తెలిస్తే ఇంత గందరగోళం ఎందుకు నడుస్తాది?

వహ్ మాలూం హువా తో ఇత్‌నా గడ్‌బడ్ క్యోం చల్‌తా హైం ?
वह मालूम हुआ तो इतना गडबड क्यों चलता है ?

ఒకటి లేదా రెండుసార్లు అయితే సరే.	ఏక్ యా దో బార్ హైం తో ఠీక్ హైం । एक या दो बार है तो ठीक है ।
మళ్ళీ మళ్ళీ వస్తూ ఉంటే కడుపులో ఏదో (కొంచెం) అయినట్లు తెలుసా ?	బార్ బార్ ఆ రహీం తో పేట్‌మేం కుఛ్ హువా జైసా మాలూం పడ్‌తా హైం । बार बार आ रही तो पेट में कुछ हुआ जैसा मालूम पड़ता है ।
ఇంతకు ముందు రోజుల్లో మీరు బాగానే ఉండేవారు (కదా !).	ఇస్‌కే పహ్‌లే దినోం మేం ఆప్ అచ్ఛా థే । इसके पहले दिनों में आप अच्छा थे ।
నాకు ఒక వ్యాపారంలో నష్టం వచ్చింది.	ముఝే ఏక్ ధంధే మేం (వ్యాపార్ మేం) నుక్సాన్ హువా హైం मुझे एक धंधे में (व्यापार में) नुकसान हुआ है ।
ఆ గాబరాలో (వత్తిడిలో) నేను సమయానికి తినలేదు.	ఉస్ ఘబరాహ్‌ట్ మేం సమయ కో నహీం ఖాయా । उस घबराहट में समय को नहीं खाया ।
ఏ మందు తీసుకున్నారు ?	కౌన్‌సా దవా లియా ? कौन सा दवा लिया ?
అనేక మందులు తీసుకున్నాను.	కయీ దవాయియాం లీ । कई दवाइयाँ ली
మీ పిల్లలు ఎట్లా ఉన్నారు ?	ఆప్‌కే బచ్చే కైసే హైం ? आपके बच्चे कैसे है ?
చిన్నబ్బాయికి తలనొప్పి, పెద్దబ్బాయికి దగ్గు ?	ఛోటే బచ్చే కో సిర్ మేం దర్ద్, ఔర్ బడే కో ఖాంసీ హైం । छोटे बच्चे को सिर मे दर्द, बड़े बच्चे को खाँसी है ?

204

దీని అర్థం ఏమిటో తెలుసా ?	ఇస్‌కా మత్‌లబ్ క్యా హైం మాలూం ? इसका मतलब क्या है मालूम ?
మీరు ఆరోగ్య నియమాలు పాటించడంలేదు.	ఆప్ లోగ్ స్వాస్థ్య కే నియమోం కే అనుసార్ నహీం కర్ రహే హైం। आप लोग स्वास्थ्य के नियमों के अनुसार नहीं कर रहे हैं।
ఏం చేయాలి ?	క్యా కర్‌నా ? क्या करना ?
ప్రతిరోజు వేకువఝామున ఒక లీటరున్నర నీళ్ళు తాగండి.	హర్‌దిన్ సుబహ్ మే ఏక్ డేఢ్ లీటర్ పానీ పీజియే हर दिन सुबह में एक डेढ़ लीटर पानी पीजिए ?
వేకువఝామున నీళ్ళుతాగితే నాకు తల తిరుగుతూ ఉన్నట్లుగా అనిపిస్తుంది.	సుబహ్ మేం పానీ పియే తో ముఝే సిర్ గిర్ రహాం హై జైసా లగ్‌తా హైం। सुबह में पानी पीये तो मुझे सिर गिर रहा है जैसा लगता है।
మీరు పొగ తాగుతారా ?	ఆప్ సిగరెట్ పీతే హైం క్యా ? आप सीगरेट पीते है क्या ?
నువ్వు ఏమైనా మాత్రలు ఇస్తావా ?	తుమ్ కుఛ్ గోలియాం దేతే హెూ క్యా ? तुम कुछ गोलियाँ देते हो क्या ?
నేను ఇవ్వను కానీ, ఆయన ఇస్తాడు.	మైం నహీం దేతా హూం మగర్ వే దేతే హైం। मैं नहीं देता हूँ मगर वे देते है।
ఆరోగ్యమే మహా భాగ్యము. ఆమాట అన్నటికంటె మంచి మాట.	స్వాస్థ్య హీ మహా భాగ్య హైం। వహ్ బాత్ సబ్‌సే అచ్ఛీ బాత్ హైం। स्वास्थ्य ही महा भाग्य है। वह बात सबसे अच्छी बात है।

22. హకీమ్ हकीम వైద్యుడు (Doctor)

యహాం బైఠియే.	ఇక్కడ కూర్చోండి. यहाँ बैठिये ।
సమస్య ఏమిటి ?	సమస్యా క్యా హైం ? समस्या क्या है ?
శ్వాస తీసుకునేటప్పుడు నొప్పి అవుతూ ఉంది.	శ్వాస్ లేతే సమయ్ దర్ద్ హో రహా హైం ? श्वास लेते समय दर्द हो रहा है ।
శ్వాస తీసుకోండి.	శ్వాస్ లీజియే । श्वास लीजिए ।
ఈ సమస్య ఎప్పటినుంచి ఉంది ?	యహ్ సమస్యా కబ్ సే హైం ? यह समस्या कब से है ?
ఏడు నెలల నుంచి.	సాత్ మహీనే సే । सात महीने से ।
ఇంకా ఏ సమస్య ఉంది మీకు ?	ఔర్ క్యా సమస్య హైం ఆప్ కో ? और क्या समस्या है आपको ?
ఆకలి వేయడం లేదు.	భూఖ్ నహీం లగ్ రహీ హైం । भूख नहीं लग रही है ।
బరువు పెరిగిపోయింది.	భార్ బఢ్ గయా హైం । भार बढ़ गया है ।
తరచూ దగ్గు.	అక్సర్ ఖాంసీ హైం अक्सर खाँसी है ।

206

ఏమి చేయడానికీ మనసు రావటం లేదు (పాలుపోవటంలేదు).	కుఛ్ భీ కర్‌నే కో మన్ నహీం లగ్ రహా హైం । कुछ भी करने को मन नहीं लग रहा है ।
చికాకు చికాకుగా ఉంటోంది (అవుతోంది).	చిడ్ చిడీ హెూ రహీ హైం । चिड चिडी हो रही है ।
ఒక ప్రశ్న అడిగితే వంద సమాధానాలు ఇచ్చారు.	ఏక్ సవాల్ పూఛేతో సౌ సమాధాన్ దే దియే । एक सवाल पूछे तो सौ समाधान दे दिये ।
ఏం చెయ్యను సార్ ? సమస్యలతో సంగ్రామం చేస్తు న్నాను.	క్యా కర్‌నా సాబ్ ? సమస్యాఓం సే మైం సంగ్రామ్ కర్ రహా హూం । क्या करना साब ? समस्याओं से मैं संग्राम कर रहा हूँ ।
అన్నిటికంటె ముందు అన్నిటి కంటె పెద్ద మందు ఏమిటో తెలుసా ? మీరు మాటలు తక్కువ చేయండి.	సబ్‌సే పహ్‌లా ఔర్ సబ్‌సే బడీ దవా క్యా హైం మాలూం, ఆప్ బాతేం కమ్ కర్‌నా । सबसे पहला और सबसे बडी दवा क्या है मालूम, आप बातें कम करना ।
ఆహారానికి సంబంధించి జాగ్రత్తగా ఉండండి.	ఆహార్ కే బారే మేం జాగ్‌రూక్ రహియే । आहार के बारे में जागरूक रहिये ।
కొద్ది రోజులు వరకు రెండు సార్లే భోజనం చేయండి.	థోడే దినోం తక్ దో బార్ హీ ఖానా ఖాయియే । थोडे दिनों तक दो बार ही खाना खाईए ।
కంగారు పడవద్దు.	ఘబ్‌రాయిఎ మత్ । घबराइए मत ।
ఆందోళన అవసరం లేదు.	ఆందోళన్ కీ ఆవశ్యక్‌తా నహీం హైం । आंदोलन की आवश्यकता नहीं है ।

నేను మాత్రలు ఇస్తున్నాను.

మైం గోలియాం దే రహాం హూం ।

मैं गोलियाँ दे रहा हूँ ।

మీరు వాటిని, సమయానికి, నేను ఎట్లా చెప్పానో అట్లా తీసుకోండి.

ఆప్ ఉన్‌కో సమయ్ పర్ మైం జైసా బోలా వైసా లీజియే ।

आप उनको समय पर मैं जैसा बोला वैसा लीजिए ।

మీకు జలుబు అయితే లేదు కదా ?

ఆప్ కో జుకామ్ తో నహీం హైం నా ?

आपको जुकाम तो नहीं है ना ?

ప్రతిరోజు వేకువఝామున వ్యాయామం కూడా ప్రారంభించండి.

హర్ దిన్ సుబహ్ మేం వ్యాయామ్ భీ షురూ కరియే ।

हर दिन सुबह में व्यायाम भी शुरू करिए ।

ధన్యవాదములు డాక్టర్ గారు.

ధన్యవాద్ హకీమ్ సాబ్ !

धन्यवाद हकीम साब !

23. మనోరంజన్ **मनोरंजन** వినోదము (Entertainment)

ఇవాళ రేపు (ఈమధ్య కాలంలో) చాలా మంది ప్రజలు వినోదం కొరకు చాలా డబ్బు ఖర్చు పెట్టేస్తూ ఉన్నారు.

ఆజ్‌కల్ కయీ లోగ్ మనోరంజన్ కే లియే బహూత్ ధన్ ఖర్చ్ కర్ రహే హైం ।

आजकल कई लोग मनोरंजन के लिए बहुत खर्च कर रहे है ।

ఈ ఆయాంత్రిక జీవనంలో అందరికీ ఆందోళన (టెన్షన్) ఎక్కువ అయిపోతోంది.

ఇస్ యాంత్రిక్ జీవన్ మేం సబ్‌కో తనావ్ జ్యాదా హో రహా హైం

इस यांत्रिक जीवन में सब को तनाव ज्यादा हो रहा है ।

ప్రతిఒక్క మనిషి సుఖంగా జీవించాలని ఆలోచిస్తాడు.	హర్ ఏక్ ఆద్మీ సుఖ్ సే జీనా చాహ్‌తా హైం हर एक आदमी सुख से जीना चाहता है ।
కానీ ఆలోచనకీ, సుఖానికీ చుట్టరికమే ఉండదు	మగర్ సోచ్‌నే కో ఔర్ సుఖ్ కో కోయి రిష్తేదారీ నహీం రహ్‌తీ హైం मगर सोचने को और सुख को कोई रिश्तेदारी नहीं रहती है ।
అందుకే వినోదం వెనుక పరుగుపెడతారు	ఉస్‌లియే మనోరంజన్ కే పీఛే భాగ్‌తే హైం उस लिए मनोरंजन के पीछे भागते है ।
కొంతమందికి సంగీతం ఇష్టం.	కుఛ్ లోగోం కో సంగీత్ పసంద్ హైం कुछ लोगों को संगीत पसंद है ।
మరికొంత మందికి సినిమా ఇష్టం.	ఔర్ కుఛ్ లోగోం కో సినేమా పసంద్ హైం और कुछ लोगों को सिनेमा पसंद है ।
ఇదంతా ఎందుకో తెలుసా ?	యె సబ్ కిస్‌లియే ? ये सब किसलिए ?
మనశ్శాంతి కోసం.	మన: శాంతి కేలియే । मनः शान्ती के लिए ।
మనసులో చింత, మరియు ఆందోళన ఎంతగా ఉంటుందో అంతగా వినోదం వైపు లాగుతుంది.	మన్ మే చింతా ఔర్ తనావ్ జిత్‌నా రహ్‌తా హై ఉత్‌నా మనోరంజన్ కే తరఫ్ ఖీంచ్‌తా హైం मन में चिन्ता और तनाव जितना रहता है उतना मनोरंजन के तरफ खींचता है ।

ఎందుకో తెలుసా ? ఎంత సేపు మనసు వినోదం మీద లగ్న మవుతుందో అంతసేపు అతడు సుప్రసన్నంగా ఉంటాడు.

క్యో కీ మాలూం ? జిత్‌నా దేర్ మన్ మనోరంజన్ మేం లగా హెూతా హైం ఉత్‌నా దేర్ వహ్ ప్రసన్న రహ్‌తా హైం

क्योंकि मालूम है जितना देर मन मनोरंजन मे लगा होता है उतना देर वह प्रसन्न रहता है

అక్కడ చూడు పిల్లలు ఏం చేస్తూ ఉన్నారు ?

ఉధర్ దేఖో బచ్చే క్యా కర్ రహే హైం

उधर देखो बच्चे क्या कर रहे है ?

అక్కడ పిల్లలు ఊయల మీద ఆటలాడుతూ ఉన్నారు.

వహాం పర్ బచ్చే ఝూలే పర్ ఖేల్ రహేం హైం

वहाँ पर बच्चें झूले पर खेल रहे है ।

వీళ్ళను చూడు.

ఉన్ లోగోం కో దేఖో ।

उन लोगों को देखो ।

వాళ్ళు చాలా సంతోషంగా ఉన్నారు.

వే లోగ్ బహుత్ ఖుష్ హైం ।

वे लोग बहुत खुश है

అదయితే నాకు కూడా తెలుసు.

వో తో మేరే కో భీ మాలూం హైం ।

वो तो मेरे को भी मालूम है ।

కారణం ఏమిటి ? అది చెప్పు నాకు.

కారణ్ క్యా హైం ? వహ్ బతావ్ ముఝే ।

कारण क्या है ? वह बताओ मुझे ।

వాళ్ళ దగ్గర డబ్బు చాలా ఉంది. అందువల్లనే వాళ్ళ మనసు సుఖంగా, ఉల్లాసంగా ఉంటుంది.

ఉన్‌కే పాస్ ధన్ జ్యాదా హైం ఇస్‌లియే ఉన్‌కే దిల్ మేం సుఖ్ ఔర్ ఖుషీ రహ్‌తీ హైం

उनके पास धन ज्यादा है । उसलिए उनके दिल में सुख और खुशी रहती है ।

అట్లా అనుకోకు.

వైసా మత్ సోచో ।

वैसा मत सोचो ।

మనసుకి కొంత విశ్రాంతి ఇవ్వాలి. మన్‌కో థోడా ఆరామ్ దేనా ।
मन को थोडा आराम देना ।

అందుకే ప్రతి ఒక్క పురుషుడు, స్త్రీ ఆటలు లేదా సంగీతం మీద మనసు లగ్నం చేయవలసి ఉంటుంది. ఉస్‌లియే హర్ ఏక్ ఆద్‌మీ ఔర్ ఔరత్ ఖేల్ యా సంగీత్ పర్ మన్ లగానా పడ్‌తా హైం
उसलिए हर एक आदमी और औरत खेल या संगीत पर मन लगाना पडता है

నువ్వు సుఖమైన జీవితం కోరుకున్నట్లయితే ఈ రోజు నుంచే నటన, నాట్యం, ఆట లేదా సంగీతం నేర్చుకోవడానికి సిద్ధమై పో. తుమ్ సుఖ్‌దాయక్ జీవన్ చాహ్‌తే తో ఆజ్‌సే నటన్, నృత్య్, ఖేల్ యా సంగీత్ సీఖ్‌నే కో తైయార్ హెూ జావో
तुम सुखदायक जीवन चाहते तो आज से नटन, नृत्य, खेल या संगीत सीखने को तैयार हो जावो ।

24. బేకరీ बेकरी రొట్టెలదుకాణం (Bakery)

హమ్ ఆజ్ ఏక్ అచ్ఛా బేకరీ కో జానా ? మనం ఈరోజు ఒక మంచి రొట్టెల దుకాణంకి వెళ్ళాలి ?
हम आज एक अच्छा बेकरी को जाना ?

ఎందుకు ? ఏమైనా విశేషం ఉందా ? క్యోం కీ ? కుఛ్ విశేష్ హైం క్యా ?
क्यों की ? कुछ विशेष है क्या ?

ఆం అవునండి. ఎల్లుండి మన అబ్బాయి పుట్టిన రోజు. జీ హాం పర్‌సోం హమారా బేటే కా జన్మ్ దిన్ హైం
जी हाँ ! परसों हमारा बेटे का जन्म दिन है ।

ఆ సందులో ఒక రొట్టెల దుకాణం ఉంది. ఉస్ గల్లీ మేం ఏక్ బేకరీ హైం
उस गल्ली में एक बेकरी है ।

ఆ రొట్టెల దుకాణమతను తాజా రొట్టెలు అమ్ముతాడు. యహ్ నాన్‌బాయీ తాజా రోటియాం బేచ్‌తా హైం ।
वह नानबाई ताजा रोटियाँ बेचता है

సరే అతని దగ్గరికే వెళదాం. | ఠీక్ హై ! ఉస్‌కే పాస్ జాయేంగే ।
ठीक है । उसके पास जायेंगे ।

సోదరా ! మీరు ఒక బర్త్‌డే కేక్‌కు ఆర్డర్ తీసుకుంటారా ? | భాయీ సాబ్ ! ఆప్ ఏక్ బర్త్ డే కేక్ కో ఆర్డర్ లే సక్‌తే హైం క్యా ?
भाई साब ! आप एक बर्थ डे केक को आर्डर ले सकते है क्या ?

తప్పకుండా తీసుకుంటాను సార్ ! | బిల్‌కుల్ లే సక్‌తా హూం సాబ్ !
बिलकुल ले सकता हूँ साब !

ఏ కేక్ కావాలి సార్ ? | కౌన్‌సా కేక్ హోనా సాబ్ ?
कौन सा केक होना साब ?

ఏ ఏ కేకులు దొరుకుతాయి తమ వద్ద. | కౌన్ కౌన్‌సా కేక్ మిల్‌తే హైం ఆప్ కే పాస్ ?
कौन कौनसा केक मिलते है आप के पास ?

సాదా కేకు, వెన్న కేకు, ప్రత్యేక కేకు, కోడిగ్రుడ్డు కేకు, కోడిగ్రుడ్డు లేని కేకు ఏదైనా కూడా దొరుకుతుంది మా దగ్గర. | సాదా కేక్, బట్టర్ కేక్, స్పెషల్ కేక్, అండా కేక్, బినా అండా కేక్ కౌన్‌సా భీ మిల్‌తా హైం హమారే పాస్ ।
सादा केक, बटर केक, स्पेशल केक, अंडा केक, बिना अंडा केक, कौनसा भी मिलता है । हमारे पास ।

కేక్ కి అడ్వాన్స్ ఇవ్వండి. | కేక్ కో అడ్వాన్స్ దీజియే ।
केक को अडवान्स दीजिए ।

కేక్ మీద రాయవలసినవి కూడా చెప్పండి. | కేక్ పే క్యా లిఖ్‌నా భీ బతాయియే ।
केक पे क्या लिखना भी बताइये ।

నాకు ఒక జామ్ సీసా మరియు ఒక డజన్ కోడిగ్రుడ్లు ఇవ్వండి.	ముఝే ఏక్ జామ్ బాటిల్ ఔర్ ఏక్ దర్జన్ అండే దీజియే मुझे एक जाम बॉटल और एक दर्जन अंडे दीजिए ।
మీరు నాకు నిన్న ఇచ్చినటువంటి వస్తువులు తాజాగా లేవు.	ఆప్ ముఝే కల్ దియే సో చీజేం తాజా నహీం థే आप मुझे कल दिये सो चीजें ताजा नहीं थे ।
ఆమాట నేను అంగీకరించను.	వహ్ బాత్ మైం నహీం మాన్తా హూం वह बात मैं नहीं मानता हूँ ।
నేను నిజమే చెబుతున్నాను.	మైం సచ్ హీ బోల్ రహాం హూం मैं सच ही बोल रहा हूँ ।
మేం ఎప్పుడూ కూడా పాడైపోయినటువంటి వస్తువులనుపెట్టము.	హమ్ కభీ భీ ఖరాబ్ హెూ గయీ హుయీ చీజేం నహీం రఖ్తే హైం हम कभी भी खराब हो गयी हुई चीजें नहीं रखते है ।
నేను తీసుకు వచ్చి చూపించవలెనా ?	మైం లాకే దిఖానా క్యా ? मै ला के दिखाना क्या ?
అట్లా చిరాకు పడిపోవద్దు సార్ !	వైసా నారాజ్ మత్ హెూ జానా సాబ్ । वैसा नाराज मत हो जाना साब ।
ఎట్లయినా ఒక్కొక్క సారి ఎంత మంచి వస్తువు అయినా కూడా పాడవుతుంది కదా సార్ !	కైసా భీ ఏక్ ఏక్ బార్ కిత్నీ భీ అచ్ఛీ చీజ్ హైం తో భీ ఖరాబ్ హెూ జాతీ హైం సాబ్ । कैसा भी एक एक बार कितनी भी अच्छी चीज़ है तो भी खराब हो जाती है साब ।
సరే !	ఠీక్ హైం । ठीक है ।

నాకు ఒక ఐస్ క్రీం ఇవ్వు.	ముఝే ఏక్ ఐస్ క్రీం దో । मुझे एक ऐस क्रीम दो ।
అతనికి రెండు పేస్ట్రీలను ఒక డబ్బాలో పెట్టి పంపు.	ఉస్‌కో దో పేస్ట్రియాఁ ఏక్ డిబ్బే మేఁ రఖ్‌కే భేజ్ దో उसको दो पेस्ट्रीयाँ एक डिब्बे में रख के भेज दो

25. మరమ్మత్ **मरम्मत** రిపేరు (Repair)

భాయి సాబ్ ! హమారా కంప్యూటర్ కామ్ నహీఁ కర్ రహా హైఁ	సోదరా ! మా కంప్యూటర్ పని చెయ్యటం లేదు. भाई साब ! हमारा कंप्यूटर काम नहीं कर रहा है ।
మీ కంప్యూటర్‌లో సమస్య / దోషం ఏమిటి	ఆప్‌కా కంప్యూటర్ మే ఖరాబీ క్యా హైఁ ? आपके कंप्यूटर में खराबी क्या है ।
మాకు తెలియదు	హమే మాలూం నహీఁ హైఁ। हमें मालूम नहीं है ।
కంప్యూటర్ ఎక్కడ ఉంది ?	కంప్యూటర్ కహాఁ హైఁ ? कंप्यूटर कहाँ है ?
ఆ హాలులో ఉంది ?	ఉస్ హాల్ మేఁ హైఁ ? उस हॉल में है ?
ఇది ఎప్పటి వరకూ పని చేసింది ?	యహ్ కబ్ తక్ కామ్ కియా ? यह कब तक काम किया ?
నిన్న రాత్రి వరకూ పని చేసింది ?	కల్ రాత్ తక్ కామ్ కియా ? कल रात तक काम किया ?

ఎవరైనా ఏమైనా చేశారా ?	కిసీ నే కుఛ్ కియా క్యా ? किसी ने कुछ किया क्या ?
ఎవరూ ఏమీ చెయ్యకపోతే దానికదే ఆగి పోయిందా ?	కీసీ నే కుఛ్ భీ నహీం కియా తో ఉస్‌కా వహీం రూక్ గయా క్యా ? किसी ने कुछ भी नहीं किया तो वही रूक गया क्या?
అదే చెబుతున్నాను ?	వహ్ హీం బోల్ రహాం హూం ? वह ही बोल रहा हूँ ?
నేను దీన్ని బాగు చేయడానికి ప్రయత్నించాను.	మైనే ఇస్‌కో ఠీక్ కర్‌నే కీ కోశిష్ కీ । मैने इसको ठीक करने की कोशिश की ।
కానీ నా మొత్తం శ్రమ వృథా అయి పోయింది.	లేకిన్ మేరీ పూరీ మెహ్‌నత్ బేకార్ హెూ గయీ । लेकिन मेरी पूरी मेहनत बेकार हो गयी ।
దీన్ని బాగు చేయడానికి ఎంత ఖర్చు అవుతుంది.	ఇసే ఠీక్ కర్‌నే కో కిత్‌నా ఖర్చా హెూ జాయేగా । इसे ठीक करने को कितना खर्चा हो जायेगा।
ఇప్పుడే నేను చెప్పలేను.	అభీ మైం నహీం బోల్ సక్‌తా హూం । अभी मैं नहीं बोल सकता हूँ
ఇప్పుడైతే నేను దీన్ని మా దుకాణానికి తీసుకుని పోతాను.	అబ్‌తో మైం ఇస్‌కో మేరే దూకాన్ కో లేకే జాతా హూం अब तो मैं इसको मेरे दुकान को लेके जाता हूँ
మొత్తం చూసి దీనిలో దోషం ఏమిటో మీకు చెబుతాను.	పూరా దేఖ్‌కే ఇస్‌మేం ఖరాబీ క్యా హైం ఆప్‌కో బతాతా హూం पूरा देख के इसमें खराबी क्या हैं आपको बताता हूँ ।

215

మీ వద్ద సుత్తి ఉన్నదా ?	ఆప్‌కే పాస్ హాథౌడా హైం క్యా ? आपके पास हाथौडा हैं क्या ?
ఉంది - కానీ ఎందుకు ?	హైం మగర్ క్యోం ? है ! मगर क्यों ?
మా ఇంటిలో కొంచెం మరమ్మతు చెయ్యాలి	మేరే ఘర్‌మే థోడీ మరమ్మత్ కర్‌నా హైం मेरे घर में थोडी मरम्मत करना है
మా కిటికీ మేకులు ఊడి పోయినవి	మేరే ఖిడికీ కే ఖీలేం టూట్ గయే హైం । मेरे खिडकी के खीलें टूट गये है ।
మీ పని అయిపోయిన తర్వాత మా పని చేస్తారా ?	ఆప్‌కా కామ్ హెూనేకే బాద్ హమారా కామ్ కర్‌తే హైం క్యా ? आपका काम होने के बाद हमारा काम करते है क्या ?
జీ ! తప్పకుండా !	జీ ! జరూర్ ! ओ ! जरूर !
ఇంటిలో ఇట్లాంటి చిన్న, చితకా వస్తువుల మరమ్మత్తు చేయడానికి మనసు అవుతుంది	ఘర్ మే ఐసీ ఛోటీ మోటీ చీజోం కీ మరమ్మత్ కర్‌నే కో మన్ కర్‌తా హైం घर में ऐसी छोटी मोटी चीजों की मरम्मत करने को मन करता है

26. కంప్యూటర్ కీ ఖరీదీ कंप्यूटर की खरीदी కంప్యూటర్ కొనుట
(Computer Purchase)

నాకు ఒక కంప్యూటర్ కావాలి.	ముఝే ఏక్ కంప్యూటర్ చాహియే । मुझे एक कंप्यूटर चाहिए ।
ఏ కంపెనీది కావాలి ?	కౌన్ సే కంపెనీ కా హెూనా ? कौन से कंपनी का होना ?
మీ వద్ద ఏ కంపెనీది ఉంది ?	ఆప్కే పాస్ కౌన్సా కంపెనీ కా హైం ? आपके पास कौन से कंपनी का है ?
మా వద్ద చాలా కంపెనీలవి ఉన్నాయి ?	హమారే పాస్ కయీ కంపెనీ కే హైం ? हमारे पास कई कंपनी के है ?
ఏ కంపెనీ మంచి కంపెనీ ?	కౌన్ సా కంపెనీ అచ్ఛా కంపెనీ హైం ? कौन सा कंपनी अच्छा कंपनी है ?
సార్ ! నేను అమ్మే వాణ్ణి.	సాబ్ ! మైం బేచ్నేవాలా హూం साब ! मैं बेचने वाला हूँ
నాకు అన్నీ మంచివే.	ముఝే సబ్ అచ్ఛే లగ్తే హైం मुझे सब अच्छे लगते है ।
ఏ కంపెనీవి ఎక్కువగా అమ్ముతూ ఉన్నారు	కౌన్సే కంపెనీ కా జ్యాదా బేచ్ రహే హై कौनसे कंपनी का ज्यादा बेच रहे है
నిజం చెప్పాలంటే మేం అసంబుల్ (మిశ్రమం) చేసినవి అమ్ముతుంటాం.	సచ్ బోలేతో హమ్ జోడ్ కర్కే బేచ్తే హైం सच बोले तो हम जोड करके बेचते है
అంటే ?	మత్లబ్ ! मतलब !

217

వేర్వేరు కంపెనీల వస్తువులు తీసుకుని ఒక సెట్టు తయారు చేస్తాం సార్ !	అలగ్ అలగ్ కంపెనీ కీ ఛీజేం లేకే ఏక్ సెట్ బనాతే హైం సాబ్ ! अलग अलग कंपनी की चीजें लेके एक सेट बनाते है साब !
నాకు అర్థం కాలేదు	ముఝే సమఝ్మే నహీం ఆయా హైం मुझे समझ में नहीं आया है
ఎట్లా చెబితే మీకు అర్థమవుతుంది.	కైసా బోలే తో ఆప్‌కో సమఝ్ మేం ఆయేగా । कैसा बोले तो आपको समझ में आएगा ।
చూడండి సార్ !	దేఖియే సాబ్ ! देखिए साब !
ఉదాహరణకి, మానిటర్ 'ఎక్స్' కంపెనీది అయితే, కీబోర్డ్ 'వై' కంపెనీది, యు.పి.ఎస్. 'జడ్' కంపెనీది అయితే మిషన్ 'ఎ' కంపెనీది.	జైసే ! మోనిటర్ 'ఎక్స్' కంపనీ కా హైం తో కీ బోర్డ్ 'వై' కంపనీ కా, యుపిఎస్ 'జడ్' కంపనీ కా హైం తో మిషన్ 'ఎ' కంపనీ కా जैसे ! मोनिटर 'एक्स' कंपनी का है तो की बोर्ड 'वै' कंपनी का, युपीएस 'जड' कंपनी का है तो मिशन 'ए' कंपनी का
సరే సార్ !	ఠీక్ హై సాబ్ ! ठीक है साब !
మాకు ఒక మంచి సెట్ తయారు చేయండి.	హమే కో ఏక్ అచ్ఛా సెట్ బనాయియే । हमें को एक अच्छा सेट बनाइये।
అట్లా చేసి ఇవ్వడానికి ఎంత అవుతుంది ?	వైసా కర్‌కే దేనేకో కిత్‌నా హోతా హైం ? वैसा करके देने को कितना होता है ?

తక్కువలో తక్కువ ముప్పయి రెండు వేలు అవగలదు. కమ్ సే కమ్, బత్తీస్ హజారోం హోసకతా హైం

कम से कम बत्तीस हजारों हो सकता है ।

మీరు దాన్ని ఆన్ చేసి చూపిస్తారా ? ఆప్ ఉస్‌కో చాలూ కర్‌కే దిఖాతే క్యా ?

आप उसको चालू करके दिखाते क्या ?

వాయిదాలపై కొనడానికి అవకాశం ఉన్నదా ? కిస్తోం పర్ ఖరీద్ కర్‌నే కీ వ్యవస్థా హైం క్యా ?

किस्तों पर खरीद करने की व्यवस्था है क्या ?

నలభై శాతం సొమ్ము చెల్లించాలి. మిగతా అరవై శాతం నెలవారీ సమాన వాయిదాల్లో చెల్లించవలసి ఉంటుంది. చాలీస్ ప్రతిశత్ నకద్ దేనా ఔర్ బచ్ గయే ఛ: ప్రతిశత్ బరాబర్ కీ మాహ్‌వారీ కిస్తోం మే దేనా పడ్‌తా హైం

चालीस प्रतिशत नकद देना और बच गये सो छः प्रतिशत बराबर की माहवारी किश्तों में देना पडता है ।

ఈ సెట్ ఎప్పుడు ఇస్తారు ? యహ్ సెట్ కబ్ దేతే హైం ?

यह सेट कब देते है ?

రేపు సాయంత్రం కల్లా సెట్టు మీ ఇంటిలో ఉంటుంది. కల్ శామ్ తక్ సెట్ ఆప్‌కే ఘర్‌మే రహేగా ।

कल शाम तक सेट आपके घर में रहेगा ।

27. దవాయియోం కీ దుకాణ్ **दवाइयों की दुकान** మందుల దుకాణం (Medical Shop)

ఈ చీటీలో రాసిన మందులు ఇవ్వండి. ఇస్ చిట్ఠీ మే లిఖీ హుయీ దవాయియా దీజియే ।

इस चीट्ठी में लिखी हुई दवाइयाँ दीजिए ।

మా వద్ద 'ఎక్స్' బిళ్ళ లేదు. 'వై' ఇవ్వాలా ? హమారే పాస్ ఎక్స్ గోలీ నహీం హైం 'వై' దేనా క్యా ?

हमारे पास 'एक्स' गोली नही है । 'वाइ' देना क्या ?

డాక్టర్ ఏమి రాశారో అదే నాకు కావాలి. డాక్టర్ జో లిఖా వహీ ముఝే హోనా ।

डॉक्टर जो लिखा वही मुझे होना

దయచేసి నన్ను క్షమించండి.	కృపయా ! ముఝే మాఫ్ కర్ దీజియే । कृपया मुझे माफ कर दीजिए ।
మా వద్ద సరుకు అయిపోయింది.	హమారే పాస్ మాల్ ఖతమ్ హెూ గయా హైం । हमारे पास माल खतम हो गया है ।
ఎప్పుడు వస్తుంది ?	కబ్ ఆయేగా ? कब आयेगा ?
ఎల్లుండి కల్లా కొత్త సరుకు లభించవచ్చునని ఆశ ?	పర్‌సోం తక్ నయా మాల్ ప్రాప్త్ హెూనే కీ ఆశా హైం ? परसों तक नया माल प्राप्त होने की आशा है ?
మాకు ఒక నొప్పి నివారణ మందు కావాలి ?	హమ్‌కో ఏక్ దర్ద్‌నాశక్ దవా చాహియే ? हमको एक दर्द नाशक दवा चाहिए ?
ఎంత వయసు వారికి ?	కిత్నా ఉమ్ర్ వాలేకో ? कितना उम्र वाले को ?
పెద్ద వాళ్ళకి	బడే లోగోం కో । बडे लोगों को ।
వైద్యుడి చీటీ లేకపోతే మేము మందులు అమ్మము తెలుసా ?	హకీమ్ కా చిట్టీ నహీం తో హమ్ దవాఇయా నహీం బేచ్‌తే హైం మాలూం ? हकीम का चीट्ठी नहीं तो हम दवाइयाँ नहीं बेचते है मालूम ?
ఈసారి ఇవ్వండి తర్వాత సారి ఇవ్వకండి ?	ఇస్ బార్ దీజియే అగ్‌లీ బార్ నహీం దేనా ? इस बार दीजिए । अगली बार नहीं देना ?
ఇవ్వడానికి ఏమీ కాదు. ఏదైనా సమస్య అయితే ఎవరు జవాబుదారి?	దేనే కో కుఛ్ నహీం హైం మగర్ కుఛ్ సమస్యా హుయీ తో కౌన్ జిమ్మేదార్ హైం ? देने को कुछ नहीं है मगर कुछ समस्या हुई तो कौन जिम्मेदार है ?

మీరు అడగకూడదు. మేం అమ్మకూడదు	ఆప్ నహీం పూఛ్‌నా । హమ్ నహీం బేచ్‌నా । आप नहीं पूछना । हम नहीं बेचना ।
సార్ ! మాకు ఒక ఆయింట్‌మెంటు ఇవ్వండి.	సాబ్ ! హమారే కో ఏక్ మల్‌హమ్ దీజియే । साब ! हमारे को एक मलहम दीजिए ।
ఈ ఆయింట్‌మెంటు కేవలం పైన ఉపయోగించడానికి మాత్రమే.	యహ్ మల్‌హమ్ సిర్ఫ్ ఊపరీ ఇస్తేమాల్ కర్‌నేకే లియే హైం । यह मलहम सिर्फ ऊपरी इस्तेमाल करने के लिए है ।
అది తెలుసు	వహ్ మాలూం హై वह मालूम है
నేను గత నెలలో ఒక టానిక్ కొన్నాను.	మైం పిఛ్‌లే మహీనే మేం ఏక్ టానిక్ ఖరీద్ కియా హైం मैं पिछले महीने में एक टानिक खरीद किया है ।
అదే టానిక్ మరొకటి ఇవ్వండి.	వహీ టానిక్ ఔర్ ఏక్ దీజియే । वही टानिक और एक दीजिये ।
ఇస్తాను కానీ ధర అదే లేదు.	దేతా హూం ! లేకిన్ దామ్ వహీం నహీం హై देता हूँ । लेकिन दाम वही नहीं है ।
ఇవ్వండి ఏం చేస్తాం మేం.	దీజియే, క్యా కర్‌తే హైం హమ్ । दीजिये क्या करते है हम ।
అట్లా చిరాకు పడవద్దు సార్.	వైసే నారాజ్ నహీం హెూనా సాబ్ । वैसे नाराज नहीं होना साब ।
చిరాకు పడకుండా ఏం చెయ్యాలి ? సంతోషంతో చిందులు వెయ్యాలా ?	నరాజ్ నహీం హెూ తో క్యా ? ఖుషీసే నాచ్ కరూం ? नाराज नहीं हो तो क्या ? खुशी से नाच करूँ ?

28. సిటీ బస్ స్టాప్ सिटी बस स्टाप సిటీ బస్ స్టాప్ (City Bus Stop)

మౌలాలి వెళ్ళే బస్ ఎక్కడ దొరుకుతుంది ?	మౌలాలి జానేవాలీ బస్ కహాఁ మిల్‌తీ హైఁ ? मौलाली जानेवाली बस कहाँ मिलती है ?
ఇట్లా తిన్నగా వెళ్ళి ఎడమ వైపు మళ్ళండి.	ఐసా సీదా జాకే బాయీ తరఫ్ ముడియే । ऐसा सीधा जा के बाई तरफ मुडिये ।
ఇది మౌలాలి వెళ్ళే బస్ స్టాప్‌యేనా ?	యహ్ మౌలాలి జానేవాలా బస్ స్టాప్ హైఁ క్యా ? यह मौलाली जानेवाला बस स्टाप हैं क्या ?
హాఁ ! ఇదే !	హాఁ ! యహీఁ హైఁ । हाँ ! यही है ।
బస్ ఎప్పుడు వస్తది ?	బస్ కబ్ ఆయేగీ ? बस कब आयेगी ?
సుమారు పది నిమిషాల్లో రావాలి మరి.	లగ్‌భగ్ దస్ మినిట్ మేఁ ఆనా చాహియే । लगभग दस मिनिट में आना चाहिए ।
ఇక్కడ నుంచి మౌలాలి చేరడానికి ఎంత సమయం పట్టుతుంది ?	యహాఁసే మౌలాలీ పహుఁచనేకో కిత్‌నా సమయ్ లగ్‌తా హైఁ ? यहाँ से मौलाली पहुँचने को कितना समय लगता है ?
ముప్పయి నిమిషాలు పట్టుతుంది.	తీస్ మినిట్ లగ్‌తా హైఁ । तीस मिनिट लगता है ।
బస్సులు సమయానికి వస్తుంటాయా ? లేదా ?	బసేం సమయ్ పర్ ఆతీ హైఁ యా నహీఁ ? बसें समय पर आती हैं या नहीं ?

హాఁ వస్తాయి.	హాఁ ఆయేంగీ । हाँ आयेंगी
బస్సులు సమయానికి వస్తే రద్దీ ఉండదు.	బసెస్ సమయ్ పర్ ఆయే తో భీడ్ నహీఁ రహ్‌తీ హైఁ । बसेस समय पर आये तो भीड़ नहीं रहती है ।
బస్సుల్లో రద్దీ ఎక్కువగా ఉంటుందా ?	బసోం మే భీడ్ అధిక్ రహ్‌తీ హైఁ క్యా ? बसों में भीड अधिक रहती है क्या ?
అట్లా కాదు. కానీ ఆలస్యం అయితే ఏమవుద్ది,	వైసా నహీఁ । లేకిన్ దేర్ హువా తో క్యా హోతా హైఁ ? वैसा नहीं ! लेकिन देर हुआ तो क्या होता है ?
జనం కూడుతూ ఉంటారా ? లేదా ?	లోగ్ జమా హోతే రహ్‌తే హై యా నహీఁ ? लोग जमा होते रहते है या नहीं ?
రద్దీ ఎక్కువగా ఉంటే నాకు భయం.	భీడ్ జ్యాదా హువాతో ముఝే డర్ హైఁ । भीड ज्यादा हुआँ तो मुझे डर है ।
భయపడవద్దు !	డర్‌నా మత్ । डरना मत ।
ఈ నగరంలో ఇది మామూలే.	ఇస్ శహర్ మేఁ యహ్ ఆమ్ బాత్ హైఁ । इस शहर में यह आम बात है ।
నా చిన్నప్పుడు ఈ నగరంలో డబుల్ డెకర్ బస్సులు ఉంటుండేవి.	మేరే బచ్‌పన్ మేఁ ఇస్ శహర్ మేఁ డబల్ డెకర్ బసేం రహ్‌తే థే । मेरे बचपन में इस शहर में डबल डेकर बसें रहते थे ।
ఆ తరం మారిపోయింది.	వో జమానా బదల్ గయా హైఁ । वो जमाना बदल गया है ।

ఇప్పుడైతే చూడటానికి కూడా ఒక్క బస్సు లేదు.	అబ్ తో దేఖ్‌నే కో భీ ఏక్‌బస్ భీ నహీం మిల్‌తీ । अब तो देखने को भी एक बस भी नहीं मिलती ।
ఆ వచ్చే బస్సు ఎట్లా వెళుతుంది ?	వహ్ ఆనేవాలీ బస్ కైసీ జాతీ హైం ? वह आनेवाली बस कैसी जाती है ?
అదయితే టాంక్ బండ్ వైపు వెళుతుంది	వహ్ తో ట్యాంక్ బండ్ తరఫ్ జాతీ హైం । वह तो टान्क बंड तरफ जाती है
అది ఎక్కినట్లయితే మధ్యలో దిగడానికి అవకాశం ఉంటుందా ?	వహ్ చఢే తో బీచ్‌మే ఉతర్‌నే కో మౌకా । రహ్‌తా హైం క్యా ? वह चढ़े तो बीच में उतरने को मौका रहता है क्या ?
ఉండదు	నహీం రహ్‌తా హైం । नहीं रहता है ।
ఎందుకు ?	క్యోం ? क्यों ?
అది మెట్రో లైనర్.	వహ్ మెట్రో లైనర్ హైం । वह मेट्रो लैनर है ।
అది ఎక్కడా కూడా ఆగదు.	వహ్ కహాం పర్ భీ నహీం రూక్‌తీ హై । वह कहाँ पर भी नहीं रूकती है ।

29. సిటీ బస్ మేఁ सिटी बस में సిటీ బస్సులో (In the City Bus)

ఆపు సోదరా ! ఆపు ఆపు.	రోకో భాయి రోకో రోకో । रोको भाई, रोको, रोको ।
బస్ స్టాప్ అక్కడ ఉంటే బస్ ఇక్కడ ఆపాడు.	బస్ స్టాప్ వహాఁ హైఁ తో బస్ యహాఁ రోకీ । बस स्टाप वहाँ है तो बस यहा रोकी ।
ఎక్కు సోదరా ! ఎక్కు ఎక్కు !	చఢో భాయీ చఢో చఢో । चढ़ो भाई ! चढो चढो ।
లోపలికి వెళ్ళు !	అందర్ జావో । अंदर जावो ।
లోపల స్థలం లేదు ।	అందర్ జాగా నహీఁ హైఁ अंदर जागा नहीं है ।
స్థలం లేదని ఇక్కడే ఉండిపోవద్దు.	జగహ్ నహీఁ బోల్కే ఇదర్ హీ నహీఁ రహ్నా । जगह नहीं बोल के इधर ही नहीं रहना ।
ఉండకపోతే ఏం చెయ్యాలి ?	నహీఁ రహే తో క్యా కర్నా ? नहीं रहे तो क्या करना ?
స్థలం చేసుకొంటూ లోపలికి పోవాలి.	జగహ్ కర్ లేతే హువే అందర్ జానా । जगह कर लेते हुए अंदर जाना ।
అట్లా నేను చెయ్యలేను.	వైసా మైఁ నహీఁ కర్ సక్తా హూఁ । वैसा मैं नहीं कर सकता हूँ ।

అట్లా అయితే తప్పుకో.	వైసా హైం తో హఠ్ జావో । वैसा है तो हठ जावो ।
తప్పుకో ! తప్పుకో !	హఠ్ జావో ! హఠో ! हठ जावो ! हठो !
ఏం తప్పుకోవాలి సోదరా !	క్యా హఠ్‌నా భాయీ ! क्या हठना भाई !
మీరు కొంచెం తప్పుకుంటే నేను లోపలికి వెళ్ళగలుగుతాను.	ఆప్ థోడా హఠేతో మైం అందర్ జా సక్‌తా హూం । आप थोडा हठे तो मैं अंदर जा सकता हूँ ।
ఇక్కడ చూడు.	దేఖో ఇధర్ । देखो इधर ।
కొంచెం అయినా అవకాశం ఉంటే లోపలికి వెళ్ళు.	కుఛ్ భీ మోకా హైం తో అందర్ జావో. कुछ भी मौका है तो अंदर जावो ।
గాలి కూడా రావటం లేదు.	హవాం భీ నహీం ఆ రహీ హైం । हवा भी नहीं आ रही है ।
ముందుకి నడు ముందుకి నడు.	ఆగే చలో ! ఆగే చలో ! आगे चलो ! आगे चलो !
వెనుక సీట్లు ఉన్నాయి.	పీఛే సీట్స్ హైం । पीछे सीट्स है ।
స్త్రీల సీట్లలో పురుషులు కూర్చోవద్దు.	ఔరతోం కే సీటోం పర్ పురుష్ నహీం బైఠ్‌నా । औरतों के सीटों पर पुरूष नहीं बैठना ।

లే ! (లెగు)	ఉఠో ! उठो !
స్త్రీలకు గౌరవం ఇవ్వాలి.	ఔరతోం కో ఇజ్జత్ దేనా । औरतों को इज़्ज़त देना ।
సోదరా ! సెక్రెటేరియట్ వస్తే నాకు చెప్పండి.	భాయీ సాబ్ ! సెక్రెటరియట్ ఆయే తో ముఝే బతాయియే भाई साब ! सेक्रेटरीयट आये तो मुझे बताइये ।
వచ్చేది అదే.	ఆనేవాలా వహీం హైం । आनेवाला वही है ।
మీ స్టాప్ వచ్చింది. దిగండి.	ఆప్‌కా స్టాప్ ఆయా హైం । ఉతరియే. आपका स्टाप आया है । उतरिये ।

30. పేడ్ ఔర్ పౌధే **पेड और पौधे** చెట్లు మరియు మొక్కలు (Trees and Plants)

ఈ వీధిలో ఒక చెట్టు కూడా లేదు.	ఇస్ గలీ మేం ఏక పేడ్ భీ నహీం హైం । इस गली में एक पेड़ भी नहीं है ।
వీధిలో ఏంటి ? రోడ్డు మీద కూడా లేవు ?	గల్లీ మేం క్యా ? సడక్ పే భీ నహీం హైం । गल्ली में क्या ? सडक पे भी नहीं है ।
ఎందుకు అట్లా ?	క్యోం వైసా ? क्यो वैसा ?
మనిషికి ఆశ ఎక్కువైయ్యి అట్లా అవుతోంది.	ఇన్‌సాన్ కో ఆశా జ్యాదా హెూ కే వైసా హెూ రహాం హైం । इन्सान को आशा ज्यादा हो के वैसा हो रहा है ।

మనం చెట్లను నాటాలి.	హమే పేడోం కో లగానా చాహియే । हमे पेडों को लगाना चाहिए ।
చెట్ల వల్ల మనకు మంచి గాలి వస్తుంది.	పేడోం సే హమేం అచ్ఛీ హవా ఆతీ హైం । पेडों से हमे अच्छी हवा आती है ।
వేసవికాలంలో చెట్టు నీడలో కూర్చుంటే మనస్సు ప్రశాంతమవుతుంది.	గర్మీ కే మౌసమ్ మేం పేడ్ కీ ఛాయా మేం బైఠే తో మన్ ప్రసన్న్ హోతా హైం । गर्मी के मौसम में पेड की छाया में बैठे तो मन प्रसन्न होता है ।
చెట్లను నాటడం ఒక మంచి అలవాటు.	పేడోం కో లగానా ఏక్ అచ్ఛీ ఆదత్ హైం । पेडों को लगाना एक अच्छी आदत है ।
చెట్లు రాత్రికి రాత్రి వేగంగా పెరగవు.	పేడ్ రాత్ హీ రాత్ మేం జోర్‌సే నహీం బఢ్‌తే హైం । पेड रात ही रात में जोर से नहीं बढते है
అవి మెల్లమెల్లగా పెరుగుతాయి.	వే ధీరే ధీరే బఢ్‌తే హైం । वे धीरे धीरे बढ़ते है ।
చెట్లను నాటడం మరియు పెంచటం మన బాధ్యత.	పేడ్ లగానా ఔర్ బఢానా హమారా జిమ్మేదారీ హైం । पेड लगाना और बढाना हमारी जिम्मेदारी है ।
చెట్లు మరియు మొక్కలకి మంచి రక్షణ ఇవ్వాలి.	పేడ్ ఔర్ పౌధోం కో అచ్ఛా రక్షణ్ కర్‌నా చాహియే । पेड और पौधों को अच्छा रक्षण करना चाहिए ।
చెట్లు మరియు మొక్కలకు ఆకులు ఉంటాయి.	పేడ్ ఔర్ పౌధోం కో పత్తే రహ్‌తే హైం । पेड और पौधों को पत्ते रहते है ।

ఆకుల వల్ల మనకు ప్రాణవాయువు వస్తుంది.	పత్తే సే హమ్‌కో ప్రాణ్‌వాయు ఆతీ హైఁ। पत्ते से हमको प्राणवायु आती है।
ప్రాణవాయువు వల్ల మన శ్వాస మరియు ఆరోగ్యం మంచిగా అవుతుంది.	ప్రాణ్‌వాయు సే హమారా శ్వాస్ ఔర్ స్వాస్థ్య అచ్ఛా హెూతా హైఁ। प्राणवायु से हमारा श्वास और स्वास्थ्य अच्छा होता है।
చెట్లు ఎక్కడం కూడా శరీరానికి మంచిది.	పేడోఁ పే చఢ్‌నా భీ శరీర్ కో అచ్ఛా హైఁ। पेडों पे चढ़ना भी शरीर को अच्छा है।
కొన్ని చెట్లు మరియు మొక్కలు ఎప్పుడూ పచ్చగానే ఉంటాయి.	కుఛ్ పేడ్ ఔర్ పౌధే కభీభీ హరే హీ రహ్‌తే హైఁ। कुछ पेड और पौधे कभीभी हरे ही रहते है।
కొన్ని చెట్లు మనకు కలపను కూడా ఇస్తాయి.	కుఛ్ పేడ్ హమ్‌కో లక్‌డీ భీ దేతే హైఁ। कुछ पेड हमको लकड़ी भी देते है।
మనం కూడా మన పెరళ్ళలో చెట్లు, మొక్కలు నాటాలి మరియు పెంచాలి.	హమే భీ హమారే బగీచే మేఁ పేడ్ ఔర్ పౌధే లగానా ఔర్ బఢానా చాహియే। हमे भी हमारे बगीचे में पेड़ और पौधे लगाना और बढ़ाना चाहिए।
చెట్లు మరియు మొక్కలు జీవితాన్ని ఇస్తాయి.	పేడ్ ఔర్ పౌధే జిందగీ దేతే హైఁ। पेड और पौधे जिन्दगी देते है।
అవి జీవితాన్ని కూడా నిలబెడతాయి.	వే జిందగీ ఖడా భీ కర్‌తే హైఁ। वे जिन्दगी खडा भी करते है।
కొన్ని చెట్లు పెద్ద వృక్షాలు అవుతాయి.	కుఛ్ పేడ్ బడా వృక్ష్ బన్‌తే హైఁ। कुछ पेड बडा वृक्ष बनते है।

మరి కొన్ని విస్తరిస్తాయి. ఔర్ కుఛ్ ఫైల్‌తే హైం।

और कुछ फैलते है ।

మరి కొన్ని తీగెల వలె పెరుగుతాయి. ఔర్ కుఛ్ లతా కే జైసే ఫైల్‌తే హైం।

और कुछ लता के जैसे फैलते है ।

31. ప్రోత్సాహన్ **प्रोत्साहन** ప్రోత్సాహం (Encouragement)

హాయ్ డేవిడ్ ఎట్లా ఉన్నావు ? హాయ్ ! డేవిడ్ కైసే హెూ ?

हाय ! डेविड कैसे हो ?

ఠీక్ హూం। బాగానే ఉన్నాను।

ठीक हूँ ।

నీ వ్యాపారం ఎట్లా ఉంది ? తుమ్హారా ధంధా కైసా హై ?

तुम्हारा धंधा कैसा है ?

మంచిగా లేదు. అచ్ఛా నహీం హైం।

अच्छा नही है ।

ఏమయింది ? క్యా హుూవా ?

क्या हुआ ?

ఆ రోజుల్లో నా దుకాణం మాత్రమే ఉండేది. ఉన్ దినోం మే సిర్ఫ్ మేరా దుకాణ్ హీ థా।

उन दिनों में सिर्फ मेरा दुकान ही था ।

అది మంచిగా నడుస్తూండేది. వహ్ అచ్ఛా చల్‌తా థా।

वह अच्छा चलता था ।

నా వ్యాపారం చూసి ఇద్దరు ముగ్గురు కూడా ప్రారంభించారు.	మేరా ధంధా దేఖ్ కే దో తీన్ లోగోంనే భీ షురూ కియే । मेरा धंधा देख के दो तीन लोगों ने भी शुरू किये ।
దానివల్ల నా వ్యాపారం పడిపోయింది.	ఉస్‌లియే మేరా ధంధా గిర్ గయా । उसलिए मेरा धंधा गिर गया ।
బాధపడకు.	చింతా న కరో । चिन्ता न करो ।
భగవంతుడి మీద విశ్వాసం ఉంచి ప్రయత్నం చేస్తూ పోవాలి.	భగవాన్ పర్ విశ్వాస్ రఖ్ కే కోశిష్ కర్‌తే జానా । भगवान पर विश्वास रखके कोशिश करते जाना ।
నువ్వు వ్యాపారం బాగా చేసేవాడివి.	తుమ్ ధంధా అచ్ఛా కర్‌నేవాలే హెూ । तुम धंधा अच्छा करनेवाले हो ।
మేము మీతో ఉంటాం.	హమ్ ఆప్‌కే సాథ్ హై । हम आपके साथ है ।
మా సమర్థన ఎప్పుడూ మీకూడా ఉంటుంది.	హమారా సమర్థన్ హమేషా ఆప్‌కే సాథ్ హై । हमारा समर्थन हमेशा आपके साथ है ।
మీరు తప్పనిసరిగా సఫలమవుతారు.	ఆప్ జరూర్ సఫల్ హెూంగే । आप जरूर सफल होंगे ।
మీరైతే భయపడవద్దు.	ఆప్ తో డర్‌నా మత్ । आप तो डरना मत ।

వ్యాపారంలో అందరికీ సమస్యలు వస్తాయి.	వ్యాపార్‌మే సబ్‌కో సమస్యాయేం ఆతే హైం । व्यापार में सबको समस्याएँ आते है ।
అదయితే సహజమే.	వహ్ తో సహజ్ హైం । वह तो सहज है ।
మీరు ధైర్యంగా ముందుకు సాగిపోండి.	ఆప్ హిమ్మత్ సే ఆగే బఢియే । आप हिम्मत से आगे बढिये ।
వ్యాపారం కోసం అప్పు కావాలంటే మమ్మల్ని అడగండి.	వ్యాపార్ కే లియే ఋణ్ హోనా హై తో హమ్ కో పూఛియే । व्यापार के लिए ऋण होना है तो हम को पूछिए ।
దేనినయినా వదిలేయండి పర్వాలేదు.	కిసీ కో భీ ఛోడియే పర్వానహీం । किसी को भी छोडिये पर्वा नहीं ।
కానీ ధైర్యాన్ని వదలవద్దు.	లేకిన్ హిమ్మత్ నహీ ఛోడ్‌నా । लेकिन हिम्मत नहीं छोड़ना ।
ధైర్యం ఉంటే పోయినది కూడా తిరిగి వస్తాది.	హిమ్మత్ హైం తో గయా హువా భీ వాపస్ ఆయేగా । हिम्मत है तो गया हुआ भी वापस आयेगा ।
మీరు సరైన మార్గంలో ఉన్నారు.	ఆప్ సహీం రాస్తే పర్ హైం । आप सही रास्ते पर है ।

32. ముహావ్‌రా **मुहावरा** సంభాషణ (Conversation)

సంతోషం సందర్భంగా మీ అందరికీ స్వాగతం.	ఖుషీ కే సందర్భ్ మే ఆప్ సబ్‌కో స్వాగత్ హైం । खुशी के संदर्भ में आप सब को स्वागत है ।
మీకు పుట్టినరోజు శుభాకాంక్షలు.	ఆప్‌కో జన్మ్ దిన్ కీ శుభ్ కామ్నాయేం । आप को जन्म दिन की शुभ कामनायें ।

నా అభినందనలు కూడా స్వీకరించండి.	మేరీ బధాయియా భీ స్వీకార్ కీజియే । मेरी बधाईयाँ भी स्वीकार कीजिए ।
సార్ ! నేను నా మిత్రుల తరఫున అభినందిస్తూ ఉన్నాను.	సాబ్ ! మైం అపనే దోస్తోంకీ తరఫ్ సే అభినందన్ కర్ రహా హూం । साब ! मैं अपने दोस्तों की तरफ से अभिनंदन कर रहा हूँ ।
మీరు పెద్ద స్థాయికి వెళతారని నాకు విశ్వాసం ఉంది.	ముఝే విశ్వాస్ హైం కి ఆప్ ఉన్నతీ కే స్థర్‌కో జాతే హై । मुझे विश्वास है कि आप उन्नती के स्तर को जाते है ।
మిమ్మల్ని చూసి చాలా సంతోషం అయింది.	ఆప్‌కో దేఖ్ కర్ బహుత్ ఖుషీ హుయీ హైం । आपको देख कर बहुत खुशी हुई है ।
నేను మీకు ఒక ప్రతిపాదన చేయాలనుకుంటున్నాను.	మైం ఆప్‌కో ఏక్ ప్రస్థావ్ కర్‌నా చాహ్‌తా హూం । मैं आपको एक प्रस्ताव करना चाहता हूँ ।
నన్ను క్షమించండి.	ముఝే మాఫ్ కర్ దీజియే । मुझे माफ कर दीजिए ।
నా మనసు ప్రశాంతంగా లేదు.	మేరా మన్ ప్రసన్న్ నహీం హైం । मेरा मन प्रसन्न नहीं है ।
హాం ! పర్వాలేదు.	హాం ! పర్‌వా నహీం । हाँ ! परवा नहीं ।
జీవితం ఒక రోజుతో అయిపోదు.	జిందగీ ఏక్ దిన్ సే నహీం హోతీ హైం । जिन्दगी एक दिन से नहीं होती है ।
మళ్ళీ కలుద్దాం.	ఫిర్ మిలేంగే । फिर मिलेंगे ।

33. పరివార్ परिवार కుటుంబం (Family)

మనమంతా ఒక్కటే.	హమ్ సబ్ ఏక్ హైం। हम सब एक है ।
ఇదే కుటుంబానికి పునాది.	యహీం హైం పరివార్ కీ నింవ్। यही है परिवार की नींव ।
పాతకాలంలో ఉమ్మడి కుటుంబ వ్యవస్థ ఉంటుండేది.	పురానే కాల్ మేం సమిష్టి పరివార్ వ్యవస్థా రహ్తీ థీ। पुराने काल में समिष्टि परिवार व्यवस्था रहती थी ।
అది ప్రేమ, అప్యాయతలతో తయారు చేయబడినది.	వహ్ ప్యార్ ఔర్ అనుసంగ్ సే తైయార్ కియా గయా హైం। वह प्यार और अनुसंग से तैयार किया गया है ।
ఎందుకంటే, దానిలో నాలుగైదు తరాల వాళ్ళు ఉంటుండేవాళ్ళు.	క్యోంకీ, ఉస్‌మేం చార్ యా పాంచ్ జమానే కే లోగ్ రహ్తే థే। क्योंकी उसमें चार या पाँच जमाने के लोग रहते थे ।
ఈ కొత్త కాలంలో కుటుంబం అంటే నేను, నా భార్య మరియు నా పిల్లలు.	ఇస్ నయే జమానే మేం పరివార్ మత్‌లబ్ మైం, మేరీ పత్నీ ఔర్ మేరే బచ్చే। इस नये जमाने में परिवार मतलब मै, मेरी पत्नी और मेरे बच्चे ।
అది తప్ప ఇంకేమీ లేదు.	ఉస్‌కే బినా కుఛ్ భీ నహీం హైం। उसके बिना कुछ भी नहीं है ।
మీ కుటుంబంలో ఎవరెవరు ఉంటారు ?	ఆప్‌కే పరివార్ మేం కౌన్ కౌన్ రహ్తే హైం ? आपके परिवार में कौन कौन रहते है ?
మీ కుటుంబంలో పెద్దవాళ్ళు ఎంతమంది ?	ఆప్‌కే పరివార్ మేం బడే లోగ్ కిత్‌నే హైం ? आपके परिवार में बड़े लोग कितने है ?

అక్కడ ఒక ముసలాయన కనిపిస్తున్నాడు. | వహాఁ ఏక్ బుఢా దిఖ్ రహాఁ హైఁ ।
वहाँ एक बूढा दिख रहा है ।

ఆయన మా తాతగారు. | వహ్ హమారే దాదాజీ హైఁ ।
वह हमारे दादाजी है ।

తాతగారు ఇప్పటికీ జామకాయ పంటితో కొరికి తింటారు. | దాదాజీ అభీ భీ జామ్ దాంత్‌సే కాట్‌కే ఖాతే హైఁ ।
दादाजी अभी भी जाम दांत से काट के खाते हैं ।

34. ఘర్ घर ఇల్లు (House)

ఇల్లు అనగా నేమి ? | ఘర్ కా మత్‌లబ్ క్యా హైఁ ?
घर का मतलब क्या है ?

ఇల్లు అంటే ఒకే కప్పు కింద నాలుగు గోడలు మరియు తలుపులతో ఉండే ఒక నివాస యోగ్య స్థలము. | ఘర్ మత్‌లబ్ ఏక్ హీ ఛప్పడ్ కే అందర్ చార్ దీవార్ ఔర్ దర్‌వాజోం సే రహ్‌నేయోగ్య నివాస్ స్థల్ హైఁ ।
घर मतलब एक ही छप्पड के अंदर चार दीवार और दरवाजों से रहनेयोग्य निवास स्थल है ।

అది ఏమి చేస్తుంది ? | వహ్ క్యా కర్‌తే హైఁ ?
वह क्या करते है ?

ఇల్లు ఒకరితో ఒకరిని కలుపుతుంది. | ఘర్ ఏక్‌సే ఏక్ కో మిలాతీ హైఁ ।
घर एक से एक को मिलाती है।

మనందరికీ అదే మొట్టమొదటి పాఠశాల. | హమ్ సబ్‌కో వహీఁ హైఁ పహ్‌లీ పాఠ్‌శాలా ।
हम सबको वही है पहली पाठशाला ।

ఇటుక మరియు రాళ్ళతో కట్టబడిన ప్రతి భవనము నివాసయోగ్యం కాజాలదు.

ఈంట్ ఔర్ పత్థరోంసే బనాయే గయే హర్ ఇమారత్ నివాస్ యోగ్య్ నహీఁ హోఁ సక్తా హైఁ ।

ईंट और पत्थरों से बनाये गये हर इमारत निवास योग्य नहीं हो सकता है ।

దానికి వాస్తు ఉండాలి.

ఉస్‌కో వాస్తు రహ్‌నా హైఁ ।

उसको वास्तु रहना है ।

మీ ఇల్లు స్వంత ఇల్లా / లేక అద్దె ఇల్లా ?

ఆప్‌కా ఘర్ స్వగృహ్ హైఁ యా కిరాయా కా ఘర్ ।

आपका घर स्वगृह है या किराया का घर ।

స్వంత ఇంటికీ, అద్దె ఇంటికీ చాలా తేడా ఉంటుంది.

స్వగృహ్ ఔర్ కిరాయా కే ఘర్ మే బహుత్ ఫరక్ హోతా హైఁ ।

स्वगृह और किराया के घर में बहुत फरक होता है ।

అందుకోసమే మన ప్రభుత్వం ఉచితంగా గాని లేదా తక్కువ ధరలో గాని ఇల్లు ఇవ్వడానికి ప్రయత్నిస్తోంది.

ఉస్ లియే హమారే సర్కార్ సబ్ కో ముఫ్త్ మేఁ యా సస్తే మేఁ ఘర్ దేనే కీ కోషీష్ కర్ రహీఁ హైఁ ।

उस लिए हमारे सरकार सब को मुफ्त में या सस्ते में घर देने की कोशीश कर रही है ।

ఎక్కడకు పోయినా స్వంత ఇల్లే సర్వోత్తమము.

కహీ జానే పర్ స్వగృహ్ హీ సర్వోత్తమ్ హైఁ ।

कही जाने पर स्वगृह ही सर्वोत्तम है ।

నేను అది ఒప్పుకుంటాను.

మైఁ వహ్ మాన్‌తా హూఁ ।

मै वह मानता हूँ ।

35. సామర్థ్య सामर्थ्य సమర్థత (Efficiency)

నేను నీకు ఏదైనా పని ఇస్తే అది చేయగలవా ?	మైం తుమ్‌కో కుఛ్ కామ్ దియే తో వహ్ కర్ సక్‌తే హెూ క్యా ? मैं तुमको कुछ काम दिए तो वह कर सकते हो क्या ?
ఏమి పని అది ?	కౌన్‌సా కామ్ హెూ వహ్ ? कौनसा काम हो वह ?
ఏదైనా ఇస్తాను నేను।	కుఛ్ భీ దేతా హూం మైం ? कुछ भी देता हूँ मैं ।
అట్లా అనవద్దు.	వైసా నహీం బోల్‌నా। वैसा नही बोलना ।
ఒక్కొక్క పని ఒక్కొక్క మనిషి బాగా చేయగలుగుతాడు.	ఏక్ ఏక్ కామ్ ఏక్ ఏక్ ఆద్మీ అచ్ఛా కర్ సక్‌తే హైం ? एक एक काम एक एक आदमी अच्छा कर सकते है ।
అతడు కారు బాగా నడపగలుగుతాడు.	వహ్ కార్ అచ్ఛా చలా సక్‌తా హైం। वह कार अच्छा चला सकता है ।
నేను సైకిల్ నడపగలుగుతాను. కానీ కారు నడపలేను.	మైం సైకిల్ చలా సక్‌తా హూం। మగర్ కార్ నహీం చలా సక్‌తా హూం ? मैं सैकिल चला सकता हूँ । मगर कार नहीं चला सकता हूँ ?
ఈ మనిషి చెరువులో ఈత కొట్టగలడు.	యహ్ ఆద్మీ తాలాబ్ మేం తైర్ సక్‌తా హైం। यह आदमी तालाब में तैर सकता है ।
కానీ అతడు చక్కగా మాట్లాడలేడు.	మగర్ వహ్ అచ్ఛా బాత్ నహీం కర్ సక్‌తా హైం। मगर वह अच्छा बात नहीं कर सकता है ।

ఈయన తెలుగు, హిందీ, ఇంగ్లీషుల్లో చక్కగా మాట్లాడగలుగుతాడు.	యహ్ తెలుగు, హిందీ, అంగ్రేజీ మేం అచ్ఛా బాత్ కర్ సక్తా హైం । यह तेलुगु, हिन्दी, अंग्रेजी में अच्छा बात कर सकता है ।
కానీ ఏ భాషలోనూ రాయలేడు.	లేకిన్ కిసీ భాషా మేం భీ నహీం లిఖ్ సక్తే హైం । लेकिन किसी भाषा में भी नहीं लिख सकते है ।
అట్లా సామర్థ్యం అందరికీ ఒకే విధంగా ఉండదు.	వైసా సామర్థ్య సబ్‌కో ఏక్ హీ తరహ్ నహీం రహ్‌తా హైం । वैसा सामर्थ्य सबको एक ही तरह नहीं रहता है ।

36. బీన్‌తీ वीनती అభ్యర్థన (Request)

నాకు కొంచెం సహాయం చేయగలరా ?	ముఝే కుఛ్ సహాయ్ కర్ సక్తే హెూ క్యా ? मुझे कुछ सहाय कर सकते हो क्या ?
చేయడానికి మనసు ఉంది. కానీ చేయలేను.	కర్‌నే కో మన్ హైం మగర్ నహీం కర్ సక్తా హూం । करने को मन है मगर नहीं कर सकता हूँ ।
చేతితో చెయ్యలేకపోతే నోటితో చెయ్యండి.	హాథ్‌సే నహీం కర్ సకతే హెూ తో ముహ్ సే కరియే । हाथ से नहीं कर सकते हो तो मुँह से करिये ।
నేను ఇప్పుడు దేనితోనూ చెయ్యలేను.	మైం అబ్ కిస్ సే భీ నహీం కర్ సక్తా హూం मैं अब किस से भी नहीं कर सकता हूँ ।
దయచేసి ఆ మనిషిని పిలవండి.	కృపా కర్ కే ఉస్ ఆద్మీ కో బులాయియే । कृपा करके उस आदमी को बुलाइए ।
మీరు కొద్దిగా వంగ గలుగుతారా ?	ఆప్ థోడా ఝుక్ సక్తే హైం క్యా ? आप थोड़ा झुक सकते है क्या ?

సోదరా ! నా ఫైలు తీసుకురండి.	భాయీ సాబ్ మేరీ ఫైల్ లాయియే । भाई साब मेरी फाइल लाइए ।
మీరు అక్కడికి వెళ్ళి ఒక పార్సల్ తీసుకురాగలరా ?	ఆప్ వహాఁ జా కర్ ఏక్ పార్సల్ లా సక్‌తే క్యా ? आप वहाँ जा कर एक पार्सल ला सकते क्या ?
నీవు నాకు ఒక నిజం చెప్పగలుగుతావా ?	తుమ్ ముఝే ఏక్ సచ్ బోల్ సక్‌తే హెూ క్యా ? तुम मुझे एक सच बोल सकते हो क्या ?
అంత ధైర్యం నా వద్ద లేదు. నన్ను వదిలేయండి.	उतना हिम्मत मेरे पास नहीं है मुझे छोडिये । ఉత్‌నా హిమ్మత్ మేరే పాస్ నహీఁ హైఁ ముఝే ఛోడియే ।
దయచేసి నా మాట వినండి.	కృప్‌యా మేరీ బాత్ సునియే । कृपया मेरी बात सुनिए ।
దయచేసి నన్ను వెళ్ళనివ్వండి.	కృపా కర్‌కే ముఝే జానే దీజియే । कृपा करके मुझे जाने दीजिए ।

37. సలాహ్ **सलाह** సలహా (Advice)

నాకు మీ సలహా కావాలి.	ముఝే ఆప్‌కీ సలాహ్ చాహియే । मुझे आपकी सलाह चाहिए ।
ఏమయింది ?	క్యా హువా ? क्या हुआ ?
ఇప్పుడైతే ఏమి కాలేదు.	అబ్ తో కుఛ్ భీ నహీఁ హువా । अब तो कुछ भी नहीं हुआ ।

ఏమీ కాకూడదు. అందుకే నేను మీ సలహా కోరుకుంటూ ఉన్నాను.	కుఛ్ భీ నహీం హోనా ఇస్‌లియే మైం ఆప్‌కీ సలాహ్ చాహ్ రహా హూం । कुछ भी नहीं होना इसलिए मैं आपकी सलाह चाह रहा हूँ ।
సరే.	ఠీక్ హైం । ठीक है ।
పైసలు అడిగితే ఇవ్వను.	పైసా చాహే తో నహీం దేతా హూం । पैसा चाहे तो नहीं देता हूँ ।
కానీ సలహా కోరితే ఎన్నయినా సరే ఇస్తాను.	లేకిన్ సలాహ్ చాహే తో కిత్‌నీ భీ దేతా హూం लेकिन सलाह चाहे तो कितनी भी देता हूँ ।
అదయితే నాకు కూడా తెలుసు.	వహ్ తో ముఝే భీ మాలూం హై । वह तो मुझे भी मालूम है ।
ఏదైనా కావాలంటే ప్రయత్నం చేయవలసి ఉంటుంది.	కుఛ్ భీ చాహే తో కోషిష్ కర్‌నా పడ్‌తా హైం । कुछ भी चाहे तो कोशिश करना पडता है ।
సరైన సమయం కోసం వేచి ఉండాలి.	ఠీక్ సమయ్ కే లియే ఇంత్‌జార్ భీ కర్‌నా హైం । ठीक समय के लिए इन्तजार भी करना है ।
పరీక్షలలో పాస్ అవ్వాలంటే కష్టపడాలి.	పరీక్షావోం మేం ఉత్తీర్ణ్ హోనే కే లియే మెహ్‌నత్ కర్‌నా చాహియే । परीक्षाओं में उत्तीर्ण होने के लिए मेहनत करना चाहिए ।
మంచి ఆరోగ్యం కొరకు యోగా చెయ్యండి.	అచ్ఛా స్వాస్థ్ కే లియే యోగా కరియే । अच्छा स्वास्थ्य के लिए योगा करिए ।

38. మన్ ప్రసన్నతా मन प्रसन्नता మనశ్శాంతి (Peace of Mind)

నా మనసు మంచిగా లేదు.	మేరా మన్ అచ్ఛా నహీం హైం । मेरा मन अच्छा नहीं है ।
ఎప్పుడూ నేను గాబరాగా ఉంటూ ఉంటాను.	కభీ భీ మైం ఘబ్‌రా రహా హూం । कभी भी मैं घबरा रहा हूँ ।
నేను మంచి మనిషిని.	మైం అచ్ఛా ఆద్‌మీ హూం । मैं अच्छा आदमी हूँ ।
కానీ నా మనసు మంచిగా లేదు. ఎందుకు ?	మగర్ మేరా మన్ అచ్ఛా నహీం హైం క్యోం కీ ? मगर मेरा मन अच्छा नहीं है क्यों की ?
నువ్వు ఏం పని చేస్తావు ?	తుమ్ క్యా కామ్ కర్‌తే హెూ ? तुम क्या काम करते हो ?
ఏ పనీ చెయ్యను.	కుఛ్ భీ నహీం కర్‌తా హూం । कुछ भी नहीं करता हूँ ।
అదే నీ సమస్య.	వహీం హైం తుమ్హారీ సమస్య । वहीं है तुम्हारी समस्या ।
ఏదో ఒక పని మీద మనసు పెట్టినట్లయితే గాబరాపడటానికి అవకాశం ఉండదు.	కిసీ ఏక్ కామ్ పే మన్ రఖేతో ఘబ్‌రానే కా మౌకా నహీం రహ్‌తా హైం । किसी एक काम पे मन रखे तो घबराने का मौका नहीं रहता है ।
మనసు ప్రశాంతంగా ఉండాలంటే మనం ఎల్లప్పుడూ నవ్వుతూ ఉండాలి.	మన్ ప్రసన్న్ రహ్‌నా హైం తో హమ్ కభీ భీ హంస్‌తే రహ్‌నా । मन प्रसन्न रहना है तो हम कभी भी हँसते रहना ।

కోపంగా ఉండవద్దు. క్రోధ్ మేం నహీం రహ్‌నా ।
क्रोध में नहीं रहना ।

ఎవరితోనూ గొడవపడవద్దు. కిసీసే భీ ఝగ్‌డా నహీం కర్‌నా ।
किसी से भी झगडा नहीं करना ।

మనసు ఎవరికీ కనిపించదు. మన్ కిసీ కో భీ నహీం దిఖ్‌తా ।
मन किसी को भी नहीं दिखता ।

39. తారీఫ్ तारीफ పొగడ్త (Praise)

మీరు బాగా చేశారు. ఆప్‌నే అచ్ఛా కియే ।
आपने अच्छा किये ।

అది మంచిది / బాగుంది. వహ్ అచ్ఛా హైం ।
वह अच्छा है ।

ఆ దృశ్యం చూసి నేను సంతోషపడ్డాను. వహ్ దృశ్య్ దేఖ్‌కే మైం ఖుష్ హువా ।
वह दृश्य देख के मै खुश हुआ ।

నువ్వు నిజం చెప్పేవాడివి. తుమ్ సచ్ బోల్‌నేవాలా హెూ ।
तुम सच बोलनेवाला हो ।

నువ్వు ఎంత మంచివాడివి. తుమ్ కిత్‌నే అచ్ఛే ఆద్‌మీ హెూ ।
तुम कितने अच्छे आदमी हो ।

ఆ స్త్రీ అందమైనది. వహ్ ఔరత్ సుందర్ హైం ।
वह औरत सुन्दर है ।

నాకు ఇది చాలా ఇష్టం. | ముఝే యహ్ బహుత్ పసంద్ హైం।
मुझे यह बहुत पसंद है ।

మీరు ఈ పని ఇంత త్వరగా ఎట్లా చేయగలిగారు ? | ఆప్ యహ్ కామ్ ఇత్‌నా జల్దీ కైసా కర్ సకే హైం ?
आप यह काम इतना जल्दी कैसा कर सके है ?

మీరు చేసినటువంటి సేవను నేను జీవితాంతం గుర్తుపెట్టుకుంటాను. | ఆప్‌నే జో సేవా కీ ఉసే మైం జిందగీ భర్ యాద్ కర్‌తా రహూంగా।
आपने जो सेवा की उसे मैं जींदगी भर
याद करता रहूँगा ।

మీ లాగ ఎవరూ మాట్లాడలేరు. | ఆప్ జైసే కోయీ నహీం బాత్ కర్ సక్‌తే హైం।
आप जैसे कोई नहीं बात कर सकते है ।

భగవంతుడి దయ వల్ల మీరు నాకు లభించారు. | భగ్‌వాన్ కీ కృపా సే ఆప్ ముఝే మిల్ గయే।
भगवान की कृपा से आप मुझे मिल गये ।

మంచిగా మాట్లాడటానికి కూడా భగవంతుడి కృప కావాలి. | అచ్ఛీ తరహ్ బాత్ కర్‌నే కో భీ భగవాన్ కీ కృపా చాహియే।
अच्छी तरह बात करने को भी भगवान की कृपा चाहिए ।

40. క్రోధ్ क्रोध కోపం (Anger)

ఈ పని నువ్వు ఎందుకు చేశావు ? | యహ్ కామ్ తుమ్‌నే క్యోం కియే ?
यह काम तुमने क्यों किये ?

అది అనటానికి నువ్వు ఎవరివి ? | వహ్ బోల్‌నే కో తుమ్ కౌన్ హో ?
वह बोलने को तुम कौन हो ?

తిన్నగా మాట్లాడు. | సీధీ బాత్ కరో।
सीधी बात करो ।

ఇంకెట్లా మాట్లాడాలి ?	ఔర్ కైసీ బాత్ కర్‌నా ? और कैसी बात करना ?
నేను ఎట్లా మాట్లాడుతూ ఉన్నాను ? నువ్వు ఎట్లా మాట్లాడుతూ ఉన్నావు ?	మైం కైసీ బాత్ కర్ రహాం హూం తుమ్ కైసీ బాత్ కర్ రహే హెూ ? मैं कैसी बात कर रहा हूँ ? तुम कैसी बात कर रहे हो ?
ఇదేనా మాట్లాడే పద్ధతి ?	యహీం హైం క్యా బాత్ కర్‌నే కా తరీఖా ? यही हैं क्या बात करने का तरीखा ?
నన్ను నిందిస్తున్నావు ?	మేరీ నిందా కర్‌తే హెూ ? मेरी नींदा करते हो ?
బుద్ధిలేదూ ఇట్లా మాట్లాడ వద్దు ?	దిమాఖ్ నహీం హైం ఐసా నహీం బోల్‌నా ? दिमाख नहीं है ऐसा नहीं बोलना ?
నా సమయం వృథా చేయవద్దు.	మేరా సమయ్ వ్యర్థ్ మత్ కరో । मेरा समय व्यर्थ मत करो ।
దీనికి సంబంధించి మీరు ఏమి ఆలోచిస్తునారో నాకు తెలియటం లేదు.	ఇస్‌కే బారే మేం ఆప్ క్యా సోచ్ రహే హైం । ముఝే మాలూం నహీం హెూ రహాం హైం । इस के बारे में आप क्या सोच रहे है । मुझे मालूम नहीं हो रहा है ।
మెల్ల మెల్లగా అర్థమవుతుంది.	ధీరే ధీరే సమఝ్ మేం ఆతా హైం । धीरे धीरे समझ में आता है ।
పరాచికాలు వదిలేయ్ (కట్టిపెట్టు).	హంసీ మజాక్ కీ బాత్ ఛోడో । हँसी मजाक की बात छोडो ।

41. కృతజ్ఞ్‌తా कृतज्ञता కృతజ్ఞత (Gratitude)

మీరు నాకు మంచి సహాయం చేశారు.	ఆప్‌నే ముఝె అచ్ఛా సహాయ్ కియే । आपने मुझे अच्छा सहाय किये ।
అట్లా అనటం మీ మంచితనం.	వైసా బోల్‌నా ఆప్‌కా అచ్ఛాయీ హైఁ । वैसा बोलना आपका अच्छाई है ।
నువ్వు దయగలవాడివి.	తుమ్ దయాళూ హెూ । तुम दयालू हो ।
ఆ సమయంలో మీరు అట్లా సహాయం చేయకపోతే మేం ఇప్పుడు ఇట్లా ఉండేవాళ్ళం కాదు.	ఉస్ సమయ్ ఆప్ వైసా సహాయ్ నహీఁ కరే తో అబ్ హమ్ ఐసా నహీం రహ్‌తే థే । उस समय आप वैसा सहाय नहीं करे तो हम अब ऐसा नहीं रहते थे ।
మిమ్మల్ని నేను మరిచిపోను.	ఆప్‌కో మైఁ నహీఁ భూల్ సక్‌తా । आपको मैं नहीं भूल सकता ।
నేను మీకు ఎంత కృతజ్ఞుడినో చెప్పలేను.	మైఁ నహీఁ బతా సక్‌తా హూఁ కి మైఁ ఆప్‌కో కిత్‌నా కృతజ్ఞ్ హూఁ । मैं नहीं बता सकता हूँ कि मैं आपको कितना कृतज्ञ हूँ ।
మీరు ఇచ్చినటువంటి ఆతిథ్యానికి ధన్యవాదములు.	ఆప్ దియే సో ఆతిథ్య కో ధన్యవాద్ । आप दिये सो आतिथ्य को धन्यवाद ।
మీరు మా ఇంటికి వచ్చారు. అదే పెద్ద మాట.	ఆప్ మేరే ఘర్‌కో ఆయే వహీఁ బడీ బాత్ హైఁ । आप मेरे घर को आये वही बड़ी बात है ।

మీరు ఇచ్చినటువంటి సలహా వల్ల నేను నా సమస్యల నుంచి బయటి పడ్డాను (రక్షించబడ్డాను).	ఆప్ దియే సో సలాహ్ సే మైం మేరీ సమస్యావోం సే బచ్ గయా హైం । आप दिए सो सलाह से मैं मेरी समस्याओं से बच गया है ।
మీ మాటలు వింటూ ఉంటే నా మనస్సు సంతోష (ప్రసన్న) మవుతూ ఉంది.	ఆప్‌కీ బాతేం సున్ రహేం తో మేరా మన్ ప్రసన్న్ హెూ రహా హైం । आपकी बातें सुन रहे तो मेरा मन प्रसन्न हो रहा है ।
మీకు ఎట్లా కృతజ్ఞత చెప్పాలో నాకు తెలియటం లేదు.	ఆప్‌కో కైసీ కృతజ్ఞ్‌తా బోల్‌నా ముఝే సమఝ్ మేం నహీం ఆ రహాం హైం । आपको कैसी कृतज्ञता बोलना मुझे समझ में नहीं आ रहा है ।
అది మీ గొప్పతనం.	వహ్ ఆప్‌కా బడప్పన్ హైం । वह आपका बड़प्पन है ।

42. ఆహ్వాన్ आह्वान ఆహ్వానము (Invitation)

ఎల్లుండి నేను ఒక పార్టీ ఇస్తూ ఉన్నాను.	పర్‌సోం మైం ఏక్ పార్టీ దే రహాం హూం । परसों मैं एक पार्टी दे रहा हूँ ।
దానికి మీరు తప్పని సరిగా రావలెను.	ఉస్‌కో ఆప్ జరూర్ ఆనా హైం उसको आप जरूर आना है ।
ఎక్కడ ఇస్తున్నారు ?	కహాం దే రహే హైం ? कहाँ दे रहे है ?
మా ఇంటిలో.	హమారే ఘర్ మేం । हमारे घर में ।
స్థలం సరిపోతుందా ?	జాగా బస్ హెూతా క్యా ? जागा बस होता क्या ?

లోపలికి రండి.	అందర్ ఆయీయే । अंदर आईए ।
అక్కడ ఫ్యాన్ కింద కూర్చోండి.	వహాఁ పంఖే కే నీచే బైఠియే । वहाँ पंखे के नीचे बैठिए ।
మేమంతా రేపు ఒక నాటక ప్రదర్శన చూడటానికి వెళుతూ ఉన్నాము.	హమ్ సబ్ కల్ ఏక్ నాటక్ ప్రదర్శన్ దేఖ్‌నే కో జా రహే హైఁ । हम सब कल एक नाटक प्रदर्शन देखने को जा रहे है ।
మీరు కూడా వస్తారా ?	ఆప్ భీ ఆతే హైఁ క్యా ? आप भी आते है क्या ?
మేము షికారుకి వెళతాము.	హమ్ టహల్‌నే కో జాతే హైఁ । हम टहलने को जाते है
మీకు నడక ఇష్టమా ?	ఆప్‌కో చల్‌నా పసంద్ హైఁ క్యా ? आपको चलना पसंद है क्या ?
అలాగని కాదు కానీ, నాకు రేపు మరొక పని ఉన్నది.	వైసా నహీఁ హైఁ లేకిన్ ముఝే కల్ ఔర్ ఏక్ కామ్ హైఁ । वैसा नहीं है लेकिन मुझे कल और एक काम है ।

43. క్షమా क्षमा క్షమాపణ (Sorry)

నన్ను క్షమించండి.	ముఝే క్షమా కరియే । मुझे क्षमा करिए ।
నేను కాదు. మీరే నన్ను క్షమించాలి.	మైఁ నహీఁ ఆప్‌హీ ముఝే క్షమా కర్‌నా । मैं नहीं आप ही मुझे क्षमा करना ।

అది పూర్తిగా నా తప్పే.	వహ్ పూరా మేరా గల్తీ హైం । वह पूरा मेरा गलती है ।
నేను అట్లా చేయకూడదు (అప్పుడు).	మైం వైసా నహీం కర్నా థా । मै वैसा नहीं करना था ।
కానీ నేను అట్లా చేయవలసి వచ్చింది.	లేకిన్ మైం వైసా కర్నా పడా । लेकिन मैं वैसा करना पडा ।
సరేలే ! అదంతా మర్చిపో ।	ఠీక్ హైం వహ్ సబ్ భూల్ జావో । ठीक है । वह सब भूल जाओ ।
నేను మీకు ఏమైనా కష్టం ఇస్తే (కలిగిస్తే) నన్ను క్షమించండి.	మైం ఆప్‌కో కోయీ తక్‌లీఫ్ దియే తో ముఝే క్షమా కీజియే । मै आपको कोई तकलीफ दिए तो मुझे क्षमा कीजिए ।
ఫర్వాలేదు. దాని గురించి ఆలోచించకు.	కోయీ బాత్ నహీం ఉస్‌కే బారే మేం మత్ సోచో । कोई बात नहीं उसके बारे में मत सोचो ।
నేను అంతా క్షమిస్తాను.	మైం సబ్ కుఛ్ క్షమా కర్‌తా హూం । मैं सब कुछ क्षमा करता हूँ ।

44. ప్రకృతి प्रकृति ప్రకృతి (Nature)

ఇది పిల్లగాలి.	యహ్ మంద్ వాయు హైం । यह मंद वायु है ।
ఆకాశం నీలం రంగులో ఉంది.	ఆకాశ్ నీలే రంగ్ కా హైం । आकाश नीले रंग का है ।

ఆకాశం మబ్బులతో నిండి ఉంది.	ఆకాశ్ బాదలోం సే భరా హైఁ। आकाश बादलों से भरा है ।
కొమ్మలు, ఆకులు గాలికి కదులుతూ ఉన్నాయి.	శాఖాయేఁ ఔర్ పత్తే హవా సే ఉడ్ రహే హైఁ। शाखायें और पत्ते हवा से उड़ रहे है ।
మేఘాలు సూర్యుడిని కప్పివేశాయి.	మేఘోంనే సూరజ్ కో ఢక్ దియే హైఁ। मेघों ने सूरज को ढक दिये है ।
నేలంతా వర్షం వల్ల నాని పోయింది.	సారీ జమీన్ బారిష్ సే భీగ్ గయీ హైఁ। सारी जमीन बारीश से भीग गयी है ।
ఈరోజు చాలా వేడిగా ఉంది.	ఆజ్ బహుత్ గర్మీ హైఁ। आज बहुत गर्मी है ।
నిన్న రాత్రంతా వర్షం పడుతూనే ఉంది.	కల్ పూరీ రాత్ భర్ బారిష్ గిరతీ రహి। कल पूरी रात भर बारिश गिरती रही ।
మొన్న అయితే కుండపోత వర్షం.	పర్‌సోం తో ముసల్‌ధార్ బారిష్ థా। परसों तो मुसलधार बारिश था ।
కానీ ఈరోజు అయితే ఎండ మండిపోతోంది.	లేకిన్ ఆజ్ తో తేజ్ ధూప్ హైఁ। लेकिन आज तो तेज धूप है ।
అందువల్లనే చెమట బాగా వస్తోంది.	ఉస్‌లియే పసీనా జ్యాదా ఆ రహాఁ హైఁ। उसलिए पसीना ज्यादा आ रहा है ।
నేను కప్పల బెక బెకలు వినాలనుకుంటున్నాను.	మైఁ మేంఢక్ కా టర్ టరన్ సున్‌నా చాహ్‌తా హూఁ। मैं मेंढक का टर टरन सुनना चाहता हूँ ।

ఈ సంవత్సరం వేడి చాలా ఎక్కువ. | ఇస్ సాల్ గర్మీ బహుత్ జ్యాదా హైఁ ।
इस साल गर्मी बहुत ज्यादा है ।

బయట ఎండ బాగా (ఎక్కువగా) ఉంది | బాహర్ ధూప్ జ్యాదా హైఁ ।
बाहर धूप ज्यादा है ।

45. వర్ష రుతు **वर्षा ऋतु** వర్షాకాలము (Rainy Season)

వర్ష మంటే నాకు ఇష్టం (మంచిగా అనిపిస్తుంది). | బారిష్ ముఝే అచ్ఛీ లగ్‌తీ హైఁ ।
बारीश मुझे अच्छी लगती है ।

వర్షం వస్తే సెలయేళ్ళు పారుతూ ఉంటాయి. | బారిష్ ఆయీ తో ఝర్‌నే బహ్‌తే రహ్‌తే హైఁ ।
बारीश आई तो झरने बहते रहते है ।

పక్షులు చెట్ల మీద నిద్రపోతాయి. | పక్షి పేడోం పర్ సోతే హైఁ ।
पक्षी पेडों पर सोते है ।

మబ్బులను చూడగలుగుతాం. | బాదలోం కో దేఖ్ సక్‌తే హైఁ ।
बादलों को देख सकते है ।

ఇంద్ర ధనుస్సు కనిపిస్తూ ఉంది. | ఇంద్ర ధనుష్ దిఖ్ రహాఁ హైఁ ।
इन्द्र धनुष दिख रहा है ।

కుండపోత వర్షం పడుతూ ఉంది. | ముస్‌లాధార్ బారిష్ హెూ రహీ హైఁ ।
मुसलाधार बारीश हो रही है ।

వెనుకటి సంవత్సరం అధిక వర్షం పడింది. | పిఛ్‌లే సాల్ జ్యాదా బారిష్ గిరీ థీ ।
पिछले साल ज्यादा बारीश गिरी थी ।

కానీ ఈ సంవత్సరం వర్షం ఎక్కువ ఉండకపోవచ్చు. | లేకిన్ ఇస్ సాల్ బారిష్ జ్యాదా నహీఁ హెూఁగీ ।
लेकिन इस साल बारीश ज्यादा नहीं होगी ।

మీరు ఎందుకు వణుకుతూ ఉన్నారు.	ఆప్ క్యోం కాఁప్ రహే హైఁ । आप क्यों काँप रहे है ।
నేను పూర్తిగా తడిసిపోయాను.	మైఁ పూరా భిగ్ గయా హూఁ । मैं पूरा भिग गया हूँ ।
వర్షం తక్కువ అయిన తరువాత బయటికి వెళదాం.	బారిష్ కమ్ హోనే కే బాద్ బాహర్ జాయేంగే । बारिश कम होने के बाद बाहर जायेंगे ।
మీ ప్రదేశంలో మంచు కురుస్తోందా ?	తుమ్హారే పాస్ బరఫ్ గిర్ రహా హైఁ క్యా ? तुम्हारे पास बरफ गिर रहा है क्या ?

46. రుతుయేఁ **ऋतुयें** రుతువులు (Seasons)

మనకు ఆరు రుతువులు ఉన్నాయి.	హమ్‌కో ఛః రుతూయే హైఁ । हमको छः ऋतुयें है ।
దానిలో అన్నిటికంటె మొట్టమొదటిది వసంతరుతువు.	ఉస్ మేఁ సబ్‌సే పహ్‌లే వసంత్ రుతు హైఁ । उसमें सबसे पहले वसंत ऋतु है ।
చివరిది శిశిర రుతువు.	ఆఖ్‌రీ శిశిర్ రుతు హైఁ । आखरी शिशिर ऋतु है ।
మిగిలినటువంటివి గ్రీష్మ, వర్ష, శరత్, హేమంత రుతువులు.	బచ్ గయే సో గ్రీష్మ్, వర్ష, శరద్, హేమంత్ రుతు హైఁ । बच गये सो ग्रीष्म, वर्षा, शरद, हेमंत ऋतु है ।
శ్రీరామనవమి వసంతకాలంలో వచ్చే పండుగ.	శ్రీరామ్ నవమీ వసంత్ రుతు మేఁ ఆనేవాలా త్యోహార్ హైఁ । श्रीराम नवमी वसंत ऋतु में आनेवाला त्यौहार है ।

251

వసంతకాలంలో వచ్చే ఉగాది నాకు నచ్చుతుంది.	వసంత్ రుతు మేఁ ఆనేవాలా ఉగాది ముఝే పసంద్ హైఁ। वसंत ऋतु में आनेवाला उगादी मुझे पसंद है ।
కోకిల పాడుతుంది.	కోయల్ గాతీ హైఁ। कोयल गाती है ।
ఆ కాలంలో చలి కూడా ఉండదు.	ఉస్ మౌసమ్ మేఁ సర్దీ భీ నహీఁ రహ్‌తీ హైఁ। उस मौसम में सर्दि भी नहीं रहती है ।
చెట్లు మరియు మొక్కలు పచ్చగా ఉంటాయి.	పేడ్ ఔర్ పౌధే హరే రహ్‌తే హైఁ। पेड और पौधे हरे रहते है ।
వసంతరుతువు తర్వాత గ్రీష్మ రుతువు వస్తుంది.	వసంత్ రుతు కే బాద్ గ్రీష్మ్ రుతు ఆతీ హైఁ। वसंत ऋतु के बाद ग्रीष्म ऋतु आती है ।
ఆ కాలంలో ఎండ ఎక్కువగా ఉంటుంది.	ఉస్ మౌసమ్ మేఁ ధూప్ జ్యాదా రహ్‌తా హైఁ। उस मौसम में धूप ज्यादा रहता है ।
ఒంటి మీద బట్టలు ఉంచుకోబుద్ధి వెయ్యదు.	బదన్ పే కప్‌డే రఖ్‌నే కో మన్ నహీఁ కర్‌తా। बदन पे कपडे रखने को मन नहीं करता ।
ఎండవల్ల శరీరం మరియు మనసు చిరాకు చిరాకు అవుతుంది.	ధూప్ సే శరీర్ ఔర్ మన్ చిడ్‌చిడా హోతా హైఁ। धूप से शरीर और मन चिड चिडा होता है ।
వర్షాకాలంలో మనసు సంతోషం అవుతుంది.	బారీష్ కే మౌసమ్ మేఁ దిల్ ఖుష్ హోతా హైఁ। बारीश के मौसम में दिल खुश होता है ।
కప్పల బెకబెకలతో ప్రజల జీవితం వికసిస్తుంది.	మేండక్ కే టర్‌టర్‌న్ సే లోగోం కే జిందగీ ఖిల్‌తీ హైఁ। मेंढक के टर टरन से लोगों के जिंदगी खिलती है ।

47. సాంత్వన सांत्वना ఓదార్పు (Console)

అక్కడ శబ్దం ఏమిటి ?	వహాఁ శబ్ద్ క్యా హైఁ ? वहाँ शब्द क्या है ?
అక్కడ ఏక్సిడెంట్ అయింది.	వహాఁ ఏక్ టక్కర్ హువా హైఁ ? वहाँ टक्कर हुआ है ।
ఓ భగవంతుడా ! ఇది విచారించవలసిన విషయం.	ఓ భగవాన్ । యహ్ అఫ్‌సోస్ కీ బాత్ హైఁ । ओ भगवान ! यह अफसोस की बात है ।
తప్పు ఎవరిది ?	గల్‌తీ కిస్‌కీ హైఁ ? गलती किसकी है ?
ఇందులో మీ తప్పేమీ లేదు.	ఇస్‌మేఁ ఆప్‌కా దోష్ నహీఁ హైఁ । इसमें आपका दोष नहीं है ।
మాకు చాలా దు:ఖం కలిగింది.	హమ్‌కో బహుత్ దు:ఖ్ హువా హైఁ । हमको बहुत दुःख हुआ है ।
దైవనిర్ణయాన్ని ఎవరూ ప్రశ్నించలేరు.	భగవాన్ కే నిర్ణయ్ కో కోయీ సవాల్ నహీఁ కర్ సక్‌తా హైఁ । भगवान के निर्णय को कोई सवाल नहीं कर सकता है ।
అది విని నాకు బాధ కలిగింది.	వహ్ సున్ కర్ ముఝే దు:ఖ్ హువా హైఁ । वह सुनकर मुझे दुःख हुआ है ।
ఎవరూ సహాయం చేయలేరు.	కోయీ సహాయ్ నహీఁ కర్ సక్‌తే హైఁ । कोई सहाय नहीं कर सकते है ।

మాకు మీ సానుభూతి.	హమ్‌కో ఆప్‌సే సహానుభూతి హైం । हमको आपसे सहानुभूति है ।
ఏం చేస్తాం మనం ?	క్యా కర్ సక్‌తే హైం హమ్ ? क्या कर सकते है हम ?
మనం ఏమీ చెయ్యలేము.	హమ్ కుఛ్ భీ నహీం కర్ సక్‌తే హైం । हम कुछ भी नहीं कर सकते है ।
మీరు ఎంత సహాయం చేయగలరో అంత సహాయం చెయ్యగలిగారు.	ఆప్ జిత్నీ సహాయ్‌తా కర్ సక్‌తే థే ఉత్‌నీ సహాయ్‌తా ఆప్‌నే కీ । आप जितनी सहायता कर सकते थे उतनी सहायता आपने की ।
ఇంతకంటె ఎక్కువగా మీరు చెయ్యలేరు.	ఇస్‌సే జ్యాదా ఆప్ నహీం కర్ సక్‌తే హైం । इससे ज्यादा आप नहीं कर सकते है ।
భగవంతుడు మేలు చేస్తాడు.	భగ్‌వాన్ భలా కరేగా । भगवान भला करेगा ।

48. బచ్‌పన్ **बचपन** బాల్యము (Childhood)

బాల్యం అందరికీ ఇష్టమే.	బచ్‌పన్ సబ్‌కో పసంద్ హైం । बचपन सबको पसंद है ।
అతని వయస్సు ఎంత ?	ఉస్‌కీ ఉమ్ర్ కిత్‌నీ హైం ? उसकी उम्र कितनी है ?
అతను నీకంటె చిన్నవాడు.	వహ్ తుమ్‌సే ఛోటా హైం । वह तुमसे छोटा है ।

నేను ఒప్పుకోను.	మైం నహీం మాన్‌తా హూం। मैं नहीं मानता हूँ ।
అది నీ ఇష్టం.	వహ్ తుమ్హారా మర్జీ హైం। वह तुम्हारा मर्जी है ।
మేమిద్దరం బాల్యస్నేహితులము.	హమ్ దోనోం బచ్‌పన్ కే దోస్త్ హైం। हम दोनों बचपन के दोस्त है ।
చిన్నతనంలో నువ్వు ఏంచేసావో తెలుసా ?	బచ్‌పన్ మేం తుమ్ క్యా కరే మాలూమ్ హైం ? बचपन में तुम क्या करे मालूम है ?
మనం ముగ్గురం ఒకే వయస్సువాళ్ళం.	హమ్ తీనోం ఏక్‌హీ ఉమ్రవాలే హైం। हम तीनों एक ही उम्रवाले है ।
అతనికి చిన్నప్పుడే పెళ్ళయిపోయింది.	ఉస్‌కో బచ్‌పన్ మేం హీ షాదీ హెూ గయీ హైం। उसको बचपन में ही शादी हो गई है ।
చిన్నప్పటి జ్ఞాపకాలు ఇంకా ఉన్నాయి.	బచ్‌పన్ కీ యాదేం ఔర్ భీ హైం। बचपन की यादें और भी है ।
ఆ జ్ఞాపకాలు పొమ్మంటే పోయేవి కావు.	వహ్ స్మృతియాం జావో బోలే తో జానేవాలే నహీం హైం। वह स्मृतियाँ जाओ बोले तो जानेवाले नहीं है ।
వాడు (అతడు) ఇంకా (పెళ్ళికాని) బ్రహ్మచారి.	వహ్ ఔర్ భీ బ్రహ్మచారీ హైం। वह और भी ब्रह्मचारी है ।
చిన్నతనం ఎవ్వరూ కూడా మర్చిపోలేరు.	బచ్‌పన్ కోయీ భీ భూల్ నహీ సక్‌తే। बचपन कोई भी भूल नहीं सकते ।

వాడు (అతడు) వయసుకంటే చిన్నగా కనిపిస్తాడు.

వహ్ ఉమ్ర్ సే ఛోటా దిఖ్‌తా హైం।

वह उम्र से छोटा दिखता है ।

చిన్నప్పటి రోజులు మంచివి.

బచ్‌పన్ కే దిన్ అచ్ఛే హోతే హైం।

बचपन के दिन अच्छे होते है ।

49. యౌవన్ **यौवन** యవ్వనము (Youth)

యవ్వనం అందరికీ ఇష్టమే.

యౌవన్ సబ్‌కో పసంద్ హైం।

यौवन सबको पसंद है ।

యవ్వనం అంటే ఇరవై నుంచి అరవై వరకు ఉండేటటువంటి వయసు.

యౌవన్ మత్‌లబ్ బీస్ సే సాఠ్ సాల్ తక్ కీ ఉమ్ర్ హైం।

यौवन मतलब बीस से साठ साल तक की उम्र है ।

యౌవ్వనంలో ఎవరైనా సరే ఏమైనా చేయగలుగుతారు.

యౌవ్వన్ మేం కోయీ భీ కుఛ్ భీ కర్ సక్‌తే హైం।

यौवन में कोई भी कुछ भी कर सकते है ।

యవ్వనంలో ఎవరైనాసరే పాపమూ చేయ, గలుగుతారు, పుణ్యమూ చేయగలుగుతారు.

యౌవ్వన్ మేం కోయీ భీ పాప్ కర్ సక్‌తే హైం పుణ్య్ భీ కర్ సక్‌తే హైం।

यौवन में कोई पाप भी कर सकते है पुण्य भी कर सकते है ।

అందుకే మనం యౌవ్వన కాలంలో (వయసులో ఉన్నప్పుడు) జాగ్రత్తగా ఉండాలి.

ఇస్‌లియే హమే యౌవ్వన్ కాల్ మేం జాగ్‌రూక్ రహ్‌నా చాహియే।

इस लिए हमें यौवन काल में जागरूक रहना चाहिए ।

అందరూ ఎల్లప్పుడూ యౌవ్వనంలోనే ఉండాలని కోరుకుంటారు.

సబ్ లోగ్ యౌవన్ మేం హీ రహ్‌నా చాహ్‌తే హైం।

सब लोग यौवन में ही रहना चाहते है ।

యౌవ్వనంలో శరీరంలో శక్తి ఎక్కువగా ఉంటుంది.	యౌవ్వన్ మేఁ శరీర్ మేఁ శక్తి జ్యాదా రహ్‌తీ హైఁ। यौवन में शरीर में शक्ती ज्यादा रहती है ।
బుద్ధి కూడా వికసిస్తుంది.	బుద్ధి భీ ఖిల్‌తీ హైఁ। बुद्धि भी खिलती है ।
యవ్వనంలో శరీరం మరియు కళ్ళు మెరుస్తాయి.	యౌవన్ మేఁ శరీర్, ఔర్ ఆఁఖే చమక్‌తీ హైఁ। यौवन में शरीर और आँखे चमकती है ।
దేశం యొక్క ఆశలు ఎల్లప్పుడూ యువతరం మీదనే ఉంటాయి.	దేశ్ కీ ఆశాయేఁ కభీ భీ యువ జనతా పర్ హీ రహ్‌తే హైఁ। देश की आशाएँ कभी भी युवा जनता पर ही रहती है ।
యవ్వనంలో ఈ ప్రపంచం చాలా అందంగా అనిపిస్తుంది.	యౌవన్ మేఁ యహ్ దునియాఁ బహుత్ సుందర్ లగ్‌తీ హైఁ। यौवन में यह दुनियाँ बहुत सुंदर लगती है ।
స్నేహం చేయడానికి మరియు శత్రుత్వం చేయడానికీ కూడా అసలైన కాలం యవ్వనమే.	దోస్తీ కర్‌నే కో భీ ఔర్ దుష్మనీ కర్‌నే కో భీ అస్‌లీ కాల్ యౌవన్ హైఁ। दोस्ती करने को भी और दुष्मनी करने को भी असली काल यौवन है ।
యవ్వనం జీవితంలో వసంతరుతువు వంటిది.	యౌవన్ జీవన్ మేఁ వసంత్ రుతు జైసా హైఁ। यौवन जीवन में वसंत ऋतु जैसा है ।
అంత పవిత్ర కాలాన్ని వృధా చేయవద్దు.	ఉత్‌నా పవిత్ర కాల్ కో వ్యర్థ్ నహీఁ కర్‌నా చాహియే। उतना पवित्र काल को व्यर्थ नहीं करना चाहिए ।

50. బుఢాపా बुढ़ापा వృద్ధాప్యం (Old Age)

వృద్ధాప్యం యవ్వనం తర్వాత వస్తుంది.	బుఢాపా యౌవన్ కే బాద్ ఆతా హైఁ । बुढ़ापा यौवन के बाद आता है ।
వృద్ధాప్యం అంటే అరవై నుంచి వంద ఏళ్ళ వయసు వరకు ఉంటుంది.	బుఢాపా మత్‌లబ్ సాఠ్ సే సౌ సాల్ తక్ రహ్‌తా హైఁ । बुढापा मतलब साठ से सौ साल तक रहता है ।
వృద్ధాప్యంలో శరీరం బలహీనమవుతుంది.	బుఢాపన్ మేఁ శరీర్ బలహీన్ హోతా హైఁ । बुढ़ापन में शरीर बलहीन होता है ।
రోగాలు పట్టుకుని పీడిస్తాయి.	రోగ్ పకడ్ కే తక్‌లీఫ్ దేతే హైఁ । रोग पकड के तकलीफ देते है ।
అంటే వృద్ధాప్యం ఒక శాపమా ?	మత్‌లబ్ బుఢాపా ఏక్ శాప్ హైఁ క్యా ? मतलब बुढापा एक शाप है क्या ?
నేను అట్లా అనలేను.	మైఁ వైసా నహీఁ బోల్ సక్‌తా హూఁ । मैं वैसा नहीं बोल सकता हूँ ।
వృద్ధాప్యంలో జుట్టు తెల్లబడుతుంది.	బుఢాపే మేఁ బాల్ సఫేద్ హోతా హైఁ । बुढापे में बाल सफेद होता है ।
జుట్టు రాలిపోతుంది.	బాల్ గిర్ జాతే హైఁ । बाल गिर जाते है ।
పళ్ళు ఊడిపోతాయి.	దాంత్ టూట్ జాతే హైఁ । दाँत टूट जाते है ।
కానీ మనస్సు ప్రతి విషయం మీదకీ లాగుతుంది.	మగర్ మన్ హర్ చీజ్ పే లగ్‌తా హైఁ । मगर मन हर चीज पे लगता है ।

ఇవన్నీ అందరికీ తెలుసు. యహ్ సబ్ సభీ కో మాలూమ్ హైc ।
यह सब सभी को मालूम है ।

అయినప్పటికీ ఎవరూ కూడా చిన్న వయసులో మరణించడాన్ని కోరుకోరు. ఫిర్ భీ కోయీ భీ ఛోటీ ఉమ్ర్ మేc మర్‌నా నహీc చాహ్‌తా హైc ।
फिर भी कोई भी छोटी उम्र में मरना नहीं चाहता हैं ।

కానీ ఇవాళరేపు (ఈమధ్య) చాలా మంది యవ్వనంలోనే ముసలివాళ్ళు అయిపోతూ ఉన్నారు. లేకిన్ ఆజ్‌కల్ కయీ లోగ్ యౌవన్ మేc హీ బుఢే బన్ జా రహే హైc ।
लेकिन आजकल कई लोग यौवन में ही बुढ़े बन जा रहे है ।

వృద్ధాప్యం కష్టకాలం అయినప్పటికీ అది అనుభవాల నిధి. బుఢాపా కష్ట్‌దాయక్ హైc తో భీ వహ్ అనుభవోcకీ నిధీ హైc ।
बुढापा कष्टदायक है तो भी वह अनुभवों की निधि है ।

51. యోగా योगा యోగ (Yoga)

ప్రతిరోజు ప్రతి ఒక్క మనిషి యోగా చేయాలి. హర్ దిన్ హర్ ఏక్ ఆద్మీ కో యోగా కర్‌నా చాహియే ।
हर दिन हर एक आदमी को योगा करना चाहिए ।

పొద్దు ఎక్కే కంటే పొద్దు ఎక్కక ముందు (వేకువ జాము) చేయడం మంచిది. సబేరే సే సుబహ్ కర్‌నా అచ్ఛా హైc ।
सबेरे से सुबह करना अच्छा है ।

యోగా వల్ల రోగం దూరమవుతుంది. యోగాసే రోగ్ దూర్ హోతా హైc ।
योगा से रोग दूर होता है ।

యోగా వల్ల నష్టం లేదు. యోగా సే నుక్సాన్ నహీc హైc ।
योगा से नुकसान नहीं है ।

యోగా వల్ల బలహీనుడు కూడా బలవంతుడు అవుతాడు.	యోగా సే బలహీన్ భీ బల్‌వాన్ హెూతా హైంc । योगा से बलहीन भी बलवान होता है ।
ప్రతి దినం యోగా చేస్తే ఎట్లాంటి రోగమైనప్పటికీ కూడా పోతుంది.	హర్ దిన్ యోగా కరే తో కోయి భీ రోగ్ హైతో భీ జాతా హైంc । हर दिन योगा करे तो कोई भी रोग है तो भी जाता है ।
శరీరంలో రోగ నిరోధక శక్తి పెరుగుతుంది.	శరీర్ మేంc రోగ్ నిరోధక్ శక్తి బఢ్‌తా హైంc । शरीर मे रोग निरोधक शक्ति बढ़ता है ।
భయస్తుడు కూడా ధైర్యవంతుడు అవుతాడు.	దర్‌పోక్ భీ హిమ్మత్‌వాలా బన్‌తా హైంc । डरपोक भी हिम्मतवाला बनता है ।
యోగా వల్ల ఎన్ని లాభాలో చెప్పలేము.	యోగా సే కిత్‌నా ఫాయిదే నహీంc బోల్ సక్‌తే హైంc । योगा से कितने फायदे नहीं बोल सकते है ।
యోగా పెద్ద వయసు వాళ్ళు కూడా చెయ్య గలరు.	యోగా జ్యాదా ఉమ్ర్‌వాలే భీ కర్ సక్‌తే హైంc । योगा ज्यादा उम्र वाले भी कर सकते है ।
చిన్నవయసులో యోగా ప్రారంభిస్తే మంచిగా (అవుతుంది) ఉంటుంది.	ఛోటి ఉమ్ర్ మే యోగా షురూ కరే తో అచ్ఛా హెూతా హైంc । छोटी उम्र में योगा शुरू करे तो अच्छा होता है ।
యోగా వల్ల చెడ్డ జీవితం మంచి (గొప్ప) జీవితంగా అవుతుంది.	యోగా సే బూరి జింద్‌గి భలీ జిందగీ బన్‌జాతీ హైంc । योगा से बुरी जिन्दगी भली जिन्दगी बन जाती है ।

భాగం - 5

भाग - ५

PART - 5

1

పత్ర్ లిఖ్‌నా पत्र लिखना లేఖా రచన (Letter Writing)

ఉత్తరములు వ్రాయటానికి గల నియమాలు - సూచనలు

ఉత్తరాలు/లేఖలు రాయటంలో కొన్ని నియమాలు ఉన్నాయి. వాటిని పాటిస్తే మనం ఏ ఉద్దేశ్యం కొరకు వాటిని రాస్తున్నామో అది నెరవేరే అవకాశం కలుగుతుంది.

బంధువులు, స్నేహితులు, పరిచయస్తులకు గనక ఉత్తరం రాసేటట్లయితే -

నియమం 1 : ఉత్తరానికి కుడి వైపున పై భాగంలో మీ చిరునామా రాయాలి ఉదా :

5-12-180/2ఎ,
మంగాపురం కాలని,
హైదరాబాద్ - 500 040.

నియమం 2 : చిరునామా కింద తేదీ రాయాలి. 23-05-2012

నియమం 3 : సంబోధన - ఇది ఆయా వ్యక్తులను బట్టి ఉంటుంది.

తల్లి దండ్రులకు పూజ్యే పితాజీ, మాతాజీ

पूज्य पिताजी / माताजी

అన్నదమ్ములు అక్కచెల్లెళ్ళు, మిత్రులకు

प्रिय भाई / बहन / दोस्त

ప్రియ భాయీ బహన్ / దోస్త్

నియమం 4 : ముఖ్యాంశము (मुख्यांश)

1. సందర్భము : దేని కొరకు రాస్తున్నారో అది తెలపండి.

2. సందేశము : ఏం చెప్పాలనుకుంటున్నారో అది చెప్పండి.

నియమం 5 : ముగింపు : ఉత్తరాన్ని మీరు ఎవరికి రాస్తున్నారో వారిని బట్టి ఉంటుంది.

1. తల్లి దండ్రులకు / అక్కచెల్లెళ్ళు / అన్నదమ్ములకు / మిత్రులకు / అయితే
   ఆప్‌కా ప్రియ పుత్ర్ / భాయీ / బహన్ / దోస్త్
   आपका प्रिय पुत्र / भाई / बहन / दोस्त

ఉపాధ్యాయులకు / అయితే,

ఆప్‌కా ఆజ్ఞాకారీ శిష్య్

(आपका आज्ञाकारी शिष्य)

ఫిర్యాది లేఖలకయితే

నియమం 1 : ఉత్తరానికి కుడి వైపున పైన స్థలం, తేది రాయవలెను.

నియమం 2 : ఉత్తరానికి ఎడమ వైపున పైన సేవలో (सेवा में) అని రాయాలి.

నియమం 3 : మహెూదయ (महोदय) అని రాయాలి.

నియమం 4 : ముఖ్యాంశము (मुख्यांश) ఏం చెప్పదలచుకున్నారో అది స్పష్టంగా క్లుప్తంగా రాయవలెను.

నియమం 5 : ముగింపు : భవదీయ్ (भवदीय) అని రాసి కింద పేరు, సంతకం చేయవలెను.

ఉద్యోగం కొరకు దరఖాస్తు చేసేటట్లయితే,

నియమం 1 : ఉత్తరానికి కుడివైపున పైన స్థలం, తేదీ రాయవలెను.

నియమం 2 : ఉత్తరానికి ఎడమ వైపున పైన మీ చిరునామా రాయవలెను.

నియమం 3 : మీ చిరునామాకి కింద మీరు ఏ కార్యాలయానికి లేఖ రాస్తున్నారో ఆ కార్యాలయాధికారి కార్యాలయ చిరునామా రాయవలెను.

నియమం 4 : సంబోధన – మాననీయ్ మహెూదయ్ (माननीय महोदय) అని రాయవలెను

నియమం 5 : ముఖ్యాంశము (मुख्यांश) – మీరు చూసిన ప్రకటన, మీరు దరఖాస్తు చేయబోయే ఉద్యోగం, ఆ ఉద్యోగం పొందటానికి మీకు గల అర్హతలు రాయవలెను.

నియమం 6 : ముగింపు – విశ్వాస్ పాత్ర్ (विश्वास पात्र) అని రాసి దాని కింద సంతకం, మీ పేరు రాయవలెను.

2

అభినందన్ పత్ర్ अभिनंदन पत्र అభినందన పత్రము

5-12-180/2A, మంగాపురం కాలనీ,
మౌలాలి, హైదరాబాద్ **- 500 040.**

16-1-2012

ప్రియమైన మిత్రుడు నరేష్ రెడ్డికి,

ఎలా ఉన్నావు ? మనమిద్దరం కలుసుకుని చాలా కాలమైంది. నాకు నిన్ను చూడాలనిపిస్తోంది. ఒకవేళ నీకు గనక వీలు కుదిరితే ఒకసారి మా ఇంటికి తప్పనిసరిగా రావలెను.

ఈ రోజు వార్తా పత్రికలో నీవు ఉత్తమ అధ్యాపకుడిగా రాష్ట్ర ప్రభుత్వ బహుమతిని పొందినట్లుగా నీ ఫోటో చూశాను. ఇది చాలా సంతోషించవలసిన విషయం. దీనితో నా మనస్సుకి ఆనందమయింది.

నీ మిత్రుడు

కా. మణిభూషణ్ రావు.

కవర్‌మీద చిరునామా :
శ్రీ పి. నరేష్ రెడ్డి,
5-12-92, గుల్బర్గా,
కర్నాటక.

2 అభినందన్ పత్ర్ **अभिनंदन पत्र** అభినందన్ పత్రము (Letter of Congratulation)

5-12-180/2ए,
मंगापूर कालनी, मौलाली
हैदराबाद **- 500 040.**

16-1-2012

प्रिय मित्र नरेश रेड्डी

कैसे हो । हम दोनों मिल कर काफी समय हो गया । मैं तुम को देखना चाहता हूँ । अगर एक बार आ सके तो मेरे घर जरूर आना ।

मैंने आज के वार्ता अखबार में तुम्हारा तस्वीर देखा । तुम उत्तम अध्यापक बने एवं हमारा राष्ट्रीय पुरस्कार पाया । यह बहुत खुशी की बात है । इससे मेरा मन प्रसन्न हुआ ।

आपका मित्र

मणिभूषण राव

लिफाफे पर पता :

श्रीमान नरेश रेड्डी

गुलबर्गा, कर्नाटक

3

మిత్రుడికి లేఖ

రాజమండ్రి

25-08-2012

నా మనసుకు నచ్చిన

మిత్రుడు లక్ష్మణ రావుకి

నమస్తే.

నువ్వుకులాసాగా ఉన్నావని అనుకుంటున్నాను. నీకు గుర్తు ఉన్నదో లేదో గత సంవత్సరం, ఒకసారి రాజమండ్రి రావాలని, నువ్వు నాతో చెప్పావు. నీకు ఇక్కడికి రావటానికి బహుశా సమయం కుదిరి ఉండకపోవచ్చునని అనిపిస్తోంది.

నీకు తెలుసు, మన నగరం చాలా పురాతనమైనది. ఇది పవిత్ర గోదావరినది ఒడ్డున ఉన్నది. ప్రాచీన కాలంలో ఇది యావత్ సువిశాల ఆంధ్ర ప్రాంతానికే రాజధానిగా ఉండేది. అయితే, మొదట బహుమనీ సుల్తాన్‌లు, తర్వాత ఆంగ్లేయులు వచ్చిన తర్వాత మెల్ల మెల్లగా దీనిరాజ్యం ముక్కలు ముక్కలుగా అయిపోయింది. ఇప్పటికీ ఇది మన సాంస్కృతిక రాజధానిగానే ఉన్నది.

నేను కొంచెం పనిమీద వచ్చే నెల 12 వ తేదీన కొల్‌కత్తా వెళుతున్నా. సాధ్యమైతే నిన్ను కలుస్తాను. పెద్దలకు నమస్కారములు, చిన్నవాళ్ళకు ఆశీర్వాదములు.

నీ యొక్క మిత్రుడు

కా. సురేష్

కవర్ మీద చిరునామా :

శ్రీ లక్ష్మణ రావు

3-10-10, జగదాంబ సంటర్,

విశాఖపట్నం.

3

मित्र को पत्र

राजमहेन्द्री

25-08-2012

मेरा मन पसंद दोस्त

लक्ष्मण राव

नमस्ते

आशा करता हूँ कि तुम कुशल हो । तुम को याद है, तुमने मुझे राजमहेन्द्री आने के लिए कहा था । मेरे पास आने का समय तुम्हे शायद न मिला होगा । ठीक है, समय मिलने पर एक बार यहाँ आना ।

जानते हो तुम, हमारा शहर बहुत ही प्राचीन है । यह पवित्र गोदावरी नदी के कीनारे है । पुराने समय में यह शहर आन्ध्र प्रान्त की राजधानी था । लेकिन पहले बहमनी सुल्तान, बाद में अंग्रेजों के आने से धीरे धीरे इसके राज्य टुकडे टुकडे हो गये । अब भी यह हमारा सांस्कृतिक राजधानी ही है ।

मैं कुछ काम पर अगले महीने के १२ तारीख को कोलकाता जा रहा हूँ । हो सके तो तुमसे मिलूँगा । बडे लोगों को मेरा नमस्कार और छोटों को आशीर्वाद ।

तुम्हारा मित्र

का. सुरेश

लिफाफे पर पता :

श्रीमान का. लक्ष्मण राव

३-१०-१०, जगदाम्बा सेंटर,

विशाखापट्टणम (आ.प्र.).

4

(ఛుట్టీ కా పత్ర్) **छुट्टी का पत्र** సెలవు చీటి (Leave Letter)

विशाखापट्टणम

2-2-2012

सेवा मे,

होली मदर कान्वेंट स्कूल
डाबा गार्डेन्स
विशाखापट्टणम्

महोदय,

निवेदन है कि मेरे भाई का शादी दि. **3-4-2012** को सिम्हाचलम में होगी । इस कारण मैं पाँच दिन पाठशाला नहीं आ सकता । अतः मुझे दिनांक **8-4-2012** तक पाँच दिन की छुट्टी देने की कृपा करें ।

धन्यवाद ।

आपका आज्ञाकारी शिष्य

टि. सोमनाथ

5 పుస్తకోం కే లియే పత్ర్ पुस्तकों के लिए पत्र పుస్తకముల కొరకు లేఖ

(Letter of order for Books)

विजयनगर

16-8-2012

प्रेषक

का. शिवकुमार

1-2-125, घन्टस्तम्भम वीधी

विजयनगरम - **1**.

सेवा मे,

ओरिएन्ट ब्लाकस्वान प्रै. लिमिटेड

नारायणगुडा

हैदराबाद - **29**.

प्रिय महोदय,

मुझे निम्न लिखित पुस्तकें वि.पि.पि. द्वारा भिजवाइए ।

1. भारतीय पालन शास्त्र - **2** प्रतियाँ

2. अमलतास (सिरीज) - **3** प्रतियाँ

मैं आपको आश्वासन देता हूँ कि वि.पि.पि. को मिलते ही मैं उसका भुगतान कर दूँगा ।

धन्यवाद (ధన్యవాద్)

आपका (తమయొక్క)

का. शिव कुमार

కా. శివ కుమార్

6 శికాయత్ పత్ర్ **शिकायत पत्र** ఫిర్యాదు పత్రము (Complaint Letter)

वरंगल

19-9-2012

प्रेषक

का. कल्याण

8-8-288, नर्सिंग स्ट्रीट,

वरंगल.

सेवा मे,

पुलीस इन्स्पेक्टर,

वरंगल

महोदय,

विषय : वाहन चोरी - सम्बन्धी - विज्ञापन

निवेदन है कि मैने परसों रात को मेरी मोटर साईकिल मुनिसिपल मार्केट के बाहर ताला लगा के खडी की थी । अन्दर जा कर थोडी देर होने के बाद लौट आया । मेरे वाहन के लिए मैंने देखा तो वह दिखायी नहीं दी । गायब हो गई थी । मेरा वाहन सुजुकी समुराई **2005** मॉडल है और उसका नं. ए.पी. **31** एच. **2836** है ।

आपसे अनुरोध है कि कृपया इस संबंध मे जल्दी से कार्रवाई करें, ताकी मुझे मेरा वाहन वापस मिल सके । आपका बड़ा आभार होगा ।

धन्यवाद

भवदीय

का. कल्याण

7 ఆవేదన్ పత్ర్ **आवेदन पत्र** దరఖాస్తు పత్రం (Application)

हैदराबाद

22-10-2012

प्रेषक

के. आय्याप्पा

2-11-11, हेच.बी. कालनी,

मौलाली, हैदराबाद.

सेवा मे,

मैनेजर,

पुस्तक महल,

हैदराबाद

महोदय,

विषय : मार्केटिंग एग्जिक्यूटिव पोस्ट के लिए - सम्बधी - विज्ञापन ।

समाचार पत्रों के विज्ञापन के आधार पर मुझे मालुम हुआ है कि आपके कार्यालय में चार मार्केटिंग ऐग्जिक्यूटिव पोस्टस खाली है । मैं अपने को इस योग्य समझता हूँ । मेरे योग्यताएँ इस प्रकार है :

1. बि.काम.

2. भाषाओं का ज्ञान तेलुगु, हिन्दी और अंग्रेजी ।

3. मार्केटिंग में दो साल अनुभव है ।

मैं आपको आश्वासन देता हूँ कि मैं अपने कर्तव्य को निष्ठा से पूरा करूँगा ।

धन्यवाद ।

आपका विश्वास पात्र

के. आय्याप्पा

భాగం - 6

भाग - ६

PART - 6

వ్యాకరణ పద్ధతిలో తెలుగు - హిందీ మాట్లాడటం నేర్చుకోండి సి.డి. స్క్రిప్ట్ చేతివ్రాత

व्याकरण सहित तेलुगु-हिन्दी बोलना सीखें सी.डी. हस्तलिखित

Learn Hindi through Telugu CD Script - Grammatical Way

మిత్రులారా !

భారతదేశం వంటి భిన్నత్వంలో ఏకత్వం ఉన్న సువిశాల దేశంలో రాజ్యాంగం ఆమోదించిన ప్రకారమే దాదాపుగా 16-17 భాషలు ఉన్నాయి. ప్రభుత్వ అధికార గణాంకాలలోకి రాని ప్రజల భాషలు ఎన్ని ఉన్నాయనేది చెప్పటం కష్టమే. కానీ మానవుడు సంఘజీవి కాబట్టి ఖచ్చితంగా అతను ఇతరులతో కలిసి బ్రతకవలసిందే. మారిన, మారుతున్న ప్రస్తుత సమాజంలో ఏ ప్రాంతం వాళ్ళు ఆ ప్రాంతంలో, ఏభాష వాళ్ళు ఆ భాష వాళ్ళతో మాట్లాడి ఊరుకుంటే సరిపోదు. అందరూ అందరితో కలవాల్సిందే, మాట్లాడ వలసిందే. కాబట్టి మొత్తం అందరినీ కలపలేక పోయినా కనీసం 60 నుండి 70% ప్రజలను కలప గలిగే సామర్థ్యం ఉన్న మొదటి భాష హిందీ అయితే, దానితర్వాత స్థానం మాత్రమే తెలుగుభాషదే. కాబట్టి హిందీ భాషను ఎట్లా మాట్లాడాలి ? ఆయా పదాలను ఏ విధంగా ఉచ్ఛరించాలి, అనే విషయాన్ని ఈ సి.డి. మరియు వ్రాత ప్రతి మీకు తెలియజేస్తుంది. ఒకపక్క సి.డి. వ్రాత ప్రతి చదువుతూ, మరోపక్క సి.డి. గనక మీరు వింటూ ఉన్నట్లయితే ఏయే మాటలను ఎట్లా మాట్లాడుతున్నారు. ఏయే పదాలను ఎట్లా ఉచ్ఛరిస్తున్నారు అనే సంగతి మీకు బాగా తెలుస్తుంది.

ఎందుకంటే వ్రాయటానికీ, చదవటానికీ, మాట్లాడటానికీ, వినడానికీ, అర్థంచేసుకోవటానికీ మధ్య చాలా వ్యత్యాసం ఉంటుంది గదా !

ఉదా : ఆప్ కహాఁ జా రహే హైఁ ?

आप कहाँ जा रहे है ? అనే మాటను

పలికేటప్పుడు ఆప్ కాఁ జారే ?

आप काँ जा रे ? అని అంటాం.

అంటే ఇక్కడ 'కహాఁ' అనే పదం 'కా' అయింది. 'జా రహే' అనే పదం 'జారే' అయింది. చివరన ఉన్న 'హైఁ' అనే పదం అసలు పలకనే పలకం.

అట్లానే,

మై హిందీ మేఁ బాత్ కర్‌తా హూఁ ।

मैं हिन्दी में बात करता हूँ ।

ఈ వాక్యంలో మైం హిందీ మేం బాత్ కర్‌తూం

मैं हिन्दी में बात करतूं అంటాం.

కర్‌తా హూం అనే మాట 'కర్తూం' అయిపోయింది.

కాబట్టి ఇటువంటి విషయాలను మనస్సులో పెట్టుకుని మీరు అభ్యాసం చేసినట్లయితే, చాలా తక్కువ సమయంలోనే మీరు హిందీ భాషలో మాట్లాడటం సాధించటం ఖాయం.

అభ్యాసం 1 : అభివాదన్ **अभिवादन** పలకరించుట **(wishing) :** ఎవరిని కలిసినా, ఏపని చేసినా ముందు శుభం పలకాలని పెద్దలు చెబుతారు. ఎందుకంటే దానివల్ల ఎదుటి మనిషికి సంతోషం కలుగుతుంది. ఎప్పుడైతే మనం అట్లా ఎదుటి మనిషికి శుభం కలగాలని కోరతామో అతడు కూడా మనకి ఆ విధంగానే కోరతాడు. తద్వారా ఒక ఆహ్లాదకరమైన వాతావరణం నెలకొంటుంది. ఇక చెప్పేదేముంది ? సంతోషమే సగం బలాన్నిస్తుంది కదా ! ఈకింద కొన్ని పలకరింపు వాక్యాలను ఇచ్చాము. వాటిని జాగ్రతగా నేర్చుకోండి :

1. నమస్తే / నమస్కార్ **नमस्ते** / **नमस्कार** నమస్తే / నమస్కారం

2. శుభరాత్రి **शुभ रात्रि** శుభ్‌రాత్రి

3. మళ్ళీకలుద్దాం **फिर मिलेंगे** ఫిర్ మిలేంగే

4. వీడ్కోలు/టాటా బైబై **अलविदा** అల్ విదా

5. ఏంటి సంగతి ? **क्या हाल है ?** క్యా హాల్ హైం ?

6. ఏమీ లేదు **कुछ नही / नै** కుఛ్ నహీం / నై
   గమనిక : 'నహీ' ని 'నై' అని పలుకుతారు.

7. మిమ్మల్ని కలిసినందుకు సంతోషమయింది. **आप से मिलकर खुशी हुई** ఆప్ సే మిల్‌కర్ ఖుషీ హుయీ ।

8. ఇది నా అదృష్టం. **यह मेरा सौभाग्य है ?** యహ్ మేరా సౌభాగ్య్ హైం ।

9. నూతన సంవత్సర శుభాకాంక్షలు **नये साल की शुभकामनाएँ ?** నయే సాల్ కీ శుభ్‌కామ్‌నాయేం ।

10. పండుగ శుభాకాంక్షలు **ईद मुबारक** ఈద్ ముబారక్ ।

ఏదైనా పనిలో విజయం సాధించిన వాళ్ళను లేదా చిన్న వాళ్ళను ఆశీర్వదించేటప్పుడు.

11. జీతే రహో । ఆశీర్వాద్ । చిరంజీవ్ । అని చెప్పండి **जीते रहो । आशीर्वाद चिरंजीव ।**

బాగా గుర్తు పెట్టుకోండి

మనం మాట్లాడేటప్పుడు మన నాలుకతో పాటు స్వర పేటిక, దంతాలు, పెదవులు, దవుడలు, కళ్ళు, మెదడు, చెవులు పనిచేస్తుంటాయి. ఈ అవయవాల నుండి సహకారం, అభ్యాసం ఉంటేనే మనం బాగా మాట్లాడగలుగుతాం. అందుకు సరైన పద్ధతి పైకి చదవటం, మాట్లాడటం. ఈత నేర్చుకోవాలంటే నీళ్ళల్లో దిగి అవయవాలను కదిలించటం అభ్యసించవలసిందే కదా ! అలాగే హిందీ మాట్లాడటం కూడా.

శిష్టాచార్ **शिष्टाचार** మర్యాద (Courtesy)

1. కృప్‌యా బైఠియే **कृपया बैठिए** దయచేసి కూర్చోండి.

2. కృప్‌యా ప్రతీక్షా కరేం **कृपया प्रतीक्षा करें** దయచేసి వేచి ఉండండి.

3. కృప్‌యా మాఫ్ కీజియే **कृपया माफ कीजिए** దయచేసి క్షమించండి.

4. మైం ఆప్‌కో థోడా కష్ట్ దే రహీం హూం ।
   मैं आप को थोडा कष्ट दे रही हूँ ।
   నేను మీకు కొంచెం కష్టం కలిగిస్తున్నాను.

అనురోధ్ **अनुरोध** విన్నపం (Request)

1. ఆజ్ఞా దీజియే **आज्ञा दीजिए** ఆజ్ఞాపించండి.

2. కృప్‌యా హస్తాక్షర్ కరియే **कृपया हस्ताक्षर करिए** దయచేసి సంతకం చేయండి.

3. కృప్‌యా అందర్ ఆయియే **कृपया अंदर आइए** దయచేసి లోపలికి రండి.

4. ఐసా న కరేం **ऐसा न करें** అలా చేయకండి.

5. మైం ఆప్‌కి సహృదయ్‌తా సె ఆభారీ హూం **मैं आपकी सहृदयता से आभारी हूँ ।**

   మీ మంచితనానికి నేను కృతజ్ఞురాలిని.

అజ్ఞాయేం आज्ञाएँ ఆదేశాలు (Orders)

1. మైం ఆనే తక్ ఇధర్ హీ ఇంతేజార్ కరియేం। **मैं आने तक इधर ही इंतेजार करिए।**

   నేను వచ్చేవరకు ఇక్కడే వేచి ఉండండి.

2. యే పత్రోం కో భేజ్ దో। **ये पत्रों को भेज दो।** ఈ లేఖలను పంపించు.

3. ఇన్ కితాంబోం కో సంభాల్ కర్ రఖో। **इन किताबों को सम्भाल कर रखो।** ఈ పుస్తకాలను సర్ది పెట్టు.

4. వైసా మత్ కరో। **वैसा मत करो।** అట్లా చేయవద్దు.

5. హమే ఏక్ చాయ్ లేకర్ ఆవో। **हमे एक चाय लेकर आओ।** మాకు ఒక టీ తీసుకు రా.

అనుమతి अनुमति అనుమతి (Permission)

1. క్యా ఆప్ మేరే సాథ్ ఆ సక్తే హెూ ? **क्या आप मेरे साथ आ सकते हो।** మీరు నాతో పాటు రాగలరా ?

2. ఆప్ ముఝే అందర్ ఆనే దోగే క్యా। **आप मुझे अंदर आने दोगे क्या ?** మీరు నన్ను లోపలికి రానిస్తారా ?

3. క్యా ఆప్ మేరే సాథ్ బాత్ కర్ సకతే హై ? **क्या आप मेरे साथ बात कर सकते है ?**
   దయ చేసి మీరు నాతో మాట్లాడతారా ?

4. కృప్‌యా ఆప్ ముఝే ఏక్ కితాబ్ దోగే క్యా ?
   कृपया आप मुझे एक किताब दोगे क्या ?
   దయచేసి మీరు నాకు ఒక పుస్తకం ఇస్తారా ?

అభ్యాసం 2 : మిత్రులారా : అభ్యాసం 1 లో మీరు పలకరింపు, మర్యాద, విన్నపం, ఆదేశాలు, అనుమతి వాక్యాలను తెలుసుకున్నారు కదా ! ఇప్పుడు మీ మనోభావాలను, సంభ్రమాశ్చర్యాలను, ఓదార్పు, ఎదుటి మనిషిని సాంత్వన పరచటం వంటి మాటలను బాగా నేర్చుకుని వాటిని మాట్లాడటం అభ్యసించండి. మీ మిత్రులు లేదా ఇతరులు ఎవరైనా నవ్వినా, హేళన చేసినా వాటిని పట్టించుకోకండి. 'నవ్వినా నాప చేనే పండుతుంది' అనే సామెత గుర్తు చేసుకోండి చాలు. అదే మీకు కొండంత ధైర్యాన్ని ఉత్సాహాన్ని ఇస్తుంది.

సాంత్వన सांत्वना ఓదార్పు (Console)

1. హే భగవాన్‌। हे भगवान । ఓరి దేవుడా !

2. యహ్ శరమ్ కీ బాత్ హైం। यह शरम की बात है । ఇది సిగ్గు పడవలసిన విషయం / మాట.

3. యహ్ అఫ్‌సోస్ కీ బాత్ హైం। यह अफसोस की बात है । అది దు:ఖ పడవలసిన మాట / విషయం.

4. ఆప్ ఫిజుల్ పరేషాన్ హెూ రహే హైం। आप फिजुल परेशान हो रहे है ।
మీరు అనవసరంగా గందరగోళ పడుతున్నారు.

5. తుమ్ ఛుప్‌కే సె రోతే హెూ క్యోం। तुम चुपके से रोते हो क्यों । నీవు వర్థిగే ఏడుస్తావు ఎందుకు ?

2. ఇస్ మేం ఫికర్ కీ కోయీ బాత్ నహీం హైం। इस में फिकर की कोई बात नहीं है ।
ఇందులో చింతించవలసినదేమీ లేదు.

3. ఘబ్‌రావో మత్। घबराओ मत । గాబరా పడకు

4. ముఝే ఆప్‌పే యకీన్ / విశ్వాస్ హైం। मुझे आप पे यकीन / विश्वास है ।
నాకు మీ మీద విశ్వాసం ఉంది.

5. సబ్ ఠీక్ హెూ జాయేగా। सब ठीक हो जायेगा । అంతా సర్దుకుంటుంది.

6. భగ్‌వాన్ పే ఆస్తా రఖో। भगवान पे आस्था रखो । భగవంతుడి మీద నమ్మకం ఉంచు.

7. హమే తుమ్‌సే సహానుభూతి హైం। हमे तुम से सहानुभूति है । మాకు నీపై సానుభూతి ఉంది.

నారాజ్‌గీ नाराज़गी కోపము (Anger)

1. తుమ్ కామ్ జల్‌దీ నహీం కర్ సక్‌తే క్యా ? तुम काम जल्दी नही कर सकते क्या ?
నువ్వు పని తొందరగా చేయలేవా ?

2. తుమ్ హీ తుమ్హారే బాత్‌కో మూల్య్ నహీం దేతే క్యా ? तुम ही तुम्हारे बात को मूल्य नहीं देते क्या ?
నువ్వే నీ మాటకు విలువ ఇవ్వవా ?

3. మైం తో తుమ్హే కభీ క్షమా నహీం కర్ సక్‌తి హూం. मैं तो तुम्हे कभी क्षमा नहीं कर सकती हूँ ।
నేనయితే నిన్ను ఎప్పటికీ క్షమించలేను.

4. తుమ్ హర్ బాత్‌కీ మజాక్ కర్‌తే హెూ। तुम हर बात की मजाक करते हो ।
నువ్వు ప్రతి విషయాన్నీ వేళాకోలం చేస్తున్నావు.

క్షమా क्षमा క్షమాపణ (Sorry)

1. యహ్ గల్‌తీ సే హువా। यह गलती से हुआ । ఇది పొరపాటున జరిగింది.

2. ఐసా సబ్‌కో భీ హోతా హైఁ। ऐसा सब को भी होता है । ఇట్లా అందరికీ అవుతుంది.

3. ముఝే చింతా హైఁ కి తుమ్‌కో తక్‌లీఫ్ దేనా పడా। मुझे चिंता है कि तुमको तकलीफ देना पडा । నీకు కష్టం కలిగించవలసి వచ్చినందుకు నాకు బాధగా ఉంది.

4. అన్‌జానే మేఁ వైసా హో గయా। अनजाने में वैसा हो गया । అనుకోకుండా అట్లా జరిగి పోయింది.

5. వహ్ మేరీ గల్‌తీ హైఁ మైఁ మాన్‌తా హూఁ। वह मेरी गलती है मैं मानता हूँ । అది నా తప్పే. నేను ఒప్పుకుంటాను.

6. ఇస్‌మేఁ ఆప్‌కా కోయీ గల్‌తీ నహీఁ హైఁ। इसमें आपका कोई गलती नहीं है । ఇందులో మీదేమీ తప్పు లేదు.

7. ఫిర్ భీ మైఁ షర్మిందా హూఁ। फिर भी मैं शर्मिंदा हूँ । అయినప్పటికీ నేను సిగ్గుపడుతున్నాను.

8. ఇస్‌మే షర్మానే కీ కోయీ బాత్ నహీఁ హైఁ। इसमें शरमाने की कोई बात नहीं है । ఇందులో సిగ్గుపడవలసిన మాటే లేదు.

9. తుమ్ అప్‌నా వాయ్‌దా భూల్ గయే క్యా ? तुम अपना वायदा भूल गये क्या । నువ్వు నీ వాగ్దానాన్ని మర్చిపోయావా ?

10. ముఝే మాఫ్ కీజియే। मुझे माफ कीजिए । నన్ను క్షమించండి.

అభ్యాసం - 3 : మిత్రులారా ! మీకు తెలిసే ఉంటుంది. 'పగతో సాధించలేనిది ప్రేమతో సాధించవచ్చు'నని. ఎదుటి మనిషితో ఆదరణగా, ఆప్యాయంగా, అనునయంగా మాట్లాడితేనే మన సంబంధ బాంధవ్యాలు పెరుగుతూ ఉంటాయి. దానివల్ల మన పనులు సాఫీగా జరిగిపోతుంటాయి. అందుకు చక్కటి మార్గంగా ఈ మాటలు అలవాటు చేసుకోండి.

పని తొందరగా జరగాలంటే – జల్దీ జల్దీ కిజియే అనండి. जल्दी जल्दी किजिए । తొందర తొందరగా చేయండి.

పని నెమ్మదిగా జరగాలంటే – ధీరే ధీరే కిజియే అనండి. धीरे धीरे किजिए । నెమ్మది నెమ్మదిగా చేయండి.

ఇంకా నెమ్మదిగా జరగాలంటే, అనండి – హల్లూ హల్లూ కిజియే हल्लू हल्लू किजिए । అతినెమ్మదిగా చేయండి.

మీ మాట వినవలసిందిగా ఎవరినైనా కోరాలంటే అనండి – సునియే, సునియే सुनिए सुनिए । వినండి, వినండి.

ఎవరి సహాయాన్నయినా కోరాలనుకుంటే, అనండి – **थोडा सहायता किजिए** । కొంచెం సహాయం చేయండి.

మిమ్మల్ని బలపర్చమని లేదా వెన్నుదన్నుగా నిలవ వలసిందిగా ఎవరినైనా కోరాలనుకుంటే అనండి –

మదత్ కీజియే **मदत कीजिए** । బల పర్చండి.

ఎవరినైనా కూర్చోవలసిందిగా కోరేటప్పుడు అనండి – కృప్‌యా బైఠియే **कृपया बैठिए** । దయచేసి కూర్చోండి.

ఎవరినైనా ఏదైనా చెప్పవలసిందిగా కోరేటప్పుడు – ఫర్మాయియే **फर्माइए** । చెప్పండి.

ఎవరికయినా వీడ్కోలు పలికేటప్పుడు యాద్ రఖ్‌లో **याद रख लो** । గుర్తుంచుకో.

(సి.డి.ని మరోసారి వినండి. తప్పులేదు).

అభ్యాసం - 4 : మిత్రులారా ! మనం రోజువారీ జీవితంలో ఎందరినో చూస్తుంటాం. పలకరిస్తుంటాం. అది తప్పనిసరి పని గదా. మనల్ని కూడా వారు కొన్ని కొన్ని అడుగుతుంటారు. వాటికి మనం సమాధానాలు కూడా చెప్పవలసి వస్తుంది కదా ! అటువంటప్పుడు ఈ అభ్యాసంలో ఇచ్చిన వాటిని బాగా గుర్తు పెట్టుకుని ఉపయోగించటం అలవాటు చేసుకోండి.

ఎవరినైనా కలసినప్పుడు అనండి. కైసే హైం **कैसे है** । ఎట్లా ఉన్నారు ?

ఎదుటి మనిషి గనక మిమ్మల్ని అడిగితే **ठीक हूँ** । బాగానే ఉన్నాను.

ఎదుటి వ్యక్తిని ఎక్కడికి వెళుతున్నారని అడగాలంటే అనండి – కహాం జా రహే హైం ।

कहाँ जा रहे है । ఎక్కడికి వెళుతూ ఉన్నారు.

ఎక్కడికో కాదు, ఇక్కడికే అని అనవలసినప్పుడు – కహీం నహీం ఇధర్ హీం **कहीं नहीं इधर ही** ।
ఎక్కడికో కాదు, ఇక్కడికే.

ఎందుకు ఒంటరిగా వెళుతున్నారని అడగ వలసినప్పుడు –

క్యోం అకేలా జా రహే హైం **क्यों अकेला जा रहे है ?**

ఎందుకు ఒంటరిగా వెళుతున్నారు ?

8

అభ్యాసం - 5 : మిత్రులారా ! ఇప్పటివరకూ మీరు నేర్చుకున్నవి ఏ సందర్భంలో ఎట్లా మాట్లాడాలి, దానికి సంబంధించిన ప్రశ్నలు, వాటికి సమాధానాలు కదా ! ఇప్పుడు ఇందులోనే తర్వాత మెట్టు ఎక్కండి. చప్పట్లు, సంభాషణ రెండూ ఒక్కటే. ఎందుకంటే చప్పట్లు కొట్టాలంటే రెండు చేతులు ఖచ్చితంగా అవసరం కదా ! అట్లాగే సంభాషణ కూడా జరగాలంటే ఇద్దరు మనుషులు ఖచ్చితంగా ఉండవలసిందే కదా ! కాబట్టి ఇప్పుడు ఆ విధమైన సంభాషణను అభ్యాసం చేయండి. దీన్ని మనం దైవకార్యం నుండి ప్రారంభిద్దాం సరేనా ?

<u>సంభాషణ - 1</u>

తల్లి కొడుకుల సంభాషణ -

భాస్కర్‌జీ : మాం ! మైం మందిర్‌మే జా రహా హూం

माँ ! मैं मन्दिर में जा रहा हूँ ।

అమ్మా ! నేను గుడికి వెళుతున్నాను.

తల్లి : ఠీక్ హైం ।

ठीक है ।

సరే.

భాస్కర్‌జీ : భాయీ సాబ్ మందిర్ కహాం హైం ।

भाई साब मन्दिर कहाँ है ।

సోదరా ! గుడి ఎక్కడ ఉంది ?

అపరిచితవ్యక్తి : సీదా జాకే దాయీ తరఫ్ ముడియే ।

सीधा जा के दाई तरफ मुडिए ।

తిన్నగా వెళ్ళి కుడి వైపుకి మళ్ళండి.

పండిత్‌జీ : పైర్ ధో కే అందర్ ఆయియే ।

पैर धो के अंदर आइए ।

కాళ్ళు కడుక్కొని లోపలికి రండి.

భాస్కర్‌జీ : మైంనే పైర్ ధోయే పండిత్‌జీ ! అబ్ క్యా కర్‌నా ?

मैंने पैर धोये पंडितजी ! अब क्या करना ?

నేను కాళ్ళు కడుక్కున్నానండి. ఇప్పుడు ఏం చెయ్యాలి ?

పండిత్‌జీ : తీన్ బార్ భగ్‌వాన్ కో ప్రదక్షిణా కరియే ।

तीन बार भगवान को प्रदक्षिणा करिए ।

మూడుసార్లు దేవుడికి ప్రదక్షిణ చెయ్యండి.

భాస్కర్‌జీ : ప్రదక్షిణ్ కర్ దియా పండిత్‌జీ ।

प्रदक्षिणा कर दिया पंडितजी ।

ప్రదక్షిణ చేశానండి.

పండిత్‌జీ : ఆప్ జో లాయే వహ్ సబ్ ఇస్ థాలీ మేం రఖియే ।

आप जो लाए वह सब इस थाली में रखिए ।

మీరు ఏమి తెచ్చారో అవన్నీ ఈ పళ్ళెంలో పెట్టండి.

భాస్కర్‌జీ : మేరే పితాజీ కే నామ్ సే పూజా కిజియే ।

मेरे पिताजी के नाम से पूजा किजिए ।

మా నాన్న గారి పేరు మీద పూజ చేయండి.

పండిత్‌జీ : మైం జైసా బోల్‌తా హూం వైసా బోలియే ।

मै जैसा बोलता हूँ वैसा बोलिये ।

నేను ఎట్లా అంటానో అట్లా అనండి.

భాస్కర్‌జీ : ఠీక్ హై పండిత్‌జీ ।

ठीक है पंडितजी ।

సరేనండి.

పండిత్‌జీ : ఆర్‌తీ లీజియే ।

आरती लीजिए ।

హారతి తీసుకోండి.

<u>సంభాషణ - 2</u>

ఇప్పుడు మీరు ఒక కార్యాలయంలో సంభాషణ ఎట్లా ఉంటుందో అట్లాగ అభ్యాసం చేయండి.

వీరేంద్ర : శుభోదయ్ సాబ్ !

शुभोदय साब !

శుభోదయమండి.

మేనేజర్ : శుభోదయ్ !

शुभोदय !

శుభోదయం.

వీరేంద్ర : క్షమా కరియే సాబ్ థోడీ దేర్ హుయీ ।

क्षमा करिए साब । थोडी देर हुई ।

క్షమించండి సార్ ! కొంచెం ఆలస్యమయింది.

మేనేజర్ : ఠీక్ హైం కల్‌కా కామ్ కహాఁ తక్ ఆయా ?

ठीक है । कल का काम कहाँ तक आया ।

సరే, నిన్నటి పని ఎంత వరకు వచ్చింది ?

వీరేంద్ర : ఆధా హోగయా సాబ్ । బచ్ గయా సో మై అభీ కర్‌తా హూం

आधा हो गया साब । बच गया सो मैं अभी करता हूँ ।

సగం అయిపోయిందండి. మిగిలిన దాన్ని ఇప్పుడే చేస్తాను.

మేనేజర్ : జల్దీ కరో ! బహుత్ దేర్ హో గయీ ।

जल्दी करो । बहुत देर हो गयी ।

త్వరగా చెయ్యి. చాలా ఆలస్యం అయిపోయింది.

వీరేంద్ర : కల్ హీ పూరా కర్‌నే కీ కోశిష్ కి సాబ్ । మగర్ బిజిలీ నహీ థీ ।

कल ही पूरा करने की कोशिश कि साब । मगर बिजली नहीं थी ।

నిన్ననే మొత్తం చేయటానికి ప్రయత్నించానండి. కానీ కరెంటు లేదు.

మేనేజర్ : బిజిలీ నహీం తో బిజిలీ వాలోంకో ఫోన్ కర్‌నా థా ।

बिजली नहीं तो बिजली वालों को फोन करना था ।

కరెంటు లేకపోతే కరెంటు వాళ్ళకి ఫోన్ చెయ్యవలసింది.

వీరేంద్ర : సాబ్ । యహ్ కామ్ హోనే కే బాద్ క్యా కర్‌నా ?

साब । यह काम होने के बाद क्या करना ?

అయ్యా ! ఈ పని అయిపోయాక ఏం చేయాలి ?

మేనేజర్ : డిల్లీ ఫోన్ కర్‌కే, హమారే తరఫ్ కా కామ్ పూరా హో గయా యహ్ సమాచార్ దేదో

दिल्ली फोन करके, हमारे तरफ का काम पूरा हो गया यह समाचार दे दो ।

డిల్లీ ఫోన్ చేసి, మా వైపు పని పూర్తియిపోయిందని సమాచారం ఇచ్చెయ్.

<u>సంభాషణ - 3</u>

సాయంత్రం ఇంటికి తిరిగి వెళ్ళి పోయేటప్పుడు రోడ్డు ప్రక్కన ఉన్న మిర్చి బజ్జీల బండి దగ్గరి సంభాషణ అభ్యాసం చెయ్యండి.

శివ : ఏక్ ప్లేట్ మిర్చీ దో ।

एक प्लेट मिर्ची दो ।

ఒక ప్లేటు మిర్చి ఇవ్వు.

బజ్జీవాడు : ఏక్ ప్లేట్ మిర్చి బజ్జీ సోలా రూపయే హైం

एक प्लेट मिर्ची बज्जी सोला रूपये है ।

ఒక ప్లేటు మిర్చి బజ్జీ 16 రూపాయిలు.

శివ : ప్లేట్ మేం కిత్‌ని అతి హై ?

प्लेट मे कितनी आती है ?

ప్లేటుకి ఎన్ని వస్తాయి ?

బజ్జీవాడు : చార్ ఆతీ హై ।

चार आती है ।

నాలుగు వస్తాయి.

శివ : ఠీక్ హైం దే దో ।

ठीक है दे दो ।

సరే ! ఇచ్చెయ్.

బజ్జీవాడు : పకోడి భీ గరమ్ హైం సాబ్ ।

पकोडी भी गरम है साब ।

పకోడి కూడా వేడిగా ఉంది సార్.

శివ : పకోడి గరమ్ హైం । మగర్ ఉస్‌కా రంగ్ అచ్ఛా నహీం హైం ।

पकोडी गरम है । मगर उसका रंग अच्छा नहीं है ।

పకోడి వేడిగానే ఉంది. కానీ దాని రంగు మంచిగా లేదు.

బజ్జీవాడు : రంగ్ మత్ దేఖ్‌నా సాబ్, ఉస్‌కా స్వాద్ దేఖ్‌నా ।

रंग मत देखना साब । उसका स्वाद देखना ।

రంగు చూడొద్దు సార్. దాని రుచి చూడాలి.

శివ : ఆలూ భజ్జీ, బైంగన్ భజ్జీ, అండా భజ్జీ భీ ఏక్ ఏక్ ప్లేట్ పార్సల్ కరో ।

आलू भज्री, बैंगन भज्री, अंडा भज्री भी एक एक प्लेट पार्सल करो ।

బంగాళాదుంప బజ్జీ, వంకాయ బజ్జీ, కోడిగుడ్డు బజ్జీ కూడా ఒక్కొక్క ప్లేటు పార్సిల్ చెయ్యి.

బజ్జీవాడు : హమారీ బజ్జియా ఏక్ బార్ ఖాయే తో కోయీ భీ బార్ బార్ ఇధర్ హీ ఆతే హై సాబ్ ।
ఉస్‌కా స్వాద్ హీం ఐసా రహ్‌తా హైం

हमारी बज्रियाँ एक बार खाए तो कोई भी बार बार इधर ही आते है साब ।

उसका स्वाद ही ऐसा रहता है ।

మా బజ్జీలు ఒకసారి తింటే ఎవరైనా సరే మళ్ళీ మళ్ళీ ఇక్కడికే వస్తారు సార్.

వాటి రుచియే అట్లా ఉంటుంది.

<u>సంభాషణ - 4</u>

12

కొత్తగా విడుదల అయిన ఒక సినిమా గురించి మాట్లాడే మాటలను అభ్యాసం చేయండి.

శరత్ : యహ్ సినేమా కైసా హై మాలూమ్ హైఁ క్యా ?

यह सिनेमा कैसा है मालूम है क्या ?

ఈ సినిమా ఎట్లా ఉంటుందో తెలుసా ?

కోటేశ్ : వాల్ పోస్టర్స్ దేఖే తో అచ్ఛా లగ్ రహా హైఁ ।

वाल पोस्टर्स देखे तो अच्छा लग रहा है ।

వాల్ పోస్టర్లు చూస్తే బాగానే అనిపిస్తోంది.

శరత్ : కుఛ్ టికెట్ ఉప్‌లబ్ధ్ హైఁ క్యా ?

कुछ टिकेट उपलब्ध है क्या ?

ఏమైనా టికెట్లు దొరుకుతాయా (లభిస్తాయా) ?

కోటేశ్ : బాల్కనీ బినా సబ్ హో గయే ।

बालकनी बिना सब हो गये ।

బాల్కనీ మినహా అన్నీ అయిపోయాయి.

శరత్ : కృప్‌యా తీన్ టికెట్ దేంగే క్యా ?

कृपया तीन टिकेट देंगे क्या ?

దయచేసి మూడు టిక్కెట్లు ఇస్తారా ?

కోటేశ్ : లోగ్ కహ్ రహే హైఁ కి యహ్ సినేమా బహుత్ అచ్ఛా హైఁ ?

लोग कह रहे है कि यह सिनेमा बहुत अच्छा है ।

ఈ సినిమా చాలా బాగుందని జనం అంటున్నారు.

శరత్ : లోగ్ కహ్ రహే హై, మత్‌లబ్ అచ్ఛా హి హోగా ।

लोग कह रहे है, मतलब अच्छा ही होगा ।

జనం అంటున్నారంటే మంచిగానే ఉండవచ్చు.

కోటేశ్ : వైసా నహీఁ హైఁ, ఇస్‌మేఁ కయీ అభినేతా ఔర్ అభినేత్రియా హైఁ ।

वैसा नही है । इसमें कई अभिनेता और अभिनेत्रियाँ है ।

అట్లా అని కాదు. దీనిలో అనేక మంది నటీ నటులు ఉన్నారు.

శరత్ : వహ్ తో ఠీక్ హైఁ లేకిన్ కథా ముఖ్య్ హైఁ

वह तो ठीक है लेकिन कथा मुख्य है ।

అది సరే కానీ, కథ ముఖ్యమైనది.

కోటేశ్ : ఇస్‌కి కథా అచ్ఛీ హై । యహ్ ఏక్ అవార్డ్ పానేవాలీ పారివారిక్ సినేమా హైఁ ।

इसकी कथा अच्छी है । यह एक अवार्ड पानेवाली पारिवारिक सिनेमा है ।

ఇందులో కథ బాగుంది. ఇది ఒక అవార్డు పొందే కుటుంబ కథా చిత్రం.

<u>సంభాషణ - 5</u>

మిత్రులారా ! ఇప్పుడు హోటల్‌లో జరిగే సంభాషణను అభ్యసించండి.

సర్వర్ : సాబ్ ! క్యా చాహియే ఆప్‌కో ?

साब ! क्या चाहिए आपको ?

అయ్యా ! ఏమి కావాలి మీకు ?

సోమనాథ్ : టిఫిన్ క్యా హైం ?

टिफिन क्या है ?

టిఫిన్ ఏముంది ?

సర్వర్ : ఇడ్లీ, దోసా, పూరీ.

इडली, दोसा, पूरी

ఇడ్లీ, దోసా, పూరీ.

సోమనాథ్ : ఏక్ ప్లేట్ పూరీ లావో

एक प्लेट पूरी लाओ ।

ఒక ప్లేటు పూరీ తీసుకుని రా.

సర్వర్ : యహ్ లీజియే సాబ్।

यह लीजिए साब ।

ఇది తీసుకోండి సార్.

సోమనాథ్ : పూరీ గరమ్ నహీం హై।

पूरी गरम नहीं है ।

పూరీ వేడిగా లేదు.

సర్వర్ : మౌసమ్ ఠండా హైం సాబ్। ఇస్‌లియే వైసా హువా।

मौसम ठंडा है साब । इसलिए वैसा हुआ ।

వాతావరణం చల్లగా ఉంది సార్। అందుకే అట్లా అయింది.

సోమనాథ్ : చాయ్ కైసీ హైం ఠండీ యా గరమ్ ?

चाय कैसी है ? ठंडी या गरम ?

టీ ఎట్లా ఉంది ? చల్లగానా వేడిగానా ?

సర్వర్ : సందేహ్ నహీం సాబ్। బిల్కుల్ గరమ్ హైం సాబ్।

संदेह नहीं साब । बिलकुल गरम है साब ।

చాలా వేడిగా ఉంది సార్.

సోమనాథ్ : అచ్ఛా, తో ఎక్ చాయ లావో

अच्छा, तो एक चाय लाओ ।

అయితే ఒక టీ తీసుకు రా.

<u>సంభాషణ - 6</u>

మిత్రులారా ! ఇప్పుడు పుస్తకాల దుకాణంలో జరిగే సంభాషణను అభ్యసించండి.

శ్యామ్ : క్యా ఆప్‌కే పాస్ వి అండ్ ఎస్ పబ్లిషర్స్ కీ కితాబేం మిల్‌తీ హైం ?

क्या आपके पास वि. एण्ड एस. पब्लिशर्स की किताबें मिलती है ?

మీ వద్ద వి అండ్ ఎస్. పబ్లిషర్స్ పుస్తకాలు దొరుకుతాయా ?

సేల్స్‌మేన్ : మిల్‌తీ హైం సాబ్।

मिलती है साब ।

దొరుకుతాయి సార్.

శ్యామ్ : హిందీ సీఖ్‌నే కే లియే ఏక్ కితాబ్ హోనా హైం

हिन्दी सीखने के लिए एक किताब होना है ।

హిందీ నేర్చుకోవడానికి ఒక పుస్తకం కావాలి.

సేల్స్‌మేన్ : యహ్ లీజియే సాబ్।

यह लीजिए साब ।

ఇదిగో సార్.

శ్యామ్ : క్యా ఆప్ కహ్ సక్‌తే హైం కి యహ్ ఎక్ ఉప్‌యుక్త్ కితాబ్ హైం ?

क्या आप कह सकते है कि यह एक उपयुक्त किताब है ?

ఇది ఉపయోగకరమైన పుస్తకమని మీరు చెప్పగలరా ?

సేల్స్‌మేన్ : ఇస్‌కా సేల్స్ అచ్ఛా హైం సాబ్ ఫటా ఫట్ బిక్ రహీం హైం।

इसका सेल अच्छा है साब फटा फट बिक रही है ।

దీని అమ్మకాలు బాగున్నాయి సార్, చక చకా అమ్ముడవుతోంది.

శ్యామ్ : ముఝే విశ్వాస్ హైం కి ఆప్ సచ్ బోల్ రహే హైం।

मुझे विश्वास है कि आप सच बोल रहे है ।

మీరు నిజమే చెబుతున్నారని నాకు నమ్మకంగా ఉంది.

సేల్స్‌మేన్ : ధన్యవాద్ సాబ్।

धन्यवाद साब ।

ధన్యవాదములు సార్.

<u>**సంభాషణ - 7**</u>

మిత్రులారా ! ఇప్పుడు హాస్పిటల్‌లో సంభాషణను అభ్యసించండి.

సౌమ్య : డాక్టర్ సాబ్ ముఝె సిర్ దర్ద్ హైం

डॉक्टर साब मुझे सिर दर्द है ।

డాక్టర్ గారూ నాకు తలనొప్పిగా ఉంది.

డాక్టర్ : కబ్‌సే హై ?

कब से है ?

ఎప్పుడు నుంచి ?

సౌమ్య : ఏక్ హఫ్తేసే హై సాబ్ ! జా రహాం హై ఆ రహాం హైం।

एक हफ्ते से है साब ! जा रहा है आ रहा है ।

ఒక వారం నుండి సార్ ! పోతోంది, వస్తోంది.

డాక్టర్ : క్యా అప్‌కో సిర్ఫ్ సిర్ కా దర్ద్ హైం యా దూసరీ భీ బీమారీ హైం ?

क्या आपको सिर्फ सिर का दर्द है या दूसरी भी बीमारी है ?

ఏమిటి మీకు కేవలం తలనొప్పేనా ఇతర రోగం కూడా ఉందా ?

సౌమ్య : మేరీ తబియత్ ఆజ్‌కల్ ఠీక్ నహీం హైం సాబ్।

मेरी तबियत आजकल ठीक नहीं हैं साब

నా ఆరోగ్యం ఈమధ్య సరిగా లేదు సార్.

డాక్టర్ : ఠీక్ నహీం హైం కా క్యా మత్‌లబ్ హై ?

ठीक नहीं है का क्या मतलब है ?

సరిగాలేదు అంటే ఏమిటి ?

సౌమ్య : ఛోటా కామ్ కరే తో భీ థకాన్ మహ్‌సూస్ కర్ రహీం హూం।

छोटा काम करे तो भी थकान महसूस कर रही हूँ ।

చిన్నపని చేసినా కూడా నేను అలసిపోతున్నాను.

డాక్టర్ : మైం ఆప్‌కో కుఛ్ గోలియా దేతీ హూం ఉన్‌సే ఠీక్ హెూ జాయేగీ ?

मै आपको कुछ गोलियाँ देती हूँ । उनसे ठीक हो जायेगी ।

నేను మీకు కొన్ని మాత్రలు ఇస్తాను. వాటితో నయమైపోతుంది.

www.ingramcontent.com/pod-product-compliance
Lightning Source LLC
LaVergne TN
LVHW062309060326
832902LV00013B/2118
* 9 7 8 9 3 5 0 5 7 0 0 9 8 *